வீரமாமுனிவர் இயற்றிய

கித்தேரி அம்மாள் அம்மானை

வீரமாமுனிவர் இயற்றிய

கித்தேரி அம்மாள் அம்மானை

மூல நூலும் ஆங்கில மொழிபெயர்ப்பும்

முனைவர் ஆனந்த் அமலதாஸ் சே.ச.

கிழக்கு

வீரமாமுனிவர் இயற்றிய கித்தேரி அம்மாள் அம்மானை

Viramamunivar Iyatriya Kitteri Ammal Ammanai

Dr. Anand Amaladass SJ ©

First Edition : July 2022
280 Pages
Printed in India.

ISBN: 978-93-90958-04-7
Kizhakku - 1271

Kizhakku Pathippagam
177/103, First Floor, Ambal's Building, Lloyds Road,
Royapettah, Chennai - 600 014. Ph: +91-44-4200-9603
Email : support@nhm.in | Website : www.nhm.in

kizhakkupathippagam | kizhakku_nhm

Author's Email: amaladass24@gmail.com

Kizhakku Pathippagam is an imprint of New Horizon Media Private Limited

காணிக்கை

எனக்குக் கல்வி கொடுத்துப் பெருமைப்பட்ட என் பெற்றோர்கள் திரு. அருளானந்தம், திருமதி குழந்தை தெரசாள் அவர்களுக்கு நன்றியுடன் என் காணிக்கை.

உள்ளடக்கம்

என்னுரை

ஏன் இப்பொழுது இந்த வெளியீடு?

வீரமாமுனிவர் எழுதிய நூல்களுள் கித்தேரி அம்மாள் அம்மானை ஒரு நாட்டுப்புறப் பாடல். முனிவர் மறைந்து 275 ஆண்டுகளுக்குப் பின்னும் இக்கதை நாடக வடிவில் நடைமுறையில் அதிக அளவில் தாக்கம் கொடுக்கும் நூல். இருப்பினும் ஆராய்ச்சியாளர்கள் அதிகம் அலசிப் பார்க்காத நூல். இதில் காணும் வரலாற்றுத் தரவுகளை முன்வைத்து இதன் முக்கியத்துவத்தை வெளிக்கொணர்வதே இந்நூலின் குறிக்கோள்.

இரண்டாவது, இந்நூல் முதன் முறையாக இங்கு ஆங்கில மொழி பெயர்ப்புடன் வெளி வருகிறது. அதுவும் அதிக அளவிலான அடிக்குறிப்புகளுடன் அங்கு காணும் நுணுக்கமான வரலாற்றுத் தரவுகளைச் சுட்டிக்காட்டி உள்ளது.

மூன்றாவது, இன்றைய சமுதாயச் சூழ்நிலையில் பெண்ணியச் சிந்தனைக்கு நம்மை ஈர்க்கும் நூலாகவும் இது அமைகிறது. கித்தேரி குழந்தைப் பருவத்தில் அனுபவித்த அவலநிலை, பெற்றோரால் ஒதுக்கப்பட்டு, மற்றவர் கருணையில் வளர்ந்து, சமயம் கொடுத்த நம்பிக்கையில் திடம் பெற்று, இவ்வுலகச் செல்வாக்குச் சிறப்புகளை உதறித் தள்ளிவிட்டு, இறைவனிடம் தஞ்சம் புகுந்ததாக அமைந்த கதை. இது பல்வேறு கேள்விகளை எழுப்பி நம்மைச் சிந்திக்க வைக்கும் நூல். அதனால் இந்நூல் மிக முக்கியம் பெறுகிறது.

அதுவும் தமிழ்ப் பண்பாடு முன்வைக்கும் பெண்ணியப் பின்னணியில் பார்க்க வேண்டிய நூல். 'உண்டி கொடுத்தோர் உயிர் கொடுத்தோர்' என்று செயல்பட்ட மணிமேகலை, நீதிக்காய் போராடி மதுரை மன்னனைத் தெறிக்க வைத்த கண்ணகி, 'எத்திசை செல்லினும் அத்திசை சோறே' என்று தன்மானம் காத்த அவ்வையார், பக்தியால் பரமனிடம் தஞ்சம் புகுந்த ஆண்டாள் - இந்த அம்சங்கள் அனைத்தையும் தன்னில் இணைத்த ஒரு வரலாற்றுப் பெண் கித்தேரி.

அதனால் இந்நூலை இந்தப் பார்வையில் வெளிக் கொணர்வதில் நான் பெருமைப்படுகிறேன்.

ஆனந்த் அமலதாஸ். சே.ச.

2

வீரமாமுனிவரின் தமிழ்ப்பணி:

ஒரு சிறிய அறிமுகம்

1710-ஆம் ஆண்டு வீரமாமுனிவர் தமிழகம் வருகின்றார். அவரது வாழ்வு எவ்வாறு இறைப்பணியும் தமிழ்ப்பணியும் இணைந்திருக்க முடியும் என்ற தமிழ் புலவர்கள் காட்டிய வழியில் வீரமாமுனிவரும் நின்றார் என்பதற்கு நல்ல சான்று. நம்மாழ்வார், மாணிக்கவாசகர் வரிசையில் அவரையும் நிறுத்தலாம். அந்தக் கண்ணோட்டத்தில்தான் வீரமாமுனிவரின் பணி இங்கு முன் வைக்கப்படுகிறது.

2.1. முனிவரின் ஐந்து முக்கிய இலக்கியப் பணி

அவரது தமிழ் இலக்கியப் பணியில் ஆக்கப்பூர்வமானதும், அதனால் மிக முக்கியத்துவம் பெற்றதும் அவர் திருக்குளை இலத்தீனில் மொழிபெயர்த்து மேற்கத்திய உலகுக்கு அறிமுகம் செய்தது. ‘தமிழகத்தில் நான் சொல்ல வந்ததெல்லாம் எனக்கு முன் ஒருவர் மிக அழகாக பதிவு செய்துள்ளார்’ என்று வீரமாமுனிவரே ஒப்புதல் அளிக்கிறார்.

அவரது இரண்டாவது முக்கிய தமிழ் படைப்பு அன்னை மரியாளின் துயர்பற்றி எழுதிய அன்னை அழுங்கள் அந்தாதி. இது கிறித்தவ மரபில் ஒரு புரட்சிகரமான பாடல். யோவான் எழுதிய நற்செய்தியில் இதுபற்றி ஒரு வசனம் தான் பதிவாகி உள்ளது: ‘சிலுவை அடியில்

மரியாள் நின்றாள்...' இதன் அடிப்படையில் வீரமாமுனிவர் 100 பாடல்கள் புனைகிறார். தமிழ் இலக்கியத்தில் காணும் புலம்பல் (ஒப்பாரி) மரபைப் புகுத்தி மரியாளைப் புலம்ப வைத்தது இதன் சிறப்பு அம்சம்.

மூன்றாவது நூல் முனிவரின் மிகச் சிறந்த படைப்பு தேம்பாவணி காப்பியம். இது 36 பதிகங்களாய், 3615 பாடல்கள் கொண்ட நூல். விவிலியத்தில் காணும் சூசை என்பவரை கதாநாயகனாக வைத்து எழுதிய காப்பியம். இதுபற்றிப் பல நூல்கள் வெளியாகியுள்ளன.

நான்காவதாக அன்னை மரியாளைப் பற்றிய 100 பாடல் திரட்டு அவரது திருக்காவலூர் கலம்பகம். இந்தப் பாடலைப் 'பண்பாட்டுப் பரிமாறல்' எனச் சொல்வதற்கு ஏற்றது. இதன் பின்னணியில் ஒரு பெரிய வரலாறு இருக்கிறது. சூசையும் மரியாளும் நசரேத்து ஊரில் வாழ்ந்த சிறிய வீடு எப்படியோ பாதுகாக்கப்பட்டு - இறுதியாக குரோவாசியாவிலிருந்து இத்தாலிக்குக் கொண்டு சேர்க்கப்பட்ட தாகச் சொல்கின்றனர். அது இப்பொழுது இத்தாலிய நாட்டின் இலொரேட்டோ நகரில் உள்ள கோவிலில் தஞ்சம் புகுந்துள்ளது. வீரமாமுனிவர் தனது இளமைப் பருவத்தில் அங்குப் பலமுறை சென்றவர். அவர் அன்னை மரியாளின் பக்தர். அந்த மரபைத் திருக்காவலூரில் புகுத்துகின்றார். பண்பாட்டுப் பரிமாறல் என்பது நாடு கடந்து தொலை தூரம் பறந்து செல்லும் பறவைகள் போல, புலம் பெயர்ந்து செல்பவர்கள் தங்களோடு தங்கள் உடைமைகளை எல்லாம் (கதைகளையும் - கடவுளர்களையும்) உடன் எடுத்துச் செல்வது நன்கு தெரிந்ததே. அதுபோல வீரமாமுனிவர் அமைத்ததுதான் இந்தப் பாடல்.

ஐந்தாவது, இங்கு ஆராய்ச்சிக்கு எடுத்துக் கொண்ட பாடல்: கித்தேரி அம்மாள் அம்மானை. சாதாரண மக்களுக்காக (பேதையர்காய்) எழுதினேன் என்று வீரமாமுனிவரே சொல்கிறார். நாட்டுப்புற நடையில் அம்மானை வடிவில் உள்ள 1100 (இரண்டு வரிப்) பாடல்களும், 36 (நான்கு வரி) விருத்தப் பாடல்களும் கொண்டது. கித்தேரி தமிழகம் வந்து சேர்ந்தாள் என்று வீரமாமுனிவர் பதிவு செய்கிறார். பண்பாட்டுப் பரிமாறலுக்கு இதுவும் ஓர் எடுத்துக்காட்டு.

> 'இமிழ்வாமும் பொம்பேர் எனும்மலைமேல் ஆண்டனளே
> தமிழ்வாழுந்தென்மலைமேல் தன்தயையால் வந்(து)எழுந்தாள்.'

இவை ஐந்தும் வீரமாமுனிவர் செய்த 'பண்பாட்டுப் பரிமாறலுக்கு' நல்ல எடுத்துக் காட்டுகள்.

2.2 வீரமாமுனிவர் அருளிய நூல்கள்

செய்யுள்

1. *தேம்பாவணி (1726)*
2. *அன்னை அழுங்கள் அந்தாதி (1715?)*
3. *திருக்காவலூர் கலம்பகம் (1731)*
4. *கித்தேரியம்மாள் அம்மானை (1731)*
5. *அடைக்கல மாலை*
6. *வெண்கலிப்பா*
7. *கருணாம்பரப் பதிகம் (தேவாரம்)*
8. *வண்ணம்*
9. *தனிப்பாடல்கள்*

உரைநடை

1. வேதியர் ஒழுக்கம்
2. வேதவிளக்கம்
3. பேதக மறுத்தல்
4. லூத்தரினத்தியல்பு
5. பொது நிரூபம்
6. திருக்கடையூர் நிரூபம்
7. பரமார்த்த குரு கதை
8. வாமன் கதை
9. ஞான உணர்த்துதல்

அகராதி

1. சதுரகராதி
2. தமிழ்-இலத்தீன் அகராதி
3. போர்த்துக்கீசியம்-இலத்தீன்-தமிழ் அகராதி
4. தமிழ்-பிரஞ்சு அகராதி
5. பிரஞ்சு-தமிழ் அகராதி

இலக்கணம்

1. கொடுந்தமிழ் - இலத்தீனில்
2. செந்தமிழ் - இலத்தீனில்
3. கிளாவிஸ் - இலத்தீனில்
4. தொன்னூல் - தமிழில்

உரைநடை

1. தேம்பாவணி உரை *(1729)*
2. தொன்னூல் விளக்க உரை *(1730-31)*
3. திருக்குறள் உரை (இலத்தீனில்)
4. திருக்குறள் உரை *(208 குறள்)* - பேச்சுத் தமிழ் நடையில்
5. திருக்குறள் உரை (பரிமேலழகர் உரைத் தொகுப்பு)

பஞ்சாங்கம்

1. இந்திய பஞ்சாங்கம் *(1723)*
2. தமிழ்ப் பஞ்சாங்கம் *(1744)* - இலத்தீனில் மறு பதிப்பு

மொழிபெயர்ப்பு - தமிழ்-இலத்தீன்

1. திருக்குறள் - *1080* பாடல்கள்
2. தமிழ் இலத்தீன் அகராதி
3. பரமார்த்த குருவின் கதை
4. வாமன் கதை
5. இலக்கணங்களில் வரும் மேற்கோள்

மொழிபெயர்ப்பு - இலத்தீன்-தமிழ்

1. தாவீது சங்கீதம் *1*
2. காட்சியாகமம் *9, 1-12* (லூத்தரினத்தியல்பு)
3. திரேந்து விசுவாசப் பிரமாணம்
4. போர்த்துக்கீசியம்-இலத்தீன்-பிரஞ்சு-தமிழ் அகராதி

2.3. வீரமாமுனிவர் பற்றி ஐரோப்பியர் விமர்சனம்

வீரமாமுனிவர் கிறித்தவ மறைப் பணியாளராக தமிழகம் வந்தார். ஆனால் அவர் ஒரு தமிழ் புலவராக தமிழ் அறிஞர்கள் மத்தியில் விளங்கி தமிழ் கிறித்தவர்களுக்கு முன்மாதிரியாக திகழ முனைந்தார். அவர் எழுதிய நூல்கள் அவரது தமிழ்ப்பணியை நிலை நிறுத்தியுள்ளன. அதில் அவர் வெற்றியும் கண்டார் என்று சொல்லலாம். இதைத் தமிழ் மரபு ஏற்றுக் கொண்டு அவருக்கு பொது இடத்தில் சிலை வைத்து சிறப்புச் செய்துள்ளது.

ஆனால் அவர் படைத்த தேம்பாவணி காப்பியம் அல்லது அவர் எழுதிய இலக்கண நூல்கள், அகராதிகள் போன்றவை சாதாரண மக்கள் புரிந்து கொள்ளும் அளவில் அமையவில்லை. அதன் வழியாக மக்கள் மனதை மாற்ற முடியவில்லை. அதனால் அவர்

தான் மறைப் பணியாளர் என்பதை இங்கு மறந்து விட்டாரா என்ற கேள்வி எழுகிறது.

அல்லது கிறித்தவ மறையைப் பண்பாட்டு மயமாக்க, தமிழ் நிறம் கொடுக்க அவர் எடுத்த முயற்சியில் எல்லை தாண்டிச் சென்று விட்டாரா? இந்த இரண்டு கேள்விகளுக்கும் ஒரு வரியில் பதில் சொல்ல முடியாது. ஐரோப்பியர்கள் பல்வேறு முறையில் குரல் எழுப்பியுள்ளார்கள். அது பாராட்டும் பரிகாசமும் கலந்துள்ளது. ஒரு காரணம் அவர்கள் தமிழ் பாடல்களை முழுதும் புரிந்து கொள்ள முடியவில்லை. தமிழ் இலக்கியத்தின் தனித்துவத்தை ஐரோப்பிய மொழி பெயர்ப்பு வழியில் எடுத்துச் செல்ல முடியவில்லை. அதனால் அவர்கள் வீரமாமுனிவரின் தமிழ்த் தொண்டைக் கணிக்க முடியாது. இருப்பினும் அவர்கள் எழுப்பிய கேள்விகள் நியாயமானவை. அவை நம்மையும் தொடர்ந்து சிந்திக்க அழைக்கின்றன.

3

முன்னுரை

கித்தேரி அம்மானை பாடல் தரும் வரலாற்றுத் தரவுகள்

தேம்பாவனி எழுதிய வீரமாமுனிவர் - Constanzo-Giuseppe Beschi *(1680-1747)* - நாட்டார் மரபில் அம்மானை பாடல் ஒன்று புனைந்துள்ளார். அவரது பாடல்களில் இலக்கிய நயம் கொண்டது என்று மேலெழுந்த வாரியாக தாண்டிச் செல்லாமல், அவரது நூல்கள் தரும் வரலாற்றுத் தரவுகளைக் கணிப்பதுதான் இக்கட்டுரையின் உள் நோக்கம்.

இப்பாடலின் கதாநாயகி கித்தேரி. இரண்டாம் நூற்றாண்டில் வாழ்ந்து கிறித்தவ நம்பிக்கைக்காக உயிர் துறந்தாள் என்பது மூலக்கதை. ஆனால் அந்தப் பெண்ணைக் கத்தோலிக்கக் கிறித்தவ மரபு புனிதராக உயர்த்தியது, 18-ஆம் நூற்றாண்டில். அப்பொழுது வீரமாமுனிவர் ஏலாக்குறிச்சிக்கு அருகில் உள்ள திருக்காவலூரில் தங்கியிருந்தார். அங்குள்ள கோயில் அன்னை மரியாளுக்காக எழுப்பி அர்ப்பணிக்கப்பட்டது. இருப்பினும் அதே வளாகத்தில் கித்தேரியை ஒரு கிராம தேவதை போல் பாவித்து அவளுக்கு ஒருசிலை வடித்து அவரது பெயரை நிலைநாட்டினார் வீரமாமுனிவர்.

கித்தேரியின் ஆழ்ந்த நம்பிக்கையை மற்றவர்க்கு முன் மாதிரிகையாக வைத்து அமைந்த பாடல்தான் இந்த அம்மானை.

இது 1100 (இரண்டு வரிகொண்ட) அம்மானைப் பாடல்களும், 36 (நான்கு வரிகள் கொண்ட) விருத்தப் பாடல்களும் அடங்கிய காப்பியம் என்று இதைச் சொல்லலாம்.

3.1. கித்தேரியின் கதைச் சுருக்கம்

காயன் என்ற அரசன் போர்த்துக்கல் நாட்டில் வாழ்ந்த காலத்தில் அவரது மனைவி ஒரே தடவையில் ஒன்பது பெண்குழந்தையைப் பெற்றெடுத்தாள். அரசி இது கண்டு வெட்கப்பட்டாள். மற்றவர் ஏளனம் செய்வார்கள் என்ற அச்சத்தால் மறைமுகமாக பணிப்பெண் ஒருத்தியை அழைத்து இக்குழந்தைகளை அப்புறப்படுத்த ஆணையிடுகிறாள். ஆனால் அந்தப் பணிப்பெண் மனித நேயம் கொண்டு அவைகளைக் காப்பாற்ற எண்ணி அங்குள்ள கத்தோலிக்க ஆயரிடம் கொண்டு சேர்க்கிறாள். அவரது துணையுடன் ஒரு கான்வெண்ட் போன்ற இடத்தில் அவர்களைப் பாதுகாப்பாக வைத்து கிறித்தவ நம்பிக்கையில் வளர்த்தார்கள்.

இதை அறிந்த அரசன் காயன் அவர்கள் யாரென்று தெரியாது கோபமுற்று அரண்மனைக்கு அழைத்து வரச் சொல்கிறான். ஆனால் அவன் கிறித்தவ நம்பிக்கையில் ஈடுபாடு இல்லாதவன். அவர்கள் தனது குழந்தைகள் என்று தெரிந்தபின் அவர்களுக்கு திருமணம் செய்ய முயற்சிக்கிறான். அவர்களைச் சிறை செய்கிறான். இறைவன் துணையால் தப்பி ஓடி விட்டார்கள் என்று கேள்வியுற்ற அரசன் கித்தேரியைக் கொலை செய்ய ஆணையிட்டான். வெட்டப்பட்ட தன் தலையைக் கையில் ஏந்தி மலையேறிச் சென்றதாகவும் அந்த இடம் மக்கள் கூடும் புனித இடமாகவும் மாறுகிறது. இதுதான் சுருக்கமான வரலாறு.

3.2. போர்த்துக்கல் அரசன் 'அருள் ஏந்தும் நாமம் உடை ஐந்தாம் கோன்'

வீரமாமுனிவர் தனது தேம்பாவனி காப்பியத்தில் ஒரு முக்கியமான வரலாற்றுத் தரவை விட்டுச் சென்றிருக்கின்றார். தேம்பாவனி காப்பியம் சூசையின் முடிசூட்டு விழாவோடு நிறைவு பெறுகிறது. அங்கு ஆஸ்திரிய அரசன் ஒன்றாம் லியோபோல்டுவை ஒரு தமிழ் அரசனாக அறிமுகம் செய்கிறார். லியோபோல்டு துருக்கியருக்கு எதிராக நடந்த போரில் வெற்றிபெற்ற பிறகு ஆஸ்திரிய நாட்டை புனித சூசைக்கு அர்ப்பணம் செய்தது வரலாற்று உண்மை. அதை நன்கு அறிந்தவர் வீரமாமுனிவர். அவரை முன்மாதிரியாக வைத்து தனது தேம்பாவணி காப்பியத்தை நிறைவு செய்கிறார்.

அதுபோல கித்தேரி அம்மாள் அம்மானையில் போர்த்துக்கல் அரசன் ஐந்தாம் கோனை - ஐந்தாம் ஜான்- (1689 - 1750) அறிமுகப்படுத்துகிறார். இந்த அரசர்தான் போர்த்துகல் நாட்டில் கிறித்தவத்தை நிலைநாட்டுவார் என்று கித்தேரி முன் கூட்டியே சொன்னதாக இப்பாடலில் முனிவர் பதிவு செய்கிறார். 'இந்நாடு உன்னாடாக வேண்டும்.'

18-ஆம் நூற்றாண்டில் போர்த்துகீசியர் இந்தியாவில் ஆட்சிபுரிந்த காலக் கட்டத்தில் சந்தா சாகிப்புக்குத் துணையாக இருந்தனர். சந்தா சாகிப் வீரமாமுனிவருக்கு உதவியாக நான்கு ஊர்களைக் கொடையாகக் கொடுத்து அவரை அரச பரிவாரங்களோடு பல்லக்கில் தூக்கிச் செல்லும் அளவுக்குச் சிறப்புச் செய்தவர். இத்தகைய வரலாற்றுத் தரவு கித்தேரி அம்மாள் அம்மானையின் பின்னணியில் பார்க்கவேண்டிய ஒரு முக்கியமான அம்சம்.

3.3 எதார்த்த சூழ்நிலை கற்பனை வடிவம்.

அம்மானையின் மூன்றாவது பதிகத்தில் அரசன் காயனுக்கும் அவன் மகள் கித்தேரிக்கும் உரையாடல் நடந்ததாக வீரமாமுனிவர் சித்தரிக்கிறார். அதாவது, கித்தேரி கிறித்தவத்தின் பெருமையை எடுத்துரைப்பதாகவும் காயன் கிறித்தவத்தை எள்ளி நகையாடியதாகவும் அமைந்துள்ளது. இந்தக் கற்பனை உரையாடல் 18-ஆம் நூற்றாண்டில் தமிழ்நாட்டில் நடந்ததாக கட்டுமானம் செய்யப்பட்டுள்ளது. இது உண்மையிலேயே அக்காலக் கட்டத்தில் கிறித்தவ வெளிநாட்டு மறைபோதகர்களுக்கும் இந்து சமய தலைவர்களுக்கும் நடந்த எதார்த்த விவாத நிலை.

அதாவது, கிறித்தவ மறைபோதகர்கள் புராணக் கடவுளர்களைக் கேலி செய்வது போல் அவர்கள் செய்த தவறுகளைச் சுட்டிக்காட்டி அவர்கள் எப்படி உண்மைக் கடவுளாய் இருக்க முடியும் என்பது அவர்கள் வாதம். இந்திரனின் காமலீலைகள், கிருட்டினன் வெண்ணை திருடியது போன்ற புராணக் கதைகளைக் குறிப்பிடுவதுண்டு.

அப்பொழுது கிறித்தவர்களை ஏளனம் செய்யும் வண்ணம் பல நூட்கள் வெளிவந்துள்ளன. சிறப்பாக கிறித்தவ சமயம் கீழ்நிலையிலுள்ள புலையர் போன்றவர்களுக்கு உரியது என்பர். அல்லது இன்னும் ஆழமாக கிறித்தவ நம்பிக்கைக் கோட்பாடு களையும் விமர்சனம் செய்வது இன்றுவரை நீடிக்கியது.

'மறைக(ள்)இலார் சாதிஇலார் மற்றஒரு மாட்சி இலார் முறைக(ள்) இலார்கல்விஇலார்முற்(று)இகழ்ச்சி கொள்புலையார், (3,114)

சென்றொழுகும் நீசவழி சீர்த்தியகோன் மங்கையர்நீர்
நின்றொழுகும்தன்மை இனிநீதியதோ? சொல்மின்' என்றான். (3,115)

சிலுவையில் அறைந்து கொல்லப் பட்ட ஒருவர் எப்படிக் கடவுளாக இருக்க முடியும் என்று விமர்சனம் செய்தது தெரிந்ததே.

'இன்னசிறப்(பு)எல்லாம்நீ இன்மொழியாய்க் கூறியபின்
அன்னவனே பட்(டு)இறந்த ஆண்மையும்கூறாம(ல்)என்னோ?

நகைப்பஉல (கு) எல்லாமும் நானாக் குலத்(து)எவரும்
பகைப்பஉல (கு)அன்றறியப் பாரச் சிலுவையின்மேல்

நோவஅறை யுண்டவனை நும்மதத்தார் தாழ்ந்(து) இறைஞ்சும்
தேவ(ன்)அன்றோ?' என்(று)அரசன் செப்பிநனிதான் நகைத்தான்.(3,40-42)

இந்த எதார்த்த நிலையை அரசன் காயனும் அவன் மகள் கித்தேரியும் வாதம் செய்வது போல் அம்மானைப் பாடலில் வீரமாமுனிவர் பதிவு செய்கிறார். அதனால் அம்மானைப் பாடல் ஒரு கற்பனை இலக்கியம். ஆனால் அதன் பின்னணியில் மறைந்து கிடக்கும் வரலாற்றுத் தரவைகளில் கவனம் செலுத்த வேண்டும். அப்பொழுதுதான் இந்த நூலின் சிறப்பைப் புரிந்து கொள்ள முடியும்.

3.4. வீரமாமுனிவரும் சைவ மரபும்

வீரமாமுனிவர் சைவ மடத்தை முன் மாதிரியாகக் கொண்டு திருக்காவலூரில் ஒரு பள்ளிக்கூடம் அமைத்தார். அது வேதியர்களைப் பயிற்சி கொடுத்து மிஷனரிகள் செல்ல முடியாத இடங்களுக்கு அவர்களை அனுப்பி கிறித்தவ மறைகளைப் போதிக்க எடுத்த முயற்சி.

வீரமாமுனிவரும் தாயுமானவரும் சம காலத்தவர்கள். தாயுமானவர் 1742-ஆம் ஆண்டு இறந்தார். வீரமாமுனிவர் 1747-இல் இறந்தார். தாயுமானவர் பாடலில் எந்தவிதமான கிறித்தவ அடையாளங்களைக் காணமுடியாது. அவர் கட்டாயம் கிறித்தவத்தைப் பற்றிக் கேள்விப்பட்டிருக்க வேண்டும். அவர் வீரமாமுனிவரைச் சந்திக்கா விட்டாலும் அவருக்கு முன் வாழ்ந்த தே நோபிலியைப் பற்றிக் கேள்விப்பட்டிருக்க வேண்டும்.

ஆனால் தாயுமானவர் பாடல்களையும் வீரமாமுனிவர் எழுதிய கித்தேரியம்மாள் அம்மானையையும் ஒப்பிட்டுப் பார்த்தால் சைவ மரபுச் சொல்லாடல்கள் நிறைந்துள்ளதைக் காணலாம். எடுத்துக் காட்டாக இறையனுபவ முதிர்ச்சி நிலையை நான்கு படிகளாக பிரித்துக் காட்டுவது சைவ மரபிலும் வைணவ மரபிலும் உண்டு. இதைச் சமஸ்கிருத சொற்களால் இருவருமே பயன் படுத்து கின்றனர். சாலோகம், சாமீப்யம், சாரூபம், சாயுச்யம் என்பது. இதை வீரமாமுனிவர் அம்மானைப் பாடலில் புகுத்தியிருப்பது வியப்பிற்குரியது. அப்படியானால் இச்சொற்கள் நாட்டார் வழக்கு மொழியில் கலந்திருக்க வேண்டும்.

இரண்டாவது கிறித்தவத்திலும் சைவத்திலும் இயற்கையெல்லாம் இறைவன் சாயல் என்று ஏற்றுக் கொள்கின்றன. ‘கண்டதெல்லாம் கர்த்தாவைக் காட்டும் கண்ணாடி’ என்று வீரமாமுனிவர் பாடுகின்றார். அதே கண்ணாடி உவமையைத் தாயுமானவரும் பயன் படுத்துகிறார். ‘கண்ணாடிபோல் எல்லாம் காட்டும் திரு ஒளியே’ என்கிறார்.

3.5. புதுமைகள் பற்றிய முனிவரின் புரிதல்.

வீரமாமுனிவர் அம்மானை பாடலில் ஒரு முழு பதிகமும் புனித கித்தேரியின் வழியாக நம்பிக்கையோடு செபித்தவர்கள் குணமடைந்ததாகப் பதிவு செய்கிறார். இந்த நிகழ்வுகளெல்லாம் புதுமைகள் என்று சொல்வதுண்டு. ஏனெனில் மனித சக்தியால் ஆகாத ஒன்று நிகழ்வது ஏதோ மனித செயலுக்கு அப்பாற்பட்ட ஒரு சக்தியால் நிறைவேறியிருக்க வேண்டும் என்பது நம்பிக்கை. வீரமாமுனிவர் பார்வையில் இத்தகைய செயல்கள் உண்மையில் இறைவன் சந்நிதி அருகில் உள்ளது என்பதற்கு உறுதியான சான்றாகின்றன.

பல்வேறு புனிதத் தலங்களில் இத்தகைய நிகழ்வுகள் நடப்பதாக பதிவு செய்துள்ளார்கள். அதன் வழியாக கித்தேரியின் பெயர் திருக்காவலூரில் மட்டுமல்ல, தென் தமிழகத்தில் இன்னும் அதிகமாகப் பரவியுள்ளது. சிறப்பாக திருநெல்வேலி மாவட்டத்தில் கூத்தன்குழி கிராமத்தில் கித்தேரிக்குக் கோவில் கட்டி வணங்குகின்றனர்.

இது நாடக வடிவில் நிகழ்வது பற்றியும் அதன் தாக்கம் பற்றியும் பல்வேறு ஆராய்ச்சி மாணவர்கள் முனைவர் பட்டத்திற்காக இந்தத்

தலைப்பில் ஆய்வு நூலாக சமர்ப்பித்துள்ளார்கள். ஆனால் வீரமாமுனிவர் எழுதிய மூலநூல் அதிகம் ஆராய்ச்சிக்கு உட்படுத்த வில்லை என்பது குறிப்பிடத்தக்கது. அதனால் இந்நூலை ஆங்கிலத்திலும் மொழிபெயர்த்து வரலாற்றுத் தரவுகளைச் சுட்டிக்காட்டி இந்நூல் வெளிக்கொணர்கிறது.

கித்தேரியின் சிறப்பு அந்தக் கதையின் உட்கருத்து மக்களுக்கு ஏற்றதாக இருக்கின்றதா? என்பது சிந்திக்க வேண்டிய கேள்வி. ஏன் சாதாரண மக்கள் மத்தியில் இந்தக்கதை இவ்வளவு ஆழமாகப் பதிந்துள்ளது? கவிதை நயம் மட்டுமல்ல, புதுமை நடக்கும் என்ற நம்பிக்கை மட்டுமல்ல. இன்றைய பெண்ணியக் கண்ணோட்டத்தில் பார்த்தால் பெற்றதாய் தன் குழந்தையை ஆற்றில் எறிவதும்; அதை மீட்டுக் காப்பாற்றும் மற்றொரு பெண்ணின் தாயுள்ளமும், அப்பெண் குழந்தை (கித்தேரி) மனவலிமை கொண்டு போராடும் தன்மையும், பெண் தெய்வம் மற்றவர் துயரத்தினால் துணையாய் வரும் நிகழ்வுகளும், இங்குக் குறிப்பிடத்தக்க அம்சங்கள். அதனால் எங்கோ மேற்கித்திய நாட்டில் உருவாகிய கதை தமிழ்நாட்டில் இவ்வளவு தாக்கத்தை உண்டாக்கியுள்ளது.

3.6. கித்தேரியும் தமிழ் இலக்கிய மரபும்

கித்தேரி பற்றிய அம்மானைப் பாடல் மேலை நாட்டிலிருந்து வந்த வரலாற்று நிகழ்வு பற்றியது. அதுவும் கிறித்தவ நம்பிக்கை பின்னணியில் எழுந்தது. ஆனால் அங்குக்காணும் கருத்துக்களும் சில நிகழ்வுகளும் தமிழ் இலக்கியத்தில் பதிவான சில குறிப்புகளை நினைவூட்டுகின்றன.

அரசகுடும்பத்தைச் சேர்ந்த கித்தேரி அவள் தந்தை சிறையில் அடைக்கப்பட்டுத் துயருற்றாலும் அந்த சிறையை மணவறையாக எண்ணி மிக்க மகிழ்வு கொண்டாள். வான தூதுவர் உதவியால் சிறை நீக்கப்பட்டு பொம்பேர் மலைச்சிகரம் ஏறிய புனிதை என்று பெருமைபெற்றாள். திருநாமம் ஆயிரமும் தீங்குரலால் பாடி மற்றும் ஒரு நாமம் ஆண்டவர்க்கே ஓதி அவருக்கே உரியவளானாள்.

நாவுக்கரசர் சைவ நெறியைச் சார்ந்ததை அறிந்த சமணர்கள் முதலாம் மகேந்திர பல்லவனை அடைந்து குறைபல கூறி அவன் மூலம் சொல்லொன்னாத் துயர் கொடுத்தனர். ‘நாமார்க்கும் குடியல்லோம் நமனை அஞ்சோம்’ என்று பாடியவர் நாவுக்கரசர். மன்னன் அவரைச் சுண்ணாம்பு நீற்றறையில் இட்டு வாட்டிய பொழுதும் அவர்:

'மாசில் வீணையும் மாலை மதியமும்
வீசு தென்றலும் வீங்கிள வேணிலும்
மூசுவண்டறை பொய்கையும் போன்றதே
ஈசன் எந்தை இணையடி நீழலே'

என்று தொடங்கும் பதிகத்தைப் பாடி அதனுள் இருந்து இனிதே வெளியில் வந்தார் என்பது சைவ மரபு கூறும் வரலாறு.

அதே போல கித்தேரியும் துன்பங்கள் நடுவிலும் வாளின் வலிமையால் வீழ்ந்த தலையை தூக்கிக்கொண்டு கரத்தில் ஏந்தி நின்றாள்.

'வாவிரி செய்கமலம் வான்சுடரை ஏந்தல் எனப்
பூவிரிகை ஏந்தும் பூஞ்சிரம் சூழ் வில் வீச
முகக்கமலம், கண்டுவளை, மூக்குநறுஞ் செண்பகமே
நகைத் தளவம் வாய்ஆம்பல், நண்ணி ஒன்றாய்ப்பூத்தன போல்'

இன்பம் மிகக் கண் மலர்ந்தாள். விருப்பம் போல வாய் மலர்ந்தாள்.

இங்கு 'இடுக்கண் வருங்கால் நகுக' என்ற வள்ளுவர் வாக்கும், தமிழ் மரபின் போக்கு என நினைவு கூறுவோம்.

பிறர்நல நாட்டம்

தான் துயர்பட்டாலும் பிறர்க்குப் பணி செய்து பிணியுள்ளோருக்கு ஆறுதல் கொடுத்தாள் கித்தேரி.

'துறவினோடு தேகம் இலாத்தூய் உயிர்போல் தோன்றினளாய்
உறவினோடு மற்றுயிரை ஓர் உடல்போல் பேணுவளால்
பணி அனைத்தும் மற்றவர்க்கே பாங்கி எனச் செய்பவளாய்ப்
பிணி அனைத்தும் கைப்படவே பேணி அற நீக்குவளாய்.'

அதோடு உலக மக்களின் இழிநிலையை நோக்கி இரங்கல், அவர்களுக்காக இறைவனை வேண்டல் முதலியன கித்தேரியின் சிறப்பு குணங்களாகும்.

'வீழ்ந்து ஒழியும் இவ்வுடற்கே வேண்டும் ஏவாய் தேடினாய்
வாழ்ந்து ஒழியா நல்லுயிரோ வாடினும் எண்ணார்கள்.'

இங்கே மணிமேகலையின் அறப்பணியை நினைவு கூறலாம்.

'மண்டினி ஞாலத்து வாழ்வோர்க்கெல்லாம்
உண்டி கொடுத்தோர் உயிர்கொடுத்தோரே.'

தலை கொய்யப்பட்டாலும் தலை குனியாள் கித்தேரி

முன்பு மணம்நாடிய மணாளனால் தலை வெட்டப்படுகிறது. அருளால் மலர்ந்த அவள் முகத்தில் இன்பத்தேனானது ஒழுகியது. வெட்டுண்ட தலையைக் கையில் ஏந்தி மலைமேல் ஏறிச் சென்றதாக வீரமாமுனிவர் பதிவு செய்கிறார்.

'வந்துளி அக்கோயிலின்முன் வாழ்த்தி இதுபூசைஎனச் செந்துளி
பெய்பூஞ்சிரம்முன் தென்டனோடு வைத்தனளால்'

இது சாதாரண நிலையில் நடக்காதது தான். ஆனால் இறை அருளால் ஆர்வம், விவேகம், உயர்ந்த உணர்வு இருக்கும் இடத்தில்தான் இது நிகழக் கூடும்.

அதுபோல 'சிரத்தை அரிவர். அரிந்த சிரம் கொடுப்பர்' என்று மற வீரர்கள் தம் தலையை அர்ப்பணித்ததைக் கலிங்கத்துப்பரணி தெளிவாகக் காட்டுகிறது.

போர்க்களத்தில் வெட்டுண்ட வீரர்கள் வீழ்ந்து கிடக்க பருந்தினரும் கழுகுகளும் அவர்கள் தலையை உண்ணும் பொழுது வீரர்கள் முகங்கள் மலர்ந்தே இருக்கின்றன.

'விருந்தினரும் வறியவரும் நெருங்கி உண்ண
மேல்மேலும் முகமலரும் மேலோர் போலப்
பருந்தினமும் கழுகினமும் தாமே உண்ணப்
பதுமமுகம் மலர்ந்தனவாம் பார்மின் பார்மின்.'

இலக்கியத்தில் கண்டவாறு உள்ளத்தில் மிகுந்த ஆர்வம் இருப்பின் தலைபோன பின்னும் ஒருவர் அர்ப்பணித்தல் அரிய செயலானாலும் நடக்க கூடியதே.

3.7. அம்மானைப்பாடலும் தமிழர் தொல்சமய எச்சங்களும்

இறந்தவரும் மூதாதையரும் வழிபாட்டிற்கு உரியவர்கள் என்பது தமிழர் நாட்டார் மரபு பற்றிய ஆராய்ச்சி முன்வைக்கிறது. இறந்தோரை வழிபடல், நடுகல் வைத்தல், ஆவி வயப்படல், வீரவணக்கம் செலுத்துதல், இறைச்சி-மது படைத்தல், போன்றவை அதன் அம்சங்கள். வைதிக-சைவ-வைணவ நிறுவன சமயங்கள் இவைகளைக் கட்டுப்பாட்டுக்குள் கொண்டுவந்தன. இருப்பினும் அவைகளைத் தவிர்க்க முடியவில்லை. தமிழகத்தின் சிற்றூர்களில் பல குல தெய்வங்கள் இன்றும் உயிர்ப்புடன் உள்ளன.

இசுலாமும் கிறித்தவமும் நிறுவன சமயங்கள். இருப்பினும் அங்கேயும் கூட 'தர்க்கா' வழிபாடும், 'மரித்தியம்மன்' வழிபாடும் நாட்டார் சமய மரபை உள்வாங்கியுள்ளன என்று ஆ. சிவசுப்பிரமணியன் பதிவு செய்துள்ளார். (பண்டைத்தமிழ் சமூகத்தில் இறந்தோர் வழிபாடும் முன்னோர் வழிபாடும், 2121). வீரமாமுனிவரின் அம்மானைப் பாடல் கித்தேரியோடு சேர்ந்த ஒன்பது கன்னியர்களும் கொலை செய்யப்பட்டுப் பிறகு பல இடங்கள் வழிபாட்டுத் தலங்களாக மாறிய வரலாறு பற்றிக் கூறுகிறது. காட்டாக கூத்தங்குழியில் புனித கித்தேரிக்குக் கோவில் கட்டி, நாடகம் நடத்தி விழா கொண்டாடுகின்றனர். அங்கே எந்த அளவிற்கு தமிழக நாட்டார் வழிபாட்டு எச்சங்கள் உள்வாங்கப் பட்டுள்ளன என்பது பற்றி சில ஆராய்ச்சி முயற்சிகள் தொடர்கின்றன.

வீரமாமுனிவரும் கித்தேரியைக் குணமளிக்கும் 'ஓர் புது சஞ்சீவி' *(10, 137)* என்று ஒரு கிராம தேவதைபோல அறிமுகம் செய்து அவள் வழியாக நிகழ்ந்த புதுமைகளைப் பட்டியல் இடுகிறார். 'எந்நோய்க்கும் தீவினை வேர்' , அதற்கு 'ஓர்ந்தழும் கண்ணீர் மருந்தாம்' *(7,129)* என்கிறாள்.

> 'சூனியமும், பல்வலிப்பும், சூல்வலியும், விச்சிரிப்பும்,
> தானிவையும் பற்பலவும் தாங்கிஒழிந்(து) அற்புதமாய்,
> தான்பிறந்த நாட்டிடத்துத் தன்தயைகொண்(டு) ஆண்டனளே
> வான்பிறந்த வல்லமையால் மாண்புடைகித்தேரி என்பாள்.'
> (10, 131-132).

இங்கு நாட்டார் மரபின் எச்சங்களை உள்வாங்கி அதற்கு வேறு கண்ணோட்டம் கொடுக்கின்றார் வீரமாமுனிவர். இறுதியில்,

> 'நால்திசையில் கூடிவந்த நால்மருந்து முற்றுதவா,
> மேல்திசையின் கைஉதவி வேண்டு(ம்) எனக்' (10,42)

கித்தேரியிடம் வேண்டுதலை முன் வைக்கிறார். இது ஒரு தெளிவான எடுத்துக்காட்டு.

3.8. புரோசனின் மனமாற்றம் - ஒரு கற்பனை உரையாடல்

வீரமாமுனிவர் சிறந்த புலமைபெற்ற தமிழ் கவிஞன் என்பதில் மாற்றுக்கருத்துக்கு இடமில்லை. அவருடைய கவிதை வடிவம் - காப்பியமோ, அம்மானையோ, கலம்பகமோ - வெறும் கற்பனைக் கட்டுமானம் அல்ல. வரலாற்றுத் தரவுகளின் பின்னணியில் எதார்த்த

நிலையை வெளிக்காட்டுவது அவரது சாதுர்யம் அடங்கியுள்ளது. அரசன் காயனும் அவன் மகள் கித்தேரியும் இரண்டாம் நூற்றாண்டில் நடந்த உரையாடல் போல் 18-ஆம் நூற்றாண்டு தமிழக எதார்த்த சூழ்நிலையைச் சித்தரிக்கிறார்.

அதேபோல புரோசன் கிறித்தவ நம்பிக்கையில் வாழ்ந்தவன் பிறகு அதை விலக்கிவிட்டு கிறித்தவத்தின் எதிரியாக செயல்பட்டதும் மீண்டும் கித்தேரியைச் சந்தித்தபின் தன் தவற்றை உணர்ந்ததாக அம்மானை பாடல் அமைந்துள்ளது.

இந்த நிகழ்வு தமிழ்நாட்டில் வீரமாமுனிவர் வாழ்ந்த காலத்தில் நடந்தவற்றைத் தொடுவது போலப் பார்க்கவும் நம்மைத் தூண்டுகிறது. ஏன் புரோசன் தனது நம்பிக்கையைக் கைவிட்டான் என்பது பற்றி நமக்குத் தெளிவான விபரம் கிடைக்கவில்லை. ஆனால் வீரமாமுனிவர் இதன் வழியாகதான் பயிற்றுவித்த வேதியர்கள் தரங்கம்பாடியரோடு இணைந்ததும், பின்னர் சிலர் திரும்பி வந்ததுமான நிகழ்ந்த வரலாற்றைச் சுட்டிக்காட்டுவது போலவும் தோன்றுகிறது. வீரமாமுனிவர் திடமாக நம்பிக்கை கொண்ட ஒருவன் எப்படி அதைவிட்டு விலக முடியும் என்ற கேள்வியை முன் வைக்கிறார். பெண்ணொருத்தி காலையில் ஒரு சேலை அணிந்து மாலையில் வேறொரு சேலை மாற்றுவது போல சமயத்தை மாற்ற முடியாது என்கிறார் கவிஞர்.(7, 72, 73)

காற்றுவழி சாய்ந்தொதுங்கும் காற்றாடி போல் கயவர்
கூற்றுவழி தன்மனமும் கோணிநிலை சாய்த(ல்) நன்றோ? (7, 74)

மனம்பொருந்தி வேண்டுபடி மாறுகின்ற சீலைஎனா
இனம்பொருந்தக் காரணமும்இன்றி, மறைமாற(ல்)நன்றோ? (7, 75)

அப்படி மாறுவதில் புகழ்பெற முடியாது. அதன் வழி உலகெலாம் வெல்ல முடியாது. (76) என்றும் சாகாவரம் பெற்று வாழ முடியும் என்றும் கனவு காண்காதே (77) என்ன இருந்தாலும் இறுதியில் ஒருநாள் நீ கணக்குக் கொடுக்க வேண்டும். இறைவனின் தீர்ப்புக்குத் தப்ப முடியாது. நல்லவர் வாழ்வு பெறுவர். தீயவர் தண்டனை பெறுவர். அதை உன்னால் சந்திக்க முடியுமா என்று கேட்கிறாள் (82). இந்தச் சொல் புரோசனை கோபத்துக்கு உள்ளாக்குகிறது. கித்தேரி சிறையிலிருந்து செபித்து ஒரு சபதம் எடுக்கின்றாள். 'ஒன்று நீ மனமாற வேண்டும். அல்லது உன் கையால் நான் மடிய வேண்டும். இதில் ஒன்று நிகழட்டும் (7, 105) என்கிறாள் கித்தேரி.

புரோசன் சிறையிலிருந்து தப்பி ஓடிய கித்தேரியைத் தொடர்கிறான். வழியில் அவன் பார்வை இழக்கிறான். உடலெல்லாம் அசைவின்றி செயலற்று நிற்கும் நிலையை அடைகிறான். *(7, 114, 115)*

பின்பு தனது தவற்றை உணர்ந்து கித்தேரியிடம் மன்றாடுகிறான். *(124) (127)*. கித்தேரி மனமிரங்கிப் பதில் கூறுகிறாள் *(129, 130) 137, 138)*

இந்த நிகழ்வு லூசித்தானியாவில் இரண்டாம் நூற்றாண்டில் நடந்ததாக வரலாறு கூறுகிறது. ஆனால் வீரமாமுனிவர் படைத்த அம்மானையில் பதினெட்டாம் நூற்றாண்டு தமிழகப் பின்னணியில் உரையாடல் அமைகிறது. அதனால் தமிழ்நாட்டு நிகழ்வுகளின் எதிரொலிப்பாய்த்தான் இருக்க வேண்டும்.

கித்தேரி கூறும் உவமைகள் மனம் மாற்றம் செய்வோரை கேள்வியாகத் துளைக்கின்றன. 'காற்றுவழி சார்ந்தொழுகும் காற்றாடி போல், கயவர் கட்சிமாறுவர் என்றும், மனம் பொருந்தி வேண்டியபடி மாறுகின்ற சீலை என்று கூறுவதும் தமிழ் சூழலைச் சுட்டிக் காட்டுகிறது.

3.9. கித்தேரி எழுப்பும் பெண்ணியச் சிந்தனைகள்

கித்தேரியின் வாழ்வும் அவள் முன் வைக்கும் சிந்தனைகளும் பெண்ணிய பின்புலத்தில் பல கேள்விகளை எழுப்புகின்றன. பெற்ற தாய் சமூகத்திற்குப் பயந்து ஆற்றில் எறிந்துவிடப் பணிக்கின்றாள்; அப்பணிப் பெண்ணின் தாயுள்ளத்தால் பாதுகாப்புப் பெறுகின்றாள்; அதற்குக் கைம்மாறாக தன்னை இறைவனுக்குக் காணிக்கை யாக்குகின்றாள்.

> 'கைமாறாய் நற்பலியாய்க் கால்அணியும் மாலையாய்,
> மெய்மாறா நாயகற்கே வேண்டும்என உள்துணிந்தார்.' (2,59)

கித்தேரி மன்மதன் வில் தொடுத்த அம்புகளுக்குப் பணியவில்லை. சமஸ்கிருத மரபில் வரும் காமப்போரை வீரமாமுனிவர் கிறித்தவ மரபோடு இணைத்து மன்மதனைத் தோற்கடிப்பதாகப் பதிவு செய்கிறார். இதுவும் பண்பாட்டுப் பரிமாறலுக்கு ஓர் எடுத்துக்காட்டு.

> 'காதல் துணைஒருவர் கர்த்த(ர்)எனக் (கு)ஏனையவர்
> சாதல்துணையெனப்போய்ச் சாற்றுமின்நீர்,' என்(று)அகன்றாள்.'

கித்தேரியின் மனவலிமை பெரிதாகிலும் பெண்ணென்ற நிலையில் ஆண்வலிமையைத் தனியே எதிர்கொள்ள முடியாமல் இறைவன் துணை வேண்டுகிறாள். கயவர்கள் மத்தியில் பெண்ணொருத்தி தனித்து நின்று தன் கற்பை காப்பது கடினம் என்று சொல்லி கடவுள் துணை நாடுவதும் குறிப்பிடத்தக்கது.

'பெண்பிறந்தார் உள்தளர்வார், பெண்ணும் அன்றிப் பேதையும்நான்
மண்பிறந்தார் வஞ்சகராய் மண்ணுலகில் அஞ்சேனோ?' (6,7)

கன்னியதோ ஆவிபடக் கள்நாடி போல்குழையும்,
உன்னியதோ வஞ்சகமே ஓர்துணையும் உற்றிலதேல் (6,9)

இப்படிநான் எத்துணைநாள் ஈங்கொருத்தி போர்பொருவேன்?
அப்படிநான் நிற்பினுங்கோன் ஆண்மைவலிதாங்குவனோ?' .
(6,10)

இறுதியாக கித்தேரி தமிழகம் வந்து குடியேறி, மற்றவர்க்கு நம்பிக்கையில் திடம் பெற எடுத்துக் காட்டாகவும், துயருறும் வேளையில் துணையாகவும் இருக்கின்றாள்.

எந்நாளும் பொய்யின் இரா ஈங்(கு) ஒழியா(து) என்றிரங்கி
இந்நாடும் உள்தெளிய ஈங்கருளி வந்தனையே' . (10, 141)

3.10. வீரமாமுனிவரும் கித்தேரியும்

வீரமாமுனிவர் புனித கித்தேரியின் பேரில் மிகுந்த பரிவும் மதிப்பும் கொண்டிருந்தார் என்பது தெளிவாகிறது. அம்மானைப் பாடல் வழியாக அப்புனிதரை தமிழகத்தில் நிலை நாட்டினார். அவரது மற்ற நூல்களிலும் அவரை நினைவு கூறுகிறார். எடுத்துக்காட்டாக, தனது 'கிளாவிஸ்' என்ற இலக்கண நூலில் வீரமாமுனிவர் ஒரு வெண்பா பாடலைச் சொல்லணிக்கு எடுத்துக் காட்டாய் முன் வைக்கிறார். இதில் வார்த்தைகளை வைத்து விளையாடுவதைப் பார்க்கலாம்.

'கவரி கரிவரி சேர்ந்தார்த்துக் களிப்பத்
தவமே தவாவாழ் மலையாயுவமையைப் பின்
வைத்தேரியை வான்வழியாமெனச் சேர்ந்தேன்
கித்தேரி தேரி கிரி.' (கிளாவிஸ் 5,20)

அதே போல அவர் படைத்த 'வண்ணம்' பாடலின் இறுதியில் கித்தேரி இடம் பெறுகிறாள்.

‘ஆய மஞ்சன யாய நிலாநிலா எனத்
தூய நின்புகழ் நேரம் விலாவிலா என
அம்பே ரிளமயில் ஞானமுதிர் பேதையள்
பொம்பேர் எனுமலை மீதுதவ மேவினள்
மேவ லன்பதி காவல் இடீர் இடீர் என
நேர்வி டுந்தளை கூறக் கலீர் கலீர் என
நின்றே தலையற வீமமில நேடினள்
ஒன்றே நிகரற வீரசயம் ஆடினள்
ஆடி உம்பரும் வானில் அஆ அஆ எனப்
பாடி அங்கனை வோரும் ஒஓ ஒஓ என
விண்டா யினதலை தானிருகையே மீசை
கொண்டாள் உனதடி நாமமுடி சூடினள்
திருவும் அருளும் பெறுகித்தேரியே.’

5

மூல நூல்

புனிதை கித்தேரி அம்மாள் அம்மானை

காப்பு

தென் மலை சேர்ஊமையன் நான் தேவகதை பாடப்
பொன்மலை சேர்ந்தாளைப் புகழ்ந்தேத்தி - நன்மலை சேர்ந்(து)
எச்சிரத்தார் தாமும் இறைஞ் சித்தினம் வாழ்த்தும்
கைச்சிரத்தாள்இன் சரணே காப்பு.

சிறப்புப் பாயிரம்

விருத்தம்

கார்கொண்ட வானும் ஏத்தக் கச(டு)எதிர் அளவும் நீக்கி
நேர்கொண்டதுணை நீத்(து)ஒன்றாம் நிமலனைப்பணிந்து போற்றிப்
பார்கொண்ட சிறப்பின் மிக்கோர் பயன்தரும் சரிதை பாடச்
சீர்கொண்டதொடைப்பாத்தானேதிருத்(து)எனஅடிமேல்
கொள்வாம், (1)

ஒப்பரும் செல்வத்(து) ஓங்கும் உலுசித்தானிய நாடுற்ற
மைப்பரு மலையுள் சீரால் வளர்பொம்பேர் என்னும் குன்றில்
செப்பரும் கீர்த்தி தன்னால் சிறந்த கித்தேரிகாதை
தப்பரும் உரிமை ஊன்றித் தரணிமேல் வழங்கச் சொல்வோம்,(2)

தங்கையின் நல்லோர் யாரும் தரணிமேல் பணிந்து வாழ்த்தச்
செங்கையில் கொய்த தன்பூஞ் சிரம்எடுத் (து) ஏந்திப் போன
நங்கையின் கதை அம்மானை நவின்றுள்ளோர் நவிலக்கேட்போர்
சங்கையில்உயர்ந்து வான்மேல் தகுங்கதிவழிபெற்(று)உய்வார்,(3)

அம்மானை -

சிறப்புப் பாயிரம்

1. பார்முதலாய்த் தான்படைத்த பல்லுலகம் அத்தனையும்,
வேர் முதலாய்ப் பேர்த்(து) அசைக்கும் வீரத் தனிக்கோலான்,

2. மூவாள் ஒரு பொருளாய், முற்றும் பகாப்பொருளாய்த், தேவாதி
தேவனவன் சேவடியைச் சேர்ந்(து) ஏத்தி

3. வான்உவப்ப, மண்ணுலகின் மன்னுயிர்கள் வாழ்ந்(து)ஓங்கத்,
தான்உவந்து தந்த சயத் தன்மைஎழுங் கன்னிகையின்

4. காதை உரைத்(து), அம்மானைக் கட்டாய் விளையாடப்,
பேதையர்க்(கு)ஓர் அம்மானை பேதையும் நான் தந்திடுவேன்.

5. பொய்வழிநூல் நீத்(து) ஒழியப், பூதலத்தில் ஓர்மகனாய்
மெய்வழிநூல் ஓதிநமை மேவிஅளித் (து) ஆண்டபிரான்

6. கன்னிஅறாத் தாயாய்க் களித்(து) ஈன்றாள் சேவடியைச்
சென்னிஅறா மாலையெனச் சேர்த்தியேநான்தாழ்ந்(து)
இறைஞ்சித்,

7. தேவகன்னித் தாய்அடிக்(கு)ஓர் தேம்தொடையாய்,மற்(று)
அவளை
மேவுகன்னி காதைநலம், வெள்ளுரையாய்ப் பாடுகிற்பேன்.

8. வான்நீங்கா நீர்பொழிய, மண்விளைவு மூன்(று) உகுப்பத்
தேன்நீங்காப் பூமலரத் தீங்கமழ்வாய்க் காநிழற்ற

9. நோய்மெலியச் சீர்மலிய, நூல்தெளிய வேதம் எழப்,
பேய்மெலிய, மெய்மலியப், பீடையெலாம் முற்(று)ஒழியக்,

10. கற்(பு)அழியா மாட்சிமிகக் கைகொடையோ (டு)அன்புமிகத்
தொற்பழியாம் பாவம் துறந்(து) அகல, நாம்வாழ,

11. ஈங்(கு) உதித்தாள் தம்கரமேல் எந்தியதன் பொன்சிரத்தாள்
ஓங்(கு) உரத்தாள், பொற்புநலாள், ஒப்பிலகித்தேரி என்பாள்

12. இமிழ்வாழும் பொம்பேர் எனும்மலைமேல் ஆண்டனளே
தமிழ்வாழுந் தென்மலைமேல் தன்தயையால் வந்(து)எழுந்தாள்.

13. அன்னமலை வாழ்புலவர் ஆய்ந்தபுகழ்ப் பாமுழங்க
இன்னசிறு அம்மானை ஏத்தியசொல் கேளாரோ?

14. வாய்க்கசப்பு என்றாலும் மருந்துகொள்வார் என்இளஞ்சொல்
காய்க்கசப்பு என்றாலும் கதைஇனிதென்(று) உண்ணாரோ?

15. நீர்துவர்என்(று) ஆங்(கு) உடைய நித்திலமே பூண்(டு)அணிவார்
சீர்துவர்என்(று) ஈங்(கு)உரைத்த தெய்வப்பயன் கொள்ளாரோ?

16. அறிவிலன்நான் என்றாலும், அன்புடையன் சொல்பிதற்றா
மறுவிலராய் நூல்புலவீர் வாய்சினங்கொண்(டு) எள்ளுவீரோ?

17. கண்டகுறை தீர்த்(து)அணிபூங் கைச்சிரத்தாள் தன்பெருமை
கொண்டகுறை அற்றகதை கூறுதற்கு நன்மைகொள்வீர்.

18. பொருட்செல்வம், போர்ச்செல்வம் பூண்இலுசித் தானியநா(டு)
அருட்செல்வக் கன்னிகளால் ஆய்ந்(து)அரிய கீர்த்திபெற

19. அந்நாளில் அந்நாட்டை ஆண்டவற்கே, மக்கள்எனா
எந்நாளும் ஒப்(பு) அரிதாய் ஈன்றநவ மீன்அனைய

20. என்பா அடையா எழில்முகத்த நங்கையரே
ஒன்பான் ஒருபிறப்பாய் ஒர்நாள் உதித்ததுவும்,

21. நித்தியநல் தேவநிலை நீத்த தந்தை தாய்பகைப்ப
சத்தியநல் வேதநலம் தாம் அரிதல் பெற்றதுவும்,

22. பெற்றதந்தை தாய்ப்பிரிந்து பேதையராய் நின்றதுவும்,
அற்றசிந்தை ஆசையெலாம் ஆங்(கு)ஒழிய வாழ்ந்ததுவும்,

23. தந்தைஅறிந் (து)ஆங்(கு)அவரைத் தான்சிறையில் போட்டதுவும்,
நிந்தைஅறிந் (து)அஞ்சிலதாம் நித்தியனை வாழ்த்தினதும்,

24. ஆளெனஓர் வானவன்வந் (து)அச்சிறையை நீத்ததுவும்,
மீளவும்ஓர் கித்தேரி வேந்துகையில் பட்டதுவும்,

25. குறித்தமணம் மின்னவளைக் கோன்முன் வெறுத்ததுவும்,
வெறுத்ததனால் சங்கிலியும் வெண்தளையும் இட்டதுவும்,

26. அச்சிறையில் வானரசாள் அன்போ (டு)இறங்கினதும்,
மைச்சிறையும் வெங்கதிர்ஊர் வான்எனவில் வீசினதும்,

27. மீன்முடியாள் பல்வரங்கள் மே(வு)அருளால் தந்ததுவும்,
வான்முடியைச் சூடமலை வந்திருக்க ஏவினதும்,

28. தோழியர் ஆ(று)ஐந்தும் தொடர்ந்துமலை ஏறினதும்,
வாழியலார் ஆங்கிருந்து மாதவத்தைச் செய்ததுவும்,

29. மறைமறுத்த ஓர்குறுங்கோன் மன்னனைஅன்(று)அற்புதங்கள்
முறைமறுக்க மாட்டாமல் மூதுரையாள் மீட்டதுவும்,

30. இவையறிந்த தந்தைசினந்(து) ஏவியபல் வேலினர்போய்;
நவைஅறியா மான்எனஅந் நங்கையரை வெட்டினதும்,

31. மற்றவருள் கித்தேரி வானுலகம் வாழ்த்துரைப்ப
இற்றசிரம் கையில்எடுத்(து) ஏந்திநடந்(து) ஏகினதும்,

32. வான்புகழ, மண்வியப்ப, வந்தசயத்(து) ஆண்டவரைத்
தான்புகழக், குன்றின்உச்சித் தன்சிரம்வைத் திட்டதுவும்,

33. தான்முடியாப் பேருவகைத் தாழ்கடலுள் மூழ்கினதும்,
வான்முடியைச் சூடிவர மட்டிலகொண் (டு)ஓங்கினதும்,

34. இவ்வாறு முற்பிரிந்த எண்மர்உயிர் தந்ததுவும்,
அவ்வாறு மட்டிலபல் அற்புதங்கள் ஆயினதும்,

35. இங்கிவையே பத்(து)உறுப்பின் எல்லையுடன் நான்அடக்கி,
அங்கிவையே யான்பாடி ஆய்ந்(து) அறைவேன் அம்மானை.

1 . பிறப்புக் காதை

விருத்தம்

1. பார்விளை சிறப்பின் மிக்கதாய் இப்பார்
   படர்நிலத் (து)ஒருமுகம் ஆக,
   சீர்விளை சிறப்பிற் பூமகள் அணிகள்
   சேர்த்திய செப்(பு)என ஆக,
   போர்விளை சிறப்பிற் பூதலத்(து) ஆண்மை
   புக்(கு) உறை நல்லரண் ஆக,
   ஏர்விளை சிறப்பிற் பொருவில(து) ஆகும்
   இலுசித்தா னியஎனும் நாடே,

2. இத்திற நாட்டில் உயர்மதிற் பிராகம்
   என்னுமா நகரில் வீற்றிருந்து,
   பொய்திறத் தேவர் புகழ்கெட வணங்கிப்
   புகைச்சினக் காயனே என்பான்
   மெய்த்திறச் சுருதி பகைத்தகோன், அவற்கே
   வியப்(பு)இல் ஓர்சுரத்திலே, ஒன்பான்.
   கைத்திறத்(து) அரிதில் கடைந்தநன் மணிபோல்
   கன்னிகள் பிறந்தன வாறும்,

3. கொடும்பகை நினைத்து நதியிடத் (து)எறிய
   கொடியதாய் ஏவிய வாறும்,
   அடும்பகைக் (கு)அஞ்சி சீலதி என்பாள்
   அருமறைப்படுத்திய வாறும்,
   கடும்பகை விளைத்த தீவினை நீத்தக்
   கன்னிகள் ஓங்கிய வாறும்,
   படும்பகை நமக்கே பயன் தரச் செய்யும்
   பரமனை வாழ்த்திஈங்(கு) உரைப்போம்,

அம்மானை

இலுசித்தானிய நாட்டுச் சிறப்பு

1. கன்னியருள் ஓர்விளக்காம் கன்னிஅம் கித்தேரிஅம்மாள்
   மின்னியருள் மிக்(கு)அருளி வீற்றிருந்த நன்னாடே

2. அவ்வுலகில் சேர்ந்(து)உவப்ப ஆய்ந்தவர்க்கும் ஓர்வழியாய்,
   இவ்வுலகில் ஒவ்வா இலுசித்தா னியநாடே.

3. நீதம் ஒருங்(கு) அன்புதயை நின்றுபுடை காத்திருப்ப,
வேதம் ஒருங்(கு) ஆண்(டு) இனிதில் வீற்றிருக்கும் நாடதுவே

4. எண்திசைக்கும் சத்தியச்சொல் ஏந்தியமெய் வேதமுறை
கொண்(டு)இசைக்கும் நாடெனவான் கோன்புரக்கும் நாடதுவே

5. ஓர்ஆழி ஆண்டவரை ஓதமரக்கலங்கள்
நீர்ஆழி எங்கும்அருள் நேர்ந்துவிடும் நாடதுவே.

6. பாரில்எங்கும் பாவவினை பாய்ந்தஇருள் நீத்(து)இரவி
நேர, எங்கும் வேதஒளி நீட்டிஒளிர் நாடதுவே.

7. எந்நாடும் ஒப்பிலதாய் ஈறும்இலா மட்டும் இலா
அந்நாடு மண்டியசீர் ஆய்ந்(து); உரைப்ப வல்லவர் ஆர்?

8. எவ்வரசர் போர்படையும் ஏத்தியவாள் ஒப்பமின்னி,
அவ்வரசர் கோமுர(சு)ஒத் (து)ஆர்த்(து)இடிப்ப சூல்முகிலே

9. மெய்யாம் மறையப்பயன்போல் மேய்ந்தகடல் நீர்உமிழ்ந்து,
பொய்யா மழையால் பொலிசைபொய்யா நாடெனவே,

10. தாகுநதி கோடையினும் தான்குறையாப் பொன்கொழிப்ப,
வாகுநதி வாய்ப்பொருளும் மண்டிஎழும் நாடெனவே,

11. பங்கயம்மேல் ஓதிமங்கள் பார்ப்பொடுநல் பள்ளியுறப்,
பொங்கயம்நீர்ச் சங்(கு)ஆர்ப்பப் பூங்கழனி பூத்தனவே.

12. தேன்நிரம்பும் பூங்கரும்பின் செல்வமொடு காய்த்தசெந்நெல்
கூன்இரும்பால் கொய்த்திடும்போர் கொள்வ(து)அலால் (போர்
இலதால்)

13. மெய்கலந்த பொய்விலக்கு மேன்மையர்போல் வன்பகட்டால்
வைகலந்த நெல்தெளித்து, மாறாத அன்(பு)அருளால்

14. ஆங்(கு)இரப்போர்க் (கு)ஈந்ததன்பின், அன்பால் விருந்(து)ஓம்பத்
தாங்கள்எடுத்(து) ஈகைவளர் தாழ்(வு)அறியா வாழ்(வு)உளரே

15. ஆங்(கு)அவர்தம் அன்(பு)அருள்போல்
ஆர்ந்(து)அனைத்தும் சூழ்நிழற்ற
ஓங்(கு)அவர்தம் வீரம்என ஓங்கியபூஞ் சோலைகளே,

16. வண்டு ஆர்ப்பப் பூஅரும்ப, மஞ்ஞைமகிழ்ந் (து)ஆடிஒலிக்
கொண்(டு)ஆர்ப்ப, ஆர்க்கும் குயில்குயிலக், காகளிப்ப,

17. தோடணிந்த மாதர்எனத் தொங்குகனிக் காஅணிய,
நாடணிந்த செல்வம்எலாம் நான்புகழுந் தன்மையதோ?

18. கார்நிகருங் கைக்கொடையே கல்நிகரும் கற்(பு)இயலே,
போர்நிகரும் வெம்படையே பூநிகரும் பல்லறமே.

19. தார்நிகரும் சீர்தொடர்பே தாய்நிகரும் மன்னவனே,
பார்நிகரும் வெண்குடையே பார்நிகரா நாடதுவே,

20. ஞானம் வழங்குவர்வாய் நாளும்அடங் காதனபோல்,
தானம் வழங்குவர்கை தாமும்அடங் காதனவே.

21. கல்லார் இலாம்படிநூல் கற்றே கரைகாண்பார்,
இல்லார் இலாம்படி, ஆங்(கு)ஈகைக் கரைகாணார்.

22. பொன்மாரி பெய்(து), இரப்போர் புன்மைதுடைத்(து) ஆற்றினராய்,
வில்மாரி பெய்(து) எதிர்ப்போர் வெம்பகைமுற்(று) ஈர்த்தனரால்.

23. அன்னார் குனிந்தனவில் ஆங்(கு)ஒருகால் கண்(டு)எதிர்த்த
ஒன்னார் உயிர்கொடு மற்(று)ஓர்முறையும் காண்பார் இலார்

24. கடைந்த தயிர்அல்லால் கலங்குவன அங்கண்இலை,
குடைந்தசுழி நீரும்அலால் கோணிச் சுழன்றதிலை?

25. காயும்எனக் கண்ட(து) உலைகாயம் எனக் கண்ட(து)உள்ளி
மாயும் எனக் கண்டதுநாள் மாறும் எனக் கண்ட(து)அலை

26. சாயும்எனக் கண்டது சூழ் சாலிநெடும் பொற்கதிரே
தேயும்எனக் கண்டதுகை தேய்த்(து)உரைத்த சந்தனமே,

27. தாழ்வன ஆங்கில்லை தவத்தின்நலோர் உள்ளம்அலால்
வாழ்வனஆங்(கு) அல்ல(து)இல்லை மாறிலவாழ் நாடதுவே.

28. போர்வணங்கும் வேல்படையால் பூவணங்கும் கோன்மையதே,
பார்வணங்கும் சீர்தொடையால் பாவணங்கும் நாடும்அதே.

29. பூமா(து) அணிமுடியாம் பொற்புறும் அந் நா(டு) அணிசீர்
பாமாபுலவரும் தாம் பாடுவரோ அம்மானை?

பிராக மாநகர்

30. அந்நா(டு) எழில் முகமோ ஆய்முகத்(து)ஓர் சுட்டியதோ
இந்நாள் பெருவா(து) எழும்பிராக மாநகரே.

31. நீர்கடல்நேர் பேரகழும் நீர்முகில் நேர் பாய் மதிளும்,
சீர்கடல் நேர் மாநகர் முன் சீர்முகம் நேர் கோபுரமும்,

32. பொன்மணியே செய்ஒளியால், பூம்புகையே செய்இருளால்,
மின்மணிக்கால் தாங்கிய பொன் வெற்(பு)இணையாம் மாளிகையும்,

33. ஏந்திமிகு மாளிகைமேல் இட்டமணி மின்ஒளியால்,
காந்திமிகு வானவில் கவிந்த(து)எனத் தோரணமும்,

34. நூலினும்நேர் பாய்ந்(து)ஓடி நோக்(கு)அகன்ற வீதிகளும்,
பாலினும்நேர் பாகினும்நேர் பாடுவர்சொல் சாலைகளும்,

35. நூல்பயிலும் சாலைகளும், நோய்அகலும் சாலைகளும்,
வேல்பயிலும் சாலைகளும் மெய்த்தவத்தோர் சாலைகளும்,

36. பொன்மணியால் தூண்நிரைத்துப் போதிகையும், உத்திரமும்,
நன்மணியால் ஏற்றிஎழு நால்நிலைப்பல் மண்டபமும்,

37. வான்இறையோன் வீற்றிருப்ப, மன்னுயிர்தீ அற்(று)உவப்ப,
மீன்நிறைஒர் வான்பலவாய் வேய்ந்தனபல் கோயில்களும்,

38. பொன்மலையே வண்சிறகால் பொங்கிப் பறப்பனபோல்,
நன்மலைநேர் தோளார் நடத்தியபொன் தேர்த்திரளும்,

39. காற்றெனவே போம்விசையால், கார்எனவே பொங்(கு)ஒலியால்,
கூற்றெனவே செய்கொலையால், கோட்டுமத மாத்திரளும்,

40. கோல்எனவே ஓடினவும், கூத்தெனவே ஆடினவும்
சேல்எனவே பாய்ந்தனவும், சீர்த்தபரி மாத்திரளும்.

41. கற்(பு) இழையார் கண்நிறையக் காட்டியதூய்க் கட்(டு)அழகும்,
பொற்(பு)இழையார் தோள்பொருநர் பொங்கிஎழு மாட்சிமையும்,

42. இத்தொகையாய்ப் பற்பலவும், என்தொகையுள் கொள்வனவோ?
முத்தொகையால் செந்தமிழும் முற்(று)அடையாப் பான்மையவே

43. கண்டார் உளம்வியப்பார் காணார் உளத்(து) உணரார்,
உண்டான செல்வநகர்க்(கு) ஒப்(பு)இலையால், அம்மானை

மன்னன் காயனும் நவகன்னியர் பிறப்பும்

44. அந்நாளில் அந்நகரில் அந்நாட்டை ஆண்டிருந்தான்
எந்நாளும் குன்றா(து) எழும்பெருஞ்சீர்க் காயன் என்பான்

45. கோல்இயலும், சீரியலும் கொண்டபகைப் போர்நடுக்கும்
வேல்இயலும் ஒப்பிலதாய் வீற்றிருந்தான் அக்கோமான்

46. கோல்வளையச் சீர்மெலியக் குன்றாக் குணத்தனியோர்
மேல்வளையை ஏந்(து)இறையோன் மேவாப்பகைத்தனனால்,

47. ஆசைவழி வந்தனபொய் ஆரணமென்(று) ஆண்டவர்வாய்
ஓசைவழி வந்தனநூல் உள்மறுத்து நீக்கினனால்,

48. தான்பகைத்த வேதம் தரணிஎல்லாம் நீத்(து)இகழ,
வான்பகைத்த புல்லறிவால் வன்முரசால் ஏவினனால்,

49. நூல்வழியே வந்தமறை நுண்மைஅறிந்(து) உட்படுவார்
வேல்வழியே ஆவிவிட வெஞ்சினத்தால் கொல்லுவனால்,

50. தீயாக வெஞ்சுரத்துச் செங்கமலம் பூத்தனபோல்,
சேயாகக் கன்னிஒன்பான் சேர்ந்(து)இவற்கே அன்(று)உதித்தார்.

51. அன்னான் மனைவி அகத்(து) அச்சம்உறப், பார்வியப்ப,
உன்னா(து) ஒருசுரமாய் ஒன்பதுமா(து) ஈன்றனளால்,

52. இதையறிந்தார் எள்ளுவரே என்(று)உளத்து நாணியதாய்,
அதைஅறியா மன்னவற்கே அன்(று)ஒளித்துத்தீதுஉணர்ந்தே,

சீலதியின் செயல்

53. தேர்ந்தபல பாங்கியருள் சீலதிஎன் பாள்ஒருத்தி
ஓர்ந்(து) அவளை 'வா'என 'நான்ஓயாத நிந்தைபெற,

54. தாய்இவரைப் பெற்றேன் தாரணியில் ஓர்ஆள் அறியா
நீஇவரைக் கொண்டுஓடும் நீரில்எறி' யென்(று)உரைத்தாள்.

55. வேங்கையினும் தீக்கொடியாள் வெஞ்சொற்(கு) அமைந்தனர் போல்
பூங்கையில் அம்மாதரை ஓர் போர்வையினுள் கொண்(டு)
அகன்றாள்.

56. மெய்ம்மறைத்தான் கொண்டதனால் வெங்கொலைக்கே
அஞ்சினளாய்,
அம்மறைதான் பெய்பயனை அந்நவமா(து) அன்றடைய

57. அன்னாள் நினைத்தே அரும்மேற்றி ராணியர்க்கு
முன்னாயின அனைத்தும் முன்இறைஞ்சிச் சாற்றியபின்,

58. மறைஒளித்த மாதரைமுன் வைத்தனள் 'சென்மப்பாவக்
கறைஒழிக்க ஐய' எனாக் கைதொழுது வேண்டினனள்.

59. உற்றவற்றைக் கேட்டனபின், ஓங்கியுறா முன்பலவும்
நற்றவத்தோன் தானுணுர்ந்து, நாதனைத் தாழ்ந்(து)உள்ளுருகி,

60. ‘தாயே உணர்ந்தபகை தன்னால் அருள்நினைத்த
நீயே இவரைநவ நித்திலம்போல் பூண்(டு)அணிய,

61. திருவுளம் ஆனாயோ? தெளிந்(து)இனிஉன் ஆரணத்தால்
வெருவுள வாளால் இவர் வீந்(து)இரத்தம் சிந்திடவே

62. செவ்வாய் நவக்கமலம் சேர்த்தியஓர் மாலைஎனா,
அவ்வா யுன்சேவடிக்கே ஆவார்’ எனப்பணிந்தார்.

63. ஊதிஉரித்தாம் பருவத்(து) உள்இரதம் இட்டதனால்,
கோ(து)இரும்பும் பொன்னாகக் கொள்வர்உளர் என்பவரால்.

64. ஓதிமறை நன்முறையால் ஊற்றியநீர் கொண்டுசென்மத்
தீதிலதாய் அன்னார் தெளிநவமீன் போலநின்றார்.

65. சித்தேரி, பாசிலி, கே(டு)இல செனவுரியே,
வித்தோரி, எப்பேமி வீரலி பிராத்தையுடன்

66. செருமானி, மாரீகனை, சீர்மார்சியாள் எனவே
அருமான நாமம் உற்றார் அந்நவப்பூ மெல்லியலார்.

67. தந்தை அன்னை, கோல்இழந்த தன்மையினால், வான்உலகாள்
முந்தைஅன்னார் எல்லாமாய், மோட்சஉரியார் ஆனார்,

68. தேவ(அ)ருள் ஒன்(று) இல்லாதார் சீர்பெருகப், பேர்உயரப்,
பூஅருளும் செல்வம் எலாம் பூளையினும் பட்(டு) ஒழியும்.

69. பொருள்நலமும், பாய்பரியும், போர்க்கரியும் தேரும்நன்னூல்
தெருள்நலமும் என்னாகும் தீவினைஉள் ஆயினக்கால்?

70. நல்லவையும் தீயனஆம் நல்லமுதும் நஞ்(சு)என ஆம்,
அல்லவைஉள் நின்(று)அரி(து)என் ஆவிபகைத் (து)உற்றனக்கால்.

71. ஊழ்வினையாம் சென்மத்(து)உறும் வினையை நீத்தஅன்னார்
வாழ்வினைவான் நாயகர்க்கே மக்கள் இனி(து) ஆயினரால்,

72. போற்றிஉல (கு)அன்(று)உவப்ப பூமேல் பிரான் பிறந்த
நூற்(று) இருபத்(து) ஆண்டில் அன்ன நுண்ணிடையார்
தோன்றினரால்,

73. ஒவ்வா வரங்கொண்(டு) ஒருநவமீன் போல் இலங்கி,
இவ்வாறு உல(கு)உளியாய், ஈங்குஉதித்தார் அம்மானை.

2. பால மாட்சிக் காதை

விருத்தம்

1. பானலார் ஊட்டிய பாலோ (டு)ஆரணம்
நூல்நலார் ஊட்டலின் நுண்நிலா நவ
மீன்நலார் நிகர்இலா விளங்கு மேன்மையால்
வான்நலார் உவப்புற வளர்ந்த வாறுமே,

2. சீருடைச் சிறுமையில் திரண்டபேர்அறம்
பேருடைப் பெருமையைப் பெறுவித்(து),. அன்னவர்
பாருடைத் திசைஎலாம் படர்ந்த கீர்த்தியால்,
நேருடைத்(து) உயர்தவம் நினைத்த வாறுமே,

3. பற்றரு மணம் இலாப் படாத கன்னிமை
முற்(று)அரும் பாமுகை முதல்வர்க்(கு) இட்டிடச்,
சொற்றரும் துறவொடுதுணிந்த வாறு நான்
பெற்றரும் சிறப்பிவை பிரித்துப் பாடுவேன்.

அம்மானை

இயற்கையில் இறைவனைக் காணல்

1. ஒளிபெருகத் தான் பெருகும் ஒன்மதியின் கூன்பிறைபோல்,
களிபெருக அன்னநவக் கன்னிகளும் தாம்வளர்ந்தார்.

2. பாலொடுமெய் நூல்சுருதி பாலியத்தில் உண்டனராய்,
மேலுடைய நாயகனை மேவிவிடாக் கைதொழுதார்.

3. காண்டற்(கு) அரியனவும், கண்டால் இனியனவும்,
ஆண்(டு) அவர்கள் கண்டும் உளத் (து)ஆசைபுகா தாம்கடந்தே.

4. உலகனைத்தும் தானே உளவாக்கிக் காத்தருளி
அலகனைத்தும் நீத்தவரை அந்தமிலா வாழ்த்துவரால்.

5. அன்னான் திருநாமம் அன்றியும்மற்(று) ஒன்றறியார்
என்னாளந் நாளுமதை ஏத்திப் புகழுவரால்.

6. காலைக் கமலம்எனாக் கர்த்தர்புகழ் வாய்மலர,
மாலைக் கமலம்எனா வந்(து)அடியில் கைகுவிய

7. முப்பொழுதும் ஓர்பொழுதாய் முற்(று) அறிந்த நாயகனை
எப்பொழுதும் ஓர்பொருளாய் எண்ணிநனி நாடுவரால்.

8. எக்குரலும் எக்குழலும் இன்பமல்ல, தேவபுகழ்
அக்குரல் ஒன்(று) இன்பம்என, அன்புமிகக் கேட்பவரால்,

9. தேன்வாய் மலர்பூத்த சீர்கண்(டு), இவைபடைத்தோன்
வான்வாயில் கட்டழ(கு)எம் மாண்(பு)அளவோ என்பவரால்?

10. கந்தமலர்ச் சூழ்ந்தவண்டு கல்விமொய்க்கும் ஆசைகண்டே,
எந்தைஅடி மேவேமோ இவ்வளவா என்பவர்ஆல்?

11. பாண்மருளச் சோலையில் புள் பாடஇன்ன தேவபுகழ்
கேண்மையுறக் கல்லாரும் கேளாரோ என்பவர்ஆல்?

12. நவைபடைத்தோர்க்(கு)இவ்வழகு நாயகன்இங்(கு) ஆக்கினக்கால்,
இவைபடைத்தோன் வீட்டின் அழ(கு) எவ்வளவோ என்பவர்ஆல்?

13. கண்ட(து) எலாம் கர்த்தாவைக் காட்டிய கண்ணாடிஎனக்,
கொண்ட(து) எலாம் மெய்ஞ்ஞானம் கூறியவாய் ஆயினவே.

நவ கன்னியர் வாழ்வு

14. உயிர்க்கொலையாம் பாவம் உளம் உட்புகுதாக் காத்தருளிச்
செயிர்க்(கு)அணுகா தெய்வம் தினம் வேண்டும் காப்(பு)இதுவே.

15. மணியாக இங்(கு) இறைவன் மாண்(டு)இறைத்த தேஇரத்தம்
அணியாகப் பூண்ப(து)அவர் ஆடினசெங்கீரை இதே.

16. மறைநூலும், வான்இறையோன் வாழ்த்தும் இசை தந்தமற்ற
முறைநூலும், கேட்ப(து)இன்பம் மொய்த்திடும்தா லாட்டம்இதே.

17. கண்டவைகொண்(டு)ஆண்டவரைக் கண்(டு)உணர்ந்து, கைகூப்பிக்
கொண்(டு) அடியை தாம்தொழுதல், கொட்டியசப் பாணிஇதே.

18. பட்டதிருக் காயம்ஐந்தும் பார்த்(து)அழுங்கண் ணீர்க்கழுவி
இட்ட திரு முத்தம் அவர் இன்பமுத்தம் ஆடினதே.

19. தாரானோ நாம்அணியத் தந்திருத்தாள் நாம்காண
வாரானோ எந்தைஎன, வாரானை ஆடினதே.

20. தணியாத கன்னிகைத்தாய்த் தாள்அணியும் அம்புலிபோல்,
அணியேமோ என்றுவிளை யாடினவெள் அம்புலியே.

21. செழுந்தெளிநீர் ஞானம்உளம் தேர்ந்(து)ஆடி இன்பமதால்
அழுங்கணி(ன்)நீர் ஆடலும் தாம் ஆகும்அபிஷேகம் அதே.

22. பாடுந் திருப்புகழே பந்(து)ஆகக் கொண்டுஇசலி
ஆடும் படிவாழ்த்த அம்மானை ஆடினதே.

23. நிலைகொள்ளா வாழ்(வு)இதென நின்(று)ஆசை கொள்ளாதால்,
அலைகொண் (டு)உயிர்தளம்பல் ஆடியநல் ஊசல் அதே.

24. இன்னார் விளையாட் (டு)இதுவாகி வான்வாழும்
அன்னார் இணைந்துவிளை யாடினரால் அம்மானை.

முனிவரின் அருளுரை

25. சிற்றுடலோ (டு)அன்னார் சிறுமைஇல்லாப் பேருணர்வு
பெற்றுடலோ (டு)ஆவிநலம் பின்அடங்கா (து)என்பதுபோல்,

26. மற்றவரே உள்வியந்து வாழ்த்தவிங்கண் ஒப்(பு)அனைத்தும்
அற்றவரே ஞானமுறை ஆய்ந்(து)அறிந்தார் என்றொருநாள்.

27. அருள்ஏந்து மார்பில்அறி(வு) ஆய்ந்(து)உயர்ந்த ஓர்முனிவன்
தெருள்ஏந்தும் வேதஉரை செப்பிவிளித் தான் அருகே

28. வெள்ஒளிவாய்த் திங்களைச்சூழ் மின்அனையார் சூழ்ந்திருக்கத்
தெள்ஒளிவாய் மெய்த்தவத்தோன் தேறியசொல் ஓதல்உற்றான்

29. 'பூஉலகத் தோர்மயங்கிப் புல்லறிவின் நிந்தைசொல்லத்
தேஉலகத் தோர்அறைஞ்சும் தேவமறைக் கற்றுணர்ந்தீர்;.

30. வேற்(று)உருவம் காட்டிவினை வெம்பகைசெய் (து)உள்புகுக்கும்
சேற்(று)உருவம் ஆயினபொய்த் தேவ(ர்) எலாம் நீர் வெறுத்தீர்

31. வானவரும் முற்றுணரா மாட்சியுடை மெய்க்கடவுள்
ஈனவருள் நீர் அறிந்தே எந்தைஅடி கைதொழுதீர்.

32. பார்ஒளியின் தீதின் இருள் பாய்ந்(து)ஒழியா உங்களுக்கே.
ஆர்ஒளியின் நண்பகலே ஆரணத்தால் ஆய(து)அன்றோ.

33. மூவுலகும் முத்தொழிலால் முற்(று)ஆளும் ஓர்முதலோன்
தேவுலகும் ஒத்துஉமக்கே செய்தநன்றி ஓர்அளவோ.

34. எந்தைஅருள் எண்ணியதற் (கு)ஏற்றபுகழ் கொண்(டு)இறைஞ்சச்
சிந்தையுடன் நீர்பிறந்த செய்திமுறைக் கேண்மி(ன்)என்றான்.

35. என்பதும் ஓர் கோல்ஓச்சும் இவ்வரசன் மக்கள்எனா,
ஒன்பதும்ஓர் நாளில்ஒன்றாய் ஒண்தொடியீர் வந்துதித்தீர்.

36. தன்உருவால் இன்பம் தருங்கோன்மை கொண்டீரேல்
மின்உருவால் தோன்றிஒழி மேதினியின் சீர்;விரும்பி,

37. இருள்புகையாய்ந் (து)உள்மயங்கி ஈடேறீர் என்(று)இறையோன்
அருள்பொரு(ள்)ஆய்ந் (து) அவ்விருளை அன்றேவிலக்கினனால்,

38. ஒன்பதுமா (து)ஓர்சுரமாய் உய்த்(து)உயிர்த்தே னோவெனத்தாய்
அன்(பு)இலளாய்த் தீக்கொடியாள் ஆற்றி(ல்)உமை விட்டெறிய

39. ஏவினள்பின் அக்கொடுமைக் (கு)ஏவியநற் சீலதியே
மேவினஅன் பால்உயிரும் மெய்மறையும் பெற்(று)அடைந்தீர்.

40. தந்தை, அன்னை, கோல், முடி, சீர், சர்(பு)இழந்தீர் என்றுருகும்
சிந்தைதனை நீத்(து)அகற்றி சிற்றோர் துயர்வேண்டாம்.

41. ஆண்டவர்தாம் தாய்தாதை ஆகிஎலாம் தா(ம்)உமக்காய்
மீண்டவர்தாம் தந்தவரம் மேன்மையினால் வாழ்ந்துவந்தீர்.

42. மெய்கடவு ளைப்பகைத்த வேந்தன் இடை வாழ்ந்தனக்கால்,
அக்கடவுள் நீரு (ம்)இழந்(து) ஆவீர்என்(று) அஞ்சினராய்,

43. பகைவழிஆல் அன்(பு)உணர்ந்த பான்மையுணர்ந்(து)
ஆண்டவரை
நகைவழியால் ஏத்திஅடி நாளு(ம்) நனி வாழ்ந்திடுவீர்.

44. சாதிநலம் செல்வநலம் தாங்கூத்தும் வேடமதாம்
ஆதிநலம் ஏத்திஅறம் ஆய்ந்(து)ஒழுகல் மேன்மையதே.

45. பிறந்தனக்கால் சீரும் பெருங்குலமும் தேடுவரால்
இறந்தனக்கால் செய்தஅறத் (து)எல்லையின் ஆம்வான்அரசே.

46. புறத்திறத்தான் மேன்மைபுகை போல் ஒழியும் பின் ஒழியா
அறத்திறத்தாம் செல்வ(ம்)என அவ்வரசின் மேல்இலையே.

47. இந்தநன்றி எந்நாளும் எண்ணிமற வாமலு(ம்)நீர்
அந்தநன்றிக் கைம்மாறா(ய்) ஆண்டவன்நீங் காத்தொழுவீர்;.

48. நுரைபோல இவ்வாழ்க்கை நோக்குமி(ன்) நீர் உட்சுடுந்தீத்
திரைபோல அஞ்சுமி(ன்)நீர் தீவினையே என்(று)உரைத்தார்.

அமலனுக்கு அடியவராய் வாழ்தல்

49. பால்மதிவாய்த் தண்கதிர்முன் பைங்குவளைப் பெய்மதுப்போல்
நூல்மதிவாய் அம்முனிசொல் நுண்ணிடையார் கேட்டழுதே

50. கோன்மைஇழந் தோம்எனநாம் குன்றாத வான்அரசு
மேன்மைஅடைந்(து) ஆங்(கு) ஒழியா வீட்டுரிய(ர்)ஆனோமே

51. பொன்மாரி யாகநமைப் போற்றிஇனி (து)ஓதியஉன்
சொன்மாரி இன்னுயிராய்த் தோன்றிற் (று)எனத்தொழுதார்

52. அந்தோ அரண்மனையி (ல்)ஆங்(கு)இருந்தால் மெய்யுணரா
வந்தோர் பிரான்உணரா மண்டிஇருள் ஆகு(ம்)அந்தோ

53. நானாள் வாழ்(து)ஒயா நர(கு)எரியின் வேகும் அந்தோ
வானாள் அர(சு)இழந்தே மாறாநோய் ஆகும்அந்தோ

54. தாய்ப்பகையும் நன்மைபெறத் தற்பரனே செய்தனபின்,
நோய்ப்பகையும் பட்டாலும் நுன்னைமறப் போம்நாமோ?

55. என்(று)ஒழிந்த தீ(து)உணர்ந்தே இன்புற் (று)அழுதழுதே
நின்(று)ஒழியா வீர(ம்)உணர் நெஞ்சில்)நலார் பின்(பு)ஒருநாள்

56. கூடிஉணர்ந் துற்றநலம் கொண்(டு)ஒருகைம் மாறாக
நாடிஉணர்ந் (து)ஒன்றி(ல்)அந்த நங்கையரே தேறினரால்

57. தந்தைஇலாத் தாயும்இலாத் தாம்நமக்கே எல்லாமாம்
எந்தை அலால் ஓர்துணையும் எம்உயிர்க்க வேண்டுவதோ

58. மணம்ஒருங்கு நீத்(து)அலரா வாய்அரும்பின் தன்மையரும்
குணம்ஒருங்கும் கொண்டகன்னி குன்றாமல் காக்கி(ல்)அதே

59. கைமாறாய் நற்பலியாய்க் கால்அணியும் மாலையாய்,
மெய்மாறா நாயகற்கே வேண்டும்என உள்துணிந்தார்

60. வான்துதிப்ப அன்னார் மனத்(து) உணர்ந்த இத் துறவு
நான் துதிப்பச், சொல்எனக்கு நல்குவர் ஆர் அம்மானை

நவகன்னியரின் தவ வாழ்வு

61. கடலே நிகராகக் கருணையுடை நாயகற்கே
உடலே உயிரே ஒருப்படத்தாம் தந்தனபின்

62. ஆய்ந்ததவ நல்சிறையில் ஐம்பொறியைக் காவல்செய்து,
வாய்ந்தமன ஊக்க(ம்)அதே வாசலின்முன் காத்திருப்ப

63. பூவுலகின் ஆசைபுகாப் பூட்டியபின் பொய்அணுகாத்
தேவுலகின் ஆசைவிடாச் சிந்தையொடு சூழ்திரிய

64. திருஉளமே உட்புகுந்து சீர்த்(து)ஆளப் பாவம்ஒன்றை
வெருஉளமே வாழ்ந்(து)அதனுள் விண்அரசன் வீற்றிருப்ப

65. ஆண்டவரே இட்டபணி ஆங்(கு)அமரர் கொண்டுஉரைப்ப,
மீண்டவரே தந்தவராம் விண்ணவரே கொண்(டு)உகுப்ப

66. மண்ணவருள் நிற்பினும் தாம் வாய்த்தவத்(து) ஆண்மையினால்
விண்ணவருள் ஓர்பிரிவாய் வேய்ந்(து)இருந்தார் அம்மடவார்

67. மறத்தை மறுப்பவராய் மணவாழ்(வு)வெறுப்பவராய்
அறத்தை விரும்புவராய் அன்பால் அரும்புவராய்

68. கண்டார்க் (கு)இனியவராய் காணற்(கு)அரியவராய்
பண்டார்க் (கு)உரியவராய்ப் பண்பாற் பெரியவராய்

69. ஞானம்உறை வாயினராய் நாணம்உறை கண்ணினராய்
தானம்உறை கையினராய்த் தண்டவஞ்சேர் தாளினராய்

70. அறம்சேர் சுகத்தினராய் ஐசேர் முகத்தினராய்
திறம்சேர் மனத்தினராய் சேண்சேர் இனத்தினராய்,

71. ஒப்(பு)இலராய் ஈ(டு) இலராய், ஒன்பதுநின் றா(ர்) எனினும்,
செப்(பு)அரிய மாண்பால் சிறந்தனள் கித்தேரி என்பாள்

72. எண்ஒளிமீன் சூழ்மதிபோல் எண்மருமுள் தான்இலங்கி
விண்ஒளிமீன் நேர்வழியால் வேட்கைஅவித் (து)ஆற்றுவளால்

73. தூய்மொழியால் நேர்ஒழுகித் தொல்சுருதி காட்டுவளால்
வாய்மொழியால் உட்குளிர்க்கும் வாய்ந்த அருள் பேசுவளால்

74. புகழினும்மேல் நிற்பவளால் பூவினும்மேல் ஒப்(பு)இலள்ஆல்
இகழினும்தான் நொந்திளால் ஏசினுந்தான் வாழ்த்துவளால்

75. நீதியர்க்குப் பொய்யா நெறிகாட்டும் நல்நடையாள்
வேதியர்க்குப் பொய்யா விளக்(கு)ஆனாள் அம்மானை

3. சிறைப்படுத்த காதை

விருத்தம்

1. குன்றுநெடு நெற்றியின் மேல் கூர்த்(து)எரிவாய்ச் சுடர்போல
நின்றுநெடு மாட்சியினால் நேமிஎங்கும் புகழ்படவே,
அன்று நெடுங்கோல் அரசன் அம்மடவார் தம் மக்கள்
அன்று நெடுங்கோல் அறியா (து)இகன்(று)அழைக்கின் றனவாறும்

2. மான்இனம்போல் வந்(து)எய்தி மறைவழங்கு(ம்) மாட்சிநலம்
மீன்இனம்போல்தெளிந்(து)உரைப்பவியந்(து)உவந்த அக்கோமான்
வான்இனம்போல் அன்னவர்தன் மக்க(ள்)என
மார்(பு)அணைப்பக்,
கோன்இனம்போல் தொழ எவரும் கொழுஞ்சிறப்(பு) ஆயினவாறும்

3. பொருஅழிக்கும் பெருஞ்செல்வம் பூத்தனக்கால் நல்லறிவின்
கருஅழிக்கும் எனினும் அவர் கல்நெஞ்சர் எனக்கலங்கார்
உருஅழிக்கும் சினம் செயினும் உணர்ந்தமறை விடார்க(ள்)எனச்
செருஅழிக்கும் வேல்வேந்தன் சிறைப்படுத்த வாறுரைப்போம்,

அம்மானை

அரசனின் ஆணை

1. இருநால் வயதாய் இருநான்(கு) ஓர் மங்கையரே
ஒருநால் இரட்டிஇங்கண் உள்ளதிசைக் (கு)ஒப்பிலரால்

2. தூயோர் அனைவருமே சூழ்புகழ்ந்து வாழ்த்திடவே
தீயோர் சிலர் சிலரே தேரா (து)இகழ்ந்(து) அகன்றார்.

3. செங்கமலம் விண்(டு)உவப்பச் செங்கதிரோன் தோன்றியகால்
பைங்குவளை நொந்த(து)எனப் பாசிலையோ கூம்புமன்றோ

4. நோயுடைய கண், ஒளியை நோக்கப்போ றாதனபோல்
தீயுடைய பாவிகளும் சீர்த்த அறம் தாம்பகைப்பார்

5. சலம்பகைத்தோர் நல்லொழுக்கம் தம்சிறுமை காட்டும் என
நலம்பகைத்தோர் நீசகுணம் நண்ணுவர்பார் எங்கணுமே.

6. இவ்வா(று)இவ(ர்)இகழ ஏந்(து)அறிவோர் மேற்புகழ
அவ்வா (று)அரசனும்தான் அன்னசெய்தி அன்(று)அறிந்தான்.

7. தினத்(து)இருளை நீக்கிஎழும் தேர்இரவி ஈங்(கு)ஒளித்தால்
மனத்(து)இருளை நீத்(து)இலங்கு மங்கையரும்
ஆங்(கு)ஒளிப்பாம்.

8. மெய்மறையின் நாம(ம்)முதல் வேண்டா (து)அழித்(து)ஒழிப்பக்
கைமுறையின் ஒன்(று)உணராக் காய(ன்)எனும் கோல்கொடியான்

9. அந்நவமாக் கன்னிகளால் ஆன(து)எலாங் கேட்டனக்கால்
இந்நவமே(து) என்நாட்டில் என்றுபகை கொண்(டு)எரிந்தான்.

10. செங்கமலப் பள்ளியின்மேல் சேர்ந்(து)உறங்கும் ஓதிமங்கள்
வெங்க தம்உற்(று)எய்துஒழிப்ப வேடன் பகைத்ததுபோல்

11. நான்மறுத்த வேதமுறை நண்ணினராய் நான்ஏந்தும்
கோல்மறுத்த அம்மடவார் கூய்க்கொணர்மின் ஈங்(கு)என்றான்

மறையின் மாட்சியை விரித்துரைக்கப் பணித்தல்

12. தோகைமயில் போல்நடந்து, தோன்றியமின் போல்இறைஞ்சி
ஓகைமுக மான் இனம்போல் ஓங்கியகோன் முன்புநின்றார்.

13. மான்நோக்கும் வேங்கையைப்போல்மாசினத்(து) அம்
மங்கையரைக்
கோன்நோக்கி, வீழ்இடியும் கூசஅதிர்ந்(து) ஆர்த்தனனால்

14. ‘பழியாக என்நாட்டில் பண்(டு)இலதோர் நீசர்உரை
வழியாகக் கேடனைத்தும் மண்டிஎங்கும் ஈண்டுமிக

15. முளைத்தமதத் (து)உள்ளாக்கி முன்நான் விலக்கினும்நீர்
திளைத்தசினத் (து)அஞ்சாத் திரிவதுமெய் யோஎனத் தாம்

16. மெய்ம்மறையாய் வான்வழியாய் மெய்ஓர் பிரான் உரைத்த
அம்மறைநாம் ஆய்ந்தே அனுசரித்தல் உண்மை’ என்றார்

17. ‘நான்இறைஞ்சும் நான் ஆளும் நாடுமுழு(து) இங்கிறைஞ்ச
வான் இறைஞ்சுத் தேவரைநீர் மற்(று)இறைஞ்சா வா(று)எனவோ

18. நன்றே அறியா,நல(து)அலவே ஒன்(று)அறியா
இன்றே முளைத்தீர் இளஞ்சிறிதோர் பேதையராய்

19. தேவகுணத் (து)உள்உரிமை தேவமறை நூல்உரிமை
ஆவ(து)என ஆராய்ந் (து)அறிபவரோ நீங்கள்’ என்றான்

20. ‘கல்லா (து)அனைத்தையுந்தான் கற்றவனும் கா(து)உணரச்
சொல்லா (து)உளத்(து)அனைத்தும் சொல்பவனும் தான்குருவாய்

21. உணர்த்தியகால், பேதையரும் ஒன்(று)அறியா மூடரும்தாம்
புணர்த்தியநூல் கற்றவரைப் போல்வ(து)எளி (து)ஆகும்' என்றார்

22. 'இத்திறத்தில் நூல்உடையீர் என்(று)ஆனால் உங்கடவுள்
மெய்திறத்தைச் சொன்மின் விரித்(து)' எனக்கோன் கூறுதலால்

23. தீங்குரல்வாய் வீணைமொழிச் செவ்விதழ்வாய்க் கித்தேரி,
பூங்குரல்வாய் விண்(டு)அவனைப் போற்றிஉரை கொண்டனளால்

24. 'வான் அரசர் சூழ்நடுங்கி வாய்ப்பணிகேட் (டு)ஏத்திநிற்பத்
தான்அரசர்க்(கு)ஓர்அரசாய்த் தான் அனைத்தும் ஆண்(டு)இருப்ப

25. ஒளிவாயால் வான்சுடரும் ஒண்மணியும் தான் புகழக்
களிவாயால் புள்இனங்கள் காஇடத்(து)ஓ யாப்புகழ

கித்தேரியின் பதில்

26. வையகத்தோர் வான்அகத்தோர் வாய்ந்(து) எந்நாளும்
இறைஞ்சும்
மெய்அகத்தோர் தேவநிலை மேவினலாய் கேட்டருள்வாய்

27. ஆதிஇலான், அந்தம்இலான் ஆக்கைஇலான் எப்பொருளும்
ஓதிஇலா ஆய்ந்(து)அறிவான் ஓர்பொருளாய் எங்கும்உளான்

28. ஆக்க(ல்)எனக் காக்க(ல்)என அற்(று)ஒழிய நீக்க(ல்)என
முக்கியஇம் முத்தொழிலால் மூவுல(கு)ஆள் ஓர்முதலோன்

29. ஞான(ம்)அருள் நீதி, திறம் நற்குணம்எல் லாமு(ம்)ஒன்றாய்த்
தான் எவையும் ஆகிஒன்றாய்த் தற்பரனாய் ஒப்பிலனாய்,

30. மூவாதி அலானாய் மூவாளாய்த் தான்தனியோர்
தேவாதி வானும் தெளியா ஒளிஉருவான்

31. பொருள் அனைத்தும் நிற்பான்
பொருள்அழியத் தான் அழியான்
இருள் அனைத்தும் நிற்பான் இருள் ஒழியத் தான்இருளான்

32. வினையுமிலா (து)எல்லாவினைமுடிக்கும் காரணனாய்
நினைவுமிலாத் தான்மறவா நீதித் தனிக்கோலான்

33. வெகுளாமுனிந்(து)அழித்தோன்
வேல்உருவாப்போரில் வென்றோன்
முகுளா மலர்ந்(து)அளித்தோன்
மூப்பும்இலா (து)என்றும்உளோன்,

34. ஓர்மொழியால் மூவுலகம் உண்டாக ஆக்கினனே
ஓர்மொழியால் மூவுலகம் உள்நடுக்கி ஆட்டினனே

35. சொரிமழையால் இவ்வுலகம் தொன்னாள் அழித்தனனே
எரிமழையால் ஐம்புரங்கள் எல்லாம் எரித்தனனே

36. அடிகாண மாகடலை அற்றுப் பிரித்தனனே
மடி காண ஒன்னலர்மேல் மற்றும் கவிழ்த்தனனே

37. சோலைஎனப் பொங்கிய தீச் சூளைகுளிர்ந்(து)ஆற்றினனே
மாலைஎன உச்சிஒளி மங்க இருள் ஆக்கினனே

38. செஞ்சுடர்ஓர் ஏழ்அடிபின் செல்ல இழுத்(து)உய்த்தனனே
வெஞ்சுடர்ஓர் நாள்அசையா விண்மேல் நிறுத்தினனே.

39. வானவரும் தேறாமல் வாழ்த்திடத்தாம் அஞ்சிநிற்ப
ஈனவருள் நானோ இசைத்(து)அறையும் தன்மை?' என்றாள்.

காயனின் ஏளனக் கேள்வி

40. 'இன்னசிறப்(பு)எல்லாம்நீ இன்மொழியாய்க் கூறியபின்
அன்னவனே பட்(டு)இறந்த ஆண்மையும் கூறாம(ல்)என்னோ?

41. நகைப்பஉல (கு) எல்லாமும் நானாக் குலத்(து)எவரும்
பகைப்பஉல (கு)அன்றறியப் பாரச் சிலுவையின்மேல்

42. நோவஅறை யுண்டவனை நும்மதத்தார் தாழ்ந்(து)இறைஞ்சும்
தேவ(ன்)அன்றோ?' என்(று)அரசன் செப்பிநனி தான்நகைத்தான்

கன்னித் திருமைந்தனின் சிறப்பு

43. நகைஏந்தும் இச்சொல் நடுங்க அவள் கேட்டனக்கால்
முகைஏந்தும்தேன்போல் முளரிவிழி நீர்ததும்ப

44. தேவாசை தூண்டச் சினந்த(து)எனத் தேறியசொல்
மூவாசைஅற்றாள் மொழியத் துணிந்தனளே

45. 'வெல்லாத ஒன்னலர்மேல் வில்வளைத்(து)ஆற் றா(து)ஓடி
வல்லார் நகைப்ப வடுமுதுகில் பட்டனனோ?

46. திருடிய வெண்ணெய்யால் சினந்தபல ஆய்ச்சியரே
வருடிய மெய்யெல்லாம் வடுவாய்க் கிடந்தனனோ?

47. பிறமனைவி தீண்டப் பிறருரைத்த சாபமதால்
அறமனைவி சோகவடு ஆயிரமே கொண்டனனோ?

48. காமவுருக் காட்டிஎங்கும் காட்(டு)அகந்தை அன்று பொறாத்
தாமவுரு மாதவரே தாஞ்சபிக்கப் பட்டனனோ?

49. இன்னவைதான் செய்(து)இறந்தான் என்றாலோ தேவ(ன்)என
அன்னவனை ஏத்தினரும் அன்னவன்போல் நீசர்என்பாய்

50. தஞ்சம்எமக் காகவந்த தற்பரன்வான் அஞ்சவும்தான்
துஞ்சவும்மெய்க் காரணம் நான் சொல்லஇனிக் கேள்அரசோய்

51. இன்பமிகும் ஆசையினால் இவ்வுலகம் கெட்ட (து) எனாத்
துன்பமிகு காரணமாம் தொற்பழியை நீத்(து)ஒழிப்ப

52. நோய்உடைய தன்மகனை நோகா மருந்(து)அருந்தத்
தாய்உடைய அன்(பு)இயலால் தான் அதைமுன் உண்பதுபோல்

53. தீவினையால் ஆன துயர் தீர்மருந்தே நற்றவமாய்
தூய்வினையான் முன்னிஅருந்துன்பம் இனி(து)உண்டனன்தான்

54. உருவும்இலான் இங்(கு)உருவாய் உற்றவழி காட்டுதற்கே
கருவும்இலா (து) ஓர்கருவாய்க் கன்னிமகன் ஆயினன்தான்

55. பழித்துணையாய் நின்றதுபோல் பாசறைகொண் டார்தவத்தின்
வழித்துணையாய்த் தான்நடந்து வான்வழியைக் காட்டினன்தான்

56. மன்னுயிர்கள் கொண்டபழி மாற்றுவதாற் றார்எனத்தான்
இன்னுயிர்தந் (து)அப்பழியை ஈர்த்(து)ஒழிப்ப ஓர்ந்தனன்தான்

57. துன்பம் விளைத்தே சுடுந்தவத்தை நாம்அணுகி
இன்பம் விளைத்தனதீ (து)ஈங்கொழியப் பட்டனன்தான்

58. மன்னுயிரே மா(சு)ஒழிந்து வான்கதியில் வாழ்ந்(து)உவப்பத்
தன்னுயிரை ஒன்னலர்கை தந்(து)இயைந்து மாய்ந்தனன்தான்

59. இத்திறத்தால் மாய்த்தவனை ஏத்துதலும் தீ(து)எனவோ?
அத்திறத்தான் யாரு(ம்)அறிந் (து)அண்டாரோ?' என்றமுதாள்

ஆண்டவனின் ஆற்றலை உரைத்தல்

60. யாழ்குரல்வாய் சொல்லியசொல் யாரு(ம்)மகிழ்ந்(து)உள்ளருந்த
தாழ்குரல்வாய் வேந்த(ன்)இ(ன்)னம் தன்பகையைக் காட்டிடவும்

61. அவ்வுரையின் ஆசையினால் ஆங்(கு)அவளைத் தூண்டிடவும்,
இவ்வுரையைக் கொண்டான் இமிர்ந்(து)அளிசூழ் மாலையினான்.

62. ‘தேன்மறுக்கும் தீங்குரல்வாய் செப்பினவை மெய்எனினும்
வான்மறுக்கும் தீயோர் வலித்(து)அடிப்ப மாய்ந்(து)இறந்து

63. தன்பகையை நீத்(து)அடக்காத் தன்னுயிரைக் காவாதான்
என்பகையை நீத்(து)அடக்கி என்னுயிரைக் காப்பவனோ?

64. நீச(ன்)எனத் தாங்கா நெடும்பகையால் பட்டவனை
ஈசன் என நான் தொழுதல் ஈனமன்றோ?’ என்றுரைத்தான்.

65. தன்பகையைத் தாங்கா(து)என்தற்பரனே பட்டன்என்றாய்.
உன்பகையைத்தாங்கி அருள்ஓர்ந்(து)இவைகேள்’ என்றிசைப்பாள்.

66. ‘முகைமுகத்தால் ஓர்மகவாய் முன்எசித்து நா(டு)உறுங்கால்,
பகைமுகத்தால் உள்சினந்து பார்த்தனன் தன் ஆண்மையினால்.

67. பொய்யான தேவர்உருப் பொற்கோயில் தே(ரு)ம் எலாம்
நொய்யான தூசிஎழ, நூறித் தகர்த்தனன் தான்

68. ஐயாயிரர் பசியை ஆற்றஉல (கு)ஏந்தியதன்
கையால்ஐந் (து)அப்பம் களித்(து)ஏந்தி, ஈந்தனன்தான்

69. கண்மிசையே மண்தடவிக் கண்குருடு தீர்த்தனன்தான்,
மண்மிசையே போவதுபோல் மாகடல்மேல் போயினன்தான்

70. ஓழுகஎனக் கால்முடவர் ஓடவரம் தந்தனன் தான்,
எழுகஎனச் செத்தவரை ஈண்(டு)எழுப்பி விட்டனன்தான்.

71. நண்ணியதன் ஒன்னலர்க் (கு)நான்எனஓர் சொல்லுரைப்ப,
எண்ணிலவேல் வீர(ர்)அங்கே ஓங்கியகை வீழ்த்தனன்தான்

72. தான் அருளி ஓர்மரமேல் தன்னயிரைத் தந்தனக்கால்,
வான்இருள நண்பகலும் மாலை என ஆக்கினன்தான்

73. அன்றுலகம் கூசமலை ஆட்டிப் பிளந்தனன்தான்.
வென்றுலகம்வாழ்ந்(து)எழப்பேய் வெம்பகையன்(று)
ஈர்த்தனன்தான்

74. தயைவயத்தால் மாய்ந்தனபின் தானாய் எழுந்தனன்தான்,
இயைவயத்தால் தானாக ஏந்தியவான் ஏறினன்தான்

75. அத்திறம்தான் கொண்டிருக்க அன்றுபகைத் தாங்கிலனாய்
செத்திறந்தான் என்பாயோ? செல்வநலோய்’ என்(று) இறைஞ்சி

76. தேன்நிகரும் வாய்மொழியும் தேன்நிகரும் கண்துளியும்,
தான்நிகரும் தன்மைஇலாள் தந்துநின்றாள் அம்மடவாள்

புதல்வியரை அரண்மனையில் ஏற்றுக் கொள்ளுதல்

77. பேதைஇவள் இத்தனையும் பேருணர்வில் கற்றனளோ?
கோதைஇவள் அல்லள்எனக் கூர்ந்(து)எவரும் சூழ்வியப்ப,

78. துஞ்சாச் சினந்தணியச் சொல் மதுவைக் கா(து)அருந்தி,
அஞ்சாத் துணி(வு)உரைகேட்(டு)ஆண்தகையும் உள்வியந்து,

79. 'நான்மறுத்த நீசமதம் நண்ணிமுழு (து)அஞ்சிலர்என்
கோன்மறுத்த நீங்கள்எவர்? கூறு(க)' எனக் கேட்டனனால்,

80. 'உன் அரசே மேவினராய் உன்சினமே, அஞ்சினராய்
என்அரசே பொய்உரைப்போம் என்றுணர வேண்டாமே.

81. காத(ல்)இலா அச்ச(ம்)இலாக் கண்டஉண்மை காட்டுநவ
மாத(ர்)எலாம் உன்தன் மகவாம்' எனத் தொழுவாள்.

82. நயப்புமுனி (வு)உள்வெறுப்பு நாண(ம்)இவை உள்கடுப்ப,
வியப்புமுகம் காட்டிஅன்ன வேந்த(ன்)இவை கேட்டுநிற்ப,

83. அங்கைஇரண் (டு)ஒற்றிஇறைஞ்சி அன்றுரைத்தாள் அன்னநவ
மங்கையருள் முன்பிறந்த மா(து)எனச்சே னேவுரியே.

84. 'அணிவாய் கலீசியா (டு)ஆண்(டு)இருக்க நீஅரசி
பிணிவாய் ஒருங்குநமைப் பெற்றுநனி நாணினளாய்,

85. எள்ளுவர்என் (று)அஞ்சிநமை ஈன்(று)எறிய ஏவினளே;
கொள்ளுவர் இல்லாயினக்கால், கொண்(டு) அருளைச்செய்
இறையோன்

86. தந்தைஎனாத் தாயு(ம்)எனாத் தாம்உயிரைக் காத்(து)அளிப்ப,
சிந்தைஇலர் வாழ்ந்திருந்தோம் செவ்வி(து) எனக் கைதொழுதாள்

87. சொன்னவையே ஆய்ந்தனக்கால், சொன்னபடி அந்நாளில்
அன்னவையே ஆயினஎன் (று)ஆங்(கு)அரசன் தேறினபின்,

88. எவர்க்கும் அறி (வு)உள்மருட்ட, இன்பம்ஒரு மாய்கைஎனா,
உவர்க்கு(ம்)முனி (வு)ஆற்றினனாய், ஒன்பதும் தன் மக்க(ள்)எனா,

89. முக(ம்)மலர அன்(பு)அருளி முற்(று)அவரை மார்பணைத்தே,
அக(ம்)மலர உட்குணர்ந்தான் ஆங்கரசன் அம்மானை,

அன்னையவள் காட்டிய அன்பின் சிறப்பு

90. தோகைமயில் ஒன்பதுசூழ் தோன்றி அரி போவதுபோல்,
ஓகைமயில் சூழ்ந் (து)அரசன் உள்இறைவி முன்விடுத்தான்.

91. ஈன்றபொழு (து)அன்(பு)இலதாய் இன்னவைகேட்(டு)
இன்னவர்முன்
தோன்றி முழு (து)உள்ளுருகித் தூவியகண் நீர்ததும்ப,

92. கலாபமயில் தான்பார்ப்புக் கைச்சிறைக்குள் சேர்ப்பதுபோல்
இலாபம் எனக் (கு) என்(று) ஒருங்க இன்பம்மிகக் கைதழுவி,

93. தழுவாநின் (று)அன்புடனே தாவி உடல் மேல்நனைப்ப,
அழுவாள்வெவ்வே(று)அணைப்பாள்அன்(று)இரக்கம்
உள்ளியதாய்.

94. பூங்கமழும் நீர்ஆட்டிப் பொங்கியபால் ஆவிஎனத்
தேங்கமழும் பூம்புகைதோய் சிற்றாடை மேல்உடுத்தி,

95. தேன்அரும்பும் பூத்தொடையும் தேர்ந்தமணிப்பல்அணியும்
கான் அரும்பும் நானம் கமழ்கூந்தல் சூழ்அணிந்தே,

96. மீன்அனைய சூழ்திருவில் வீசுமணிச் சுட்டிகளும்,
மான்அனைய நோக்கியகண் மாண்புறச்சூழ் அஞ்சனமும்,

97. தொங்கி ஒளி வீசிய வெண் தூய்தரளம் சூழ்அசையப்
பொங்கிஒளி கண்கூசப் பூத்தனபொன் காதணியும்,

98. பிள்ளைமதி வான்மேல் பெயர்ந்(து)ஊசல் ஆடுதல்போல்
வெள்ளைஒளி தந்(து)உலவும் வெண்தரளத் தாவடமும்,

99. விண்இடையே தோன்றியமீன் மின்னலினால் கட்டுதல்போல்
நுண்இடையே சூழ்ந்தமணி நொய்யொளிசெய் மேகலையும்

100. தெளிமணிவன் (டு)ஆர்த்(து)அலர்ந்த செங்காந்தள் சூழ்ந்தனபோல்
ஒளிமணிவாய் விட்(டு) ஒலிக்கும் ஓவிய பொற்கை வளையும்

101. மணிச் சுரும்பு விள்ளா வனச(ம்)அணிந்(து) ஆர்த்தனபோல்,
பணிச்சிலம்போ (டு)ஆர்த்(து)ஒளிசெய் பங்கயத்தாள்
கிண்கிணியும்

102. மீன்இனமே சூழ்ந்தநவ வெண்மதிபோல் இத்துணையும்,
மான் இனமே போன்றநவ மங்கையர்க்குப் பூண்டணிந்தார்.

103. பூங்கமழ்வாய் நானாப் புகைகாட்டி மொட் (டு)அலராத்
தேங்கமழ்வாய் பூந்தவிசில் சேர்த்தினர்பல் பாங்கியரே,

104. கான்பொழிந்த மாலைசிலர் கால்கமலம் சூடுவரே
தேன்பொழிந்த நீர்சிலர்மேல் தீம்பனிபோல் தூற்றுவரே

105. பூங்குழலார் கைபொருது பொங்(கு) ஒலியாழ் ஆர்க்குவரே
தீங்குழலார் போற்றகுரல் தேங்குயிலார் பாடுவரே

106. துன்னிச் சிலர் சிலரே தோ(டு) அசையக் கா(து) இலங்க
மின்னித் துகில்விரிய மின்இனம்ஒத்(து) ஆடுவரே

107. முரசுமுதல் ஆர்த்தொலிப்ப முற்றிணையா இன்ப(ம்)மிக
அரசுமுதல் அந்நகரே அன்(று) உவந்த(து)அம்மானை

மன்னன் ஆணையை மறுத்தலும், சிறைப்படுத்தலும்

108. சிலநாள் இவ்வாறே திருநாள் எனநடந்து,
பலநாள் அவ்வேதம் பகைத்தனகோன் தீதுணர்ந்தான்

109. அனைத்துயிரும் உள்மயங்க ஆந்திருவே மாய்கைஎன
நினைத்துயிரும் சுட்டெரிய நேரிலசொல் உற்றுரைத்தான்.

110. 'தந்தைஎன ஆனேன், தரணியோடு நான்மகிழ
உந்தையொடு நீர்இவ் வுலகனைத்தும் இன்(று)அடைந்தீர்.

111. கொண்டநயம் குன்றாது கோ(து)எனும் நும் தேவ(ன்)இலாப்
பண்(டு)எமது தேவர் பணிந்(து)அணுக நீரு(ம்)' என்றான்.

112. தந்தைஎன நீஉவந்து தந்தபணி செய்வனநாம்
முந்தைஎன மெய்க்கடவுள் முற்று(ம்)இனி நீக்குவமோ?

113. விண்ணரசோ முற்றிழந்து மெய்யறமோ போக்குவம்நாம்
மண்ணரசோய் சூள் கொடிய மாற்றம்இனி தீர்த்தி' என்றார்.

114. 'மறைக(ள்)இலார் சாதிஇலார் மற்றஒரு மாட்சி இலார்
முறைக(ள்)இலார் கல்விஇலார் முற்(று)இகழ்ச்சி கொள்புலையர்,

115. சென்றொழுகும் நீசவழி சீர்த்தியகோன் மங்கையர்நீர்
நின்றொழுகும் தன்மை இனி நீதியதோ? சொல்மின்' என்றான்.

116. 'பேரறமே அல்லால் பெருமையும் ஒன்(று)ஈங்கிலையே
ஈரறமே நீப்பதனால் ஈனமு(ம்)ஒன் (று)ஈங்கிலைஆல்

117. விண்ஆள்வான் கோல்தரவே மீண்டவரை முற்றிறைஞ்சா
மண்ஆள்வான் தான்பகைத்தல்மாட்சிமையோ? சொல்(க)'
என்றார்

118. கீழோர் நெறிச்சுருதி கேட்(டு)அமைந்து பொன்முடியைச்
சூழோர் நிகரிலரும் துன்னுதலோ மாட்சி?' என்றான்.

119. 'ஈசரும்மற்(று) அந்தணரும் ஏத்தியநின் தேவர்களை
நீசரும்மற்(று) ஏத்திலரோ? நீஉரையாய் மன்ன' என்றார்.

120. 'தந்தைபணி கேட்கிலீரேல் தாங்கரிய கோன் சினத்தால்,
நிந்தைபிணி காவ(ல்)அடி நீர்படவோ நல்லது' என்றான்.

121. 'பாரொருங்கும் கைக்கொளினும் பாடொருங்கு மொய்த்திடினும்
சீரொருங்கும் ஈயினும்நீ, சென்றொருங்கும் ஒயினும்நாம்

122. முன் உயிரைத் தந்(து)இனிநாம் முற்றொழியக் காண்பைஅலால்
இன்னுயிராம் மெய்க்கடவுள் ஈங்கொழியோம் மன்ன' என்றார்.

123. நேச(ம்)என முற்றெவரும் நீத்(து) அவிழ்க்கக் கூடாத
பாச(ம்)எனத் தாயு(ம்)அன்று பட்ச(ம்) மிகக் காட்டிஅழ,

124. 'நகையனையீர் கோன்சினமே நைந்(து)ஒழியக் கேட்டொழுகீர்
முகையனையீர், நீசமறை முற்றொழிக,' என்(று)அணைப்பாள்

125. 'அன்(று)ஈன்ற போதி(ல்)எம்மேல் அன்பிலளாய், நாம்கெடவோ
இன்(று)ஈன்ற தா(ய்)எனஅன் (பு)எய்தினள்போல் வந்தி,' என்றார்

126. 'நறையிடுமென் கூந்த(ல்)நலார் நைய(ல்)அரி (து)என்றிவரைச்
சிறையிடுமின் ஈண்(டு)' எனக்கோன் சீறிஅகன் (று)ஏகினன்ஆல்

127. தாய்அழவே பாங்கியரும் தாம் அழவே, இன்ப(ம்)மிக
வாய்மலர்ந்தே வாழ்த்தின அம் மா(து)உருவில் வீரநெஞ்சர்.

128. அழுவ(து)எளி (து)ஆவிஇறந் (து)ஆவ(து)எளி (து)உற்றதுன்பம்
வழுஇலஓர் இன்ப(ம்)என வாழ்த்த(ல்)அரி (து)அம்மானை

4. பிரிவின் காதை

விருத்தம்

1. செல்லா தனவோர் திருச்சென் றனவுஞ் செகமே நெடுநாள்
புல்லா தனவோர் பொருள்புல் லினவும் பொருவச்சிறையில்
கல்லா யினநெஞ் சினராய் இனஅக் கருணை மடவார்,
இல்லாதன இன்பமியைந்(து) அதில் எல்லையும் இல்லையென்றே.

2. மருள்ஆ யினமன் னவனே மருவா தனபா (டு)உணர்கால்
இருள்ஆ யினயா மஇரா இனிதோர் பகலா கவரும்
தெருள்ஆ யினதே ஒளிசிந் தியதூ (து)ஒருவா னவன்வந்(து)
அருள்ஆ யினஆதர (வு)ஒதினன் அச்சிறைநீக் கினனால்.

3. விரியா தன்பூ முகையார் மெலியா தனவீ ரநலார்
முரியா தனதம் மனமே முரியத் துயர்எய் தியழத்
தெரியா தனவுந் தெரிவான் அரசன் செயும்ஏ வலினால்
பிரியா தனபே தையர் அன் றுபிரிந் தனஆ (று)இடுவோம்

அம்மானை

சிறையிருந்த செல்வியர் நிலை

1. நிறைப்படும்ஓர் செல்வமுற நென்னல்உளத்(து) ஓங்கிலராய்ச்,
சிறைப்படும்ஓர் போது(ம்)அஞ்சிச் சிந்தைகலங் கா(து)அவரே

2. திருவிரும்பா வாழ்ந்தனராய்ச், செய்சிறையில் வந்ததுயர்
உருவெருவா நன்மணநாள் உற்றனர்போல் வாழ்ந்தனரே,

3. சிறையடந்த மின்னார் சிறைபுடைத்த மஞ்ஞைகளோ
அறையடைத்த அன்னார் அறைந்தடையா வாழ்த் (து)எடுத்தார்.

4. திருநாமம் ஆயிரமும் சென்(று)இசலி பாடினரால்
ஒருநாமம் ஆயினும்முற் (று)ஒத்திலதாய் மேன்மையினார்.

இயற்கையன்னை அடைந்த அருந்துயர்

5. நீதிஒழிந் (து)அன்றுசெய்த நிந்தைபொறா நொந்த(து)எனச்
சோதிஒளித் (து)ஆழ்கடலுள் தோய்ந்(து)இருள்மேல்
போர்த்ததுவே

6. காலைஇவர் நல்வதனம் காட்டிமலர் செங்கமலம்
மாலைஇவர் பாடறிந்து வாச(ல்)அடைத் (து)அஞ்சினவே,

7. அறம்பகைத்த வேந்தன்உளத் (து)அந்தரம்போல் நண்பகலின்
திறம்பகைத்த மாலைஇருள் சேர்ந்(து)உலகம் மூடினதே,

8. இவர்உளம்நேர் என்(று)இருளை ஈர்த்(து)உலகம் தான்விளக்க,
உவர்உளநீர் மொய்க்கடல்மேல் ஒண்மதியம் தோன்றியதே,

9. தன்இனமாம் மின்னார் தருந்துயர்காண் வான் அழுது,
மின்இனம்ஆர் கார்த்துளிபோல் வீழ்ந்தபனி மிக்கனவே,

அரசனது ஆணையும் தெய்வத்தின் தீர்ப்பும்

10. கோடைவெயில் ஒப்பக் கொடுஞ்சினத்து வேகு(ம்)நெஞ்சான்
பீடைஇர (வு)ஒப்பஇருள் பெற்(று)அயர்ந்து தீதுணர்வான்

11. ‘தந்தைஎன நான்மகிழத் தாம்பிறர்போல் உள்ளசையார்,
நிந்தைஎன நான்இகழ நெஞ்சில்ஒரு நாணம் இலார்

12. அணிஅளிப்ப எண்ணமிலார் அன்(பு)உரைப்ப உள்மகிழார்,
பிணிஅளிப்ப அச்சமிலார் பேதம்இலா ஓர் மனத்தார்

13. நான்பகைத்த நீசமறை நண்ணினராய் நாண(ம்)இலார்
வான்பகைத்த நீசரொடு வானவரைத் தாம்பகைப்பார்.

14. சென்றுதித்த ஒன்பதும்ஓர் சிந்தைபிடித் (து)ஒன்றும் எண்ணார்
இன்றுதித்த பூஅனையார் ஏழ்அடுக்காம் கல்அகத்தார்.

15. பொருள்மறுத்தார், கோன்மறுத்தார், பூரணமாய்க் காட்டியஎன்
அருள்மறுத்தார், தாம்இனிஎன் ஆர்ந்தசினம் தாங்குவரோ?

16. மீட்(டு)அவர்கே ளார்எனில் அவ்வேதவழி முற்(று)அடைய,
கேட்டவரே கூசஉயிர் கெட்டிறப்பார் நாளைஎன்றான்.’

17. என்(று)அழன்ற நெஞ்சில்உளைந் (து) ஏந்தியதன் கோப(ம்)மிக
நின்(று)அழன்ற வாய்ப்புகைபோல் நித்திரையே
கொண்டயர்ந்தான்.

18. வெஞ்சுடர்க்கே ஒர்பழியாய் வெற்பின்உச்சி ஏறியபுல்
அஞ்சுடர்க்கே ஒத்தஇங்கண் ஆண்டகுறுங் கோல்அரசன்.

19. முவுலகும் ஆள்இறையோன் மொய்திறத்தின் நேர்எதிர்த்து,
பூவுலகும் தாமுணர்ந்த புன்திறத்தால் ஆட்டுவரோ?

20. மருளுடைய மன்னவன் இவ் வாய்க்கொடுமை ஓர்ந்(து)உறங்க
அருளுடைய வான்அரசன் அன்புணர்ந்தான் அம்மானை.

வானதூதனின் தோற்றமும் உரையாடலும்

21. நல்யாழ் நரம்பிசைபோல் நாயகனைப் பாடியுற்ற
அல்யாமம் உற்றறியா அம்மடவார் உள்களிப்ப,

22. கானரும்ப வேனில்வரும் காலம்)என ஓர்வானோன்
வானரும்பும் செங்கதிரை வாய்த்தஉருக் காட்டிவந்து

23. வெள்ள(ம்)என மொய்த்தகதிர் வீசினதால் அம்மடவார்
உள்ள(ம்)என அச்சிறையும் ஒப்பஒளி ஆயினதே,

24. மாசைமலி செங்கதிரும், வாச(ம்)மலி பூந்தொடையும்,
ஆசைமலி வான்உருவும் அன்னவர்கண் (டு)உள்வியப்ப,

25. 'எந்தைஇட்ட ஏவலினால் இச்சிறையை நீக்கவந்தேன்,
சிந்தைவிட்டுநீங்க(ள்)என்னைச்சென்(று)ஒருங்கு வம்மி(ன்)'
என்றான்.

26. 'இறந்தளித்த ஆண்டவர்க்கே ஈங்(கு)அடியேம் எம்முயிரைத்
துறந்தளித்தல் ஆகாதோ செல்வநலோய்?' என்றழுதார்.

27. 'அழு(து)இரங்கல் வேண்டாம், அருட்கடவுள், நீங்களதைத்
தொழு(து)இரங்கல் கேட்டினிநீர் தொன்மறையைப் பற்றிஉயிர்

28. தந்(து)இறப்பக் கேட்டவரம் தந்திடுவார் ஆயினும்நீர் வந்(து)
இறப்பக்கால(ம்)இன்னும் வந்தமைந்த (து)இல்லை' என்றான்

29. என்(று)இரவி கைப்படவே ஏ(டு)அவிழ்செந் தாமரைபோல்
அன்(று)இரவின் அவ்வரைகேட்(டு)அச்சிறைதா னாய்த்திறந்து,

30. குகைநீங்கித்தோகைமயில் கோடைஅகன்(று) எய்வதுபோல்
பகைநீங்கிப் போனார் படுஞ்சிறைவிட் (டு)அம்மடவார்.

31. இடியாமல் மின்னினதால் இரதமலை சாய்ந்ததுபோல்
அடியாமல் அந்தமின்னார் அண்டியபோ (து)ஓசைபடா,

32. கார்தவமும் கோட்டைக் கத(வு)அகலத் தாம்அகன்று,
நீர்தவமும் சங்(கு)ஈன்ற நித்திலத்தின் மாலைஎனா,

33. ஒருநாளில் தோன்றினராய் ஓர்உணர்வில் ஒத்தனராய்,
வரு(ம்)நாளில் வேறுபட வந்துநின்றா(ர்) அம்மானை.

ஒன்பது வானதூதர்களின் கட்டளை

34. சிறைநீத்த வானவனும் சேர்ந்துநிற்ப, வானி(ன்) நின்று
குறைநீத்த எட்(டு)அமரர் கூடஅங்கே தோன்றினரால்,

35. 'பேரிறையோன் சித்தமிதே பேரிழையீர் கேள்மின்' என,
நேரிறையோன் ஏவியமுன் நின்றவிண்ணோன் மீண்டுரைப்பான்.

36. 'பாரில்எங்கும் ஏத்திப் பரப்பியபல் நல்விளக்கே
நேரிலங்கத் தன்திறத்தால் நீங்கள் உயிர்த் தந்திறப்ப,

37. திருவுளமே ஆனதினால் தேறுணர்வீர்; என்மொழியால்
வெருஉளமே கொள்ளாமல் வேறாய் இனிப்பிரிவீர்.

38. ஒவ்வொருத்திக் (கு)ஒவ்வொருவன் உற்றதுணை வானவனாம்
அவ்வொருத்திக் (கு)ஈந்தவழி அச்சமிலா வம்மி(ன்)' என்றான்.

பிரிவின் துயரால் வாடும் கன்னியர்கள்

39. இவைஉணர்ந்த பூங்கொடியார் இற்றமலர் போல்குழைந்து,
சுவைஉணர்ந்த தீங்குரலால் தூய்மொழியைச் சொல்லினரால்,

40. 'முக்கால மும்கடந்து முற்(று)அனைத்தும் நோக்கினனாய்
எக்கால மும்சலியா (து)என்றும் எலாம் ஆள்திறத்தோன்

41. பின்செலநாம் அச்சமுண்டோ? பேருயிராய்க் காத்தபிரான்
முன்செலநாம் அவ்வழியே முற்(று)ஒழுகல் இன்(று) அரிதோ

42. ஆயினுமே நாம்இனிவே (று)ஆய்ப்பிரிதல் எங்கள்உயிர்
வீயினும்மேல் ஆற்றரிதாம் வேதனைஈ (து),' என்றுநின்றார்.

43. 'நில்லா(து)இனிப் பிரிவீர் நீள்குழலீர்' என்பவிண்ணோர்,
எல்லாரு(ம்)வான் இறையோன் ஏவ(ல்)அ(து)என்(று)உள்துணிந்து,

44. மின்னொடுமின் பின்னல்என மென்கொடிகள் தம்மொடுதாம்
பின்னல்என முன்நடவா பின்அகலாப் பின்னிநிற்ப,

45. 'ஒருநாகு முத்துகள்போல் ஓர்கொடியின் பூமுகைபோல்
ஒருமாது சூல்வயிற்றில் ஓர்சுரத்தில் தோன்றினநாம்

46. ஒருநாள்பிரி யாமலோ பிரிவோம் நாம்இனியோ
வரு(ம்)நாள்பிரிந் தனபின் வந்(து)இனிநாம் கூடுவமோ?

47. காய்ந்துடலே ஈர்த்த(ல்)எனக் கண்மணியே நீக்க(ல்) என,
ஓய்ந்துயிரே போத(ல்)என உள்பிரிவோம் நாம்இனியோ?'

48. பல்லுடல்கொள் ஓர்உயிராய் பன்மலர்கொய் ஓர்கொடியாய்
நல்லுயிர்கொண் (டு)ஈங்கிருந்(து)இந்நாள்பிரிவோம் நாம்
இனியோ?

49. விரிமலரு(ம்)வா சனையும் விட்டுப் பிரியினுமே
பிரியாதன நாமோ பிரிவோம் இனிமேலோ?

50. இனிப்பிரிவோம் ஆ, பிரிவே, ஈடும் இலா நீகொடிதே
தனித்திரிவோம், நாம்இனியோ தாம்பிரிந்(து)உய்
வோம்இனியோ?

51. என்றார் அழுதார் இறுகஉடல் தாந்தழுவி,
நின்றார் உயிர்உடலுள் நின்(று) ஊச லாடுதல்போல்

52. பிரி(வு)ஏவிய நாதன், பின்னுளத்தைத் தேற்றஅந்த
தெரிவையரே உள்தெளிந்து தேறி, இவை வேண்டினரால்.

53. 'ஒருபிறப்போ (டு)ஓர்மறையோ (டு)ஒன்றாய்ப் பிணித்தனைநீ,
இருபிறப்போய் மீண்டு(ம்)நமை இன்றே பிரித்தனைநீ.

54. பிரிந்தனநாம் உன்தாள் பிரியாமல் மெய்மறையைத்
தெரிந்தனநாம் எம்குருதி சிந்த அருள் செய்(து)இரங்காய்' .

55. என்(று)இறைஞ்சித் தாம்பிரிந்தார் எந்தைஅருள் சேர்ந்(து)அவரை
ஒன்றினதால் அன்றே உயிர்பிரியாத் தாம்பிரிந்தார்.

56. அன்போ (டு)உயிரும்ஒன்றாய் அன்னார் வழிவேறாய்ப்,
பின்(பு)ஓர் நாள் சேராப் பிரிந்தனர்அன் (று)அம்மானை.

5. மணம் மறுத்த காதை

விருத்தம்

1. சிறைநீங்கி அம்மடவார்த் திரண்டகன்றார்
என மன்னன் செப்பக் கேட்டு
நிறைநீங்கிச் சினம் பொங்கத் திசைஎங்கும்
பற்பலரை நேடப் போக்கிக்
குறைநீங்கிச் சிறந்தஒரு கித்தேரி யகப்படுத்திக்
கொணர்ந்தார். கோமான்
முறைநீங்கிச் சினங்காட்டா (து)என்மகளாய்
வாழ்தியென மொழிந்தவாறும்.

2. அருள்கண்டு வஞ்சம்என அஞ்சினளாய்
ஆண்டவர்அன் (பு)அருளித் தந்த
தெருள்கண்டு தேறினளாய்த், தேர்உணர்வும் வயதும்ஒரு
சீராய்த் தன்னோ(டு)
இருள்கொண்ட ஆசையில் இளம்ஆறைத்
(து)அரிவையரை இனிதின் சேர்த்தி
மருள்கொண்ட செல்வமயல் மனம்புகுதாக்
கோன்மனையில் வளர்ந்தவாறும்,

3. பால்ஏந்தும் தேன்மொழியாள் பற்றியநல்
உணர்வழிக்கப் பலநாள் போக்கிக்
கோல்ஏந் தும் கோமான்உள் கொண்டவஞ்சம்
செலுத்தமணம் குறித்தான், அத்தை
நூல்ஏந் தும் காட்சிநலாள் மறுத்ததனால்,
மிகுஞ்சினத்து நொந்து, சீறி,
வேல்ஏந்தும் கொடுங்கோலான் மீண்டுசிறை
செய்ததுவும் விளம்பல் உற்றாம்.

அம்மானை

சிறைமீண்ட கித்தேரி அரசன் முன் நிற்றல்

1. நெகிழ்ந்ததுபோல் கோன்கொடுமை நீக்கின(ர்) அம் மாத(ர்)என
மகிழ்ந்ததுபோல் பேரொளியாய் வாய்த்(து)இரவி அன்(று)உதிப்ப,

2. அன்னகொடு மன்ன(ன்)உளத் (து)அக்கியானம் என்றிருளை
இன்னம்விடி யாம(ல்) ஏந்தியசெங் கோல்வளைய,

3. மெய்ம்மறைமேல் கொண்டபகை வெந்(து)எரிய அம்மடவார்
அம்மறையை விட்டிலரேல் அன்றுகொல்ல உள்துணிந்தான்.

4. இன்னவைதான் உள்ளியகால் எய்தியஓர் சேவகனே
அன்னநவ மாதர்சிறை அற்றுஅகன்றார் என்(று)இறைஞ்சத்

5. தீயெனஉள் பொங்கிஎழும் சீற்றமுடன் சீறினனாய்,
'போய்எனதூர் எவ்விடத்தும் புக்(கு)ஆராய்ந் (து)ஓட'என்றான்.

6. ஓடினரே எவ்விடத்தும் உற்றாராய்ந் (து)அந்நகரில்
தேடினரே, எவ்விடத்தும் தேடலில்கா ணாததினால்,

7. 'அப்புறமும் என்நா (டு)அனை த்தினும்போய்ப் பற்பலரே
எப்புறமும் நாடு(க)' என்றான் எண்ணாச் சினக்கோமான்.

8. நாடலின்அச் சேவகரும் நானா வழிபிரிந்து
தேடலின்மற் (று)எண்மர் திருவுளமே காத்(து)ஒளிப்ப,

9. கிளர்சிறப்பின் பொற்(பு)உயர்ந்த கித்தேரி என்றொருத்தி
வளர்சிறப்பில் பூத்தவண்ணம் வந்(து)அணுகக் கண்டறிந்தார்.

10. உளமானைக் கண்டபுலி ஒத்(து)அவர்மேல் மொய்த்(து)ஈர்ப்ப
இளமானே உட்கலங்கா (து)எய்தியதென்? சொல்மி(ன்)' என்றாள்.

11. 'எங்கோமான் உன்தாதை ஏவிஉனைக் கூவு(க)' என்றான்.
'நங்காய்வா' என்றார் 'நடமின்' என, முன்நடந்தாள்.

12. அகங்குழையா உட்களிகூர்ந் (து)ஆண்டவனை நம்பினளாய்,
முகங்குழையா வில்வீசி மொய்த்தவிருள் போயினக்கால்

13. கேழ்அரக்(கு)உண் தாமரைவாய்க் கித்தேரி அன்றுகண்டால்,
சூழ்அரக்கர் கைச்சிறையாம் சூரியன் தன் பிள்ளைஎன்பார்.

14. தேன்ஒழுகும் கோதைஅனாள் சென்றுறஅச் சேவகரே
ஊன்ஒழுகும் வேலினன் முன் உய்த்துவிட்டார் அம்மானை

அரசனின் வஞ்சவுரை

15. வெம்சினத்துள் அன்பும் விழிப்படத்தில் தோன்றமன்னன்
'எம்சினத்துள் மற்றஎண்மர் எங்கே?சொல்' என்றதற்கே,

16. 'தன்னைஅடுத்தார்க்(கு)இறையோன்
தான் ஒளியாய்த் தான்மறைவாய்
என்னை இதோ காட்டினன்மற்(று)
எண்மரைத்தான் காத்(து)ஒளித்தான்.

17. எஞ்சாச்சினத் (து)இறையாய் இன்றொருத்தி நின்றேனே
அஞ்சா(து)அதை ஒருத்தி ஆற்றுகிற்பேன் நானு(ம்)' என்றாள்.

18. என்(று)உதைத்தால் போல்உரைத்த இவ்வுரைகேட் (டு)உள்நாணி,
நின்றுதைத்தால் போல்சின்த்தை நெஞ்சில்ஒளித் (து)ஆங்கரசன்

19. வஞ்சம்உளத் (து)ஓர்ந்தே மனம்வேறு வாய்வேறாய்த்,
தஞ்சம் உளத் (து)ஓர்ந்ததுபோல் சாய்ந்துஅவளைத் தான்தழுவி,

20. 'என்மனமே வெந்(து)எரிய எட்டுமக்கள் இன்றிழந்தேன்
உள்மனமே செல்லுதிநீ இனிஓர்மகளாய் வாழுதிநீ.

21. நின்மறையும் நின்உணர்வின் நேடியநின் தெய்வதமும்,
உன்மறையும் பற்றிநிற்பாய் உன்னொடுநான் வாழ்(க)என்றான்.

22. தஞ்சம்இதோ அன்புருவால் தந்தைஉளத் (து)இன்றொளித்த
வஞ்சம் இதோ என்றுளத்து வாடிநின்றாள் அம்மானை.

கித்தேரியின் ஏக்கமும் ஆண்டவனின் ஆறுதலும்

23. அஞ்சினளாய்க் குன்றா அரு(ள்)நாதன் தாள்இறைஞ்சித்
துஞ்சினளாய் நெஞ்சுறுத்தும் துன்பம்அற வேண்டினளால்.

24. 'தாதைநீ தாய்நீ தயாபரன்நீ எல்லாம்நீ
பேதைநான் உன்னடிசேர் பேறுமலால் ஒன்றிலள்நான்.

25. மெய்அறியேன் பொய்அறியேன் மேவிஎனைக் காத்தஉன்
கைஅறிவேன் மற்றைஒன்றும் காசினிமேல் யான்அறியேன்.

26. தந்தைமுகத்(து) அன்புயிர்த்(து)ச் சாற்றியசொல் அன்பதுவோ?
சிந்தைமுகத்(து) இன்றொளித்த தீப்பகையோ? நான் அறியேன்

27. வெஞ்சினவாள் வாளிவளை வில்மழுவேல் என்றிவற்றை
அஞ்சிலள்நான் உன்சே வடிபிரிதற்(கு) அஞ்சுகிற்பேன்

28. உன்தாள் பிரியாமல் உன்தயையால் காத்தருள்வாய்'
என்றாள் அழுதாள் நைந்(து)உருகி ஏங்கிநின்றாள்.

29. நெஞ்சாளும் அன்(பு)இறையோன் நீர்பொழிகண் ணாட்(கு)இரங்கி
அஞ்சாயஞ் சாதெனஉள் ஆதரவை ஓதினனால்,

30. 'அன்(று)உணர்ந்த தாய்ப்பகைமுன்
ஆக்கம்உனக் (கு)ஆனதுபோல்,
இன்(று)உணர்ந்த தந்தைபகை என்திறத்தால் நன்மையதாம்.

31. வஞ்சம்)உனக் (கு)இவ்வுலக மக்கள்எலாம் செய்யினும் நான்
தஞ்சம்)உனக் (கு)ஆயினக்கால் தாழ்வுறுமோ என்மகளே?

32. மனம்கெடஉள் ஆசைபுகா வாசல்ஐந்தும் காத்(து)அடைத்துச்,
சினம்கெடஉள் ஞான(ம்)மிகுசீல்நிலை பேணுவையால்

33. சீல(ம்)உளத் (து)எஞ்சிலதேல் சீறிஎழு நீர்க்கடல்போல்
ஞாலம்உள எப்பகையும் நண்ணினும்என் செய்யு(ம்).' என்றார்.

34. 'வனத்தகத்து வாழ்தவமே மன்னவன்ஆள் இவ்விடத்துன்
மனத்தகத்துள் வாழ்ந்தாள வந்(து)அழைத்துக் கொள்வாயே'

35. மனத்துள் தவவிளக்கே வாய்ந்(து)எரிப்பச் செல்வமிகும்
தனத்துள் புதைஇருளின்சால்(பு)ஒழிய உள்மயங்காய்,

36. தீயவைசெய் இன்ப(ம்)எலாம் தீயினும்மேல் அஞ்சினளாய்த்,
தூயவைசெய் துன்ப(ம்)எலாம் தோற்(று)ஒழியா
இன்ப(ம்)என்பாய்

37. பகைமுகத்தில் கோட்டைஎனப் பன்னாளும் காவல்விடா
நகைமுகத்தில் அச்சமும்மெய் ஞானமும்கை விட்டகலாய்.

38. வினைப்பகை ஒன்(று)அல்லால் வெருஉகுக்கும் ஒன்னலர்செய்
எனைப்பகை ஒன்(று)அஞ்சாதே,' என்றுஉறுதி சால்புரைத்தார்.

39. உரைத்தவற்றை உட்பயக்கும் ஓர்கடவுள் செய்திறத்தால்,
நிரைதவத்தைக் கொண்டுயர்ந்தாள் நேர்இலளாய் அம்மானை

கித்தேரியின் தவத்திறம்

40. முந்தைஅருள் உள்ளிவிடா முன்வளைத்த வேலி(ன்)நின்றே
தந்தைஇருள் உள்ளிவிரி தாபவலைப் பட்டிலளால்,

41. கோன்மனையுள் கோன்மகளாய்க் கொண்டதிரு முற்றுணரா
வான்மனையும் வான்தவமும் வாழ்வெனத்தான் நாடினளால்,

42. தீங்கதிர்வாய்ப் பூண்கலன்கள் தீச்சினத்துள் ஏறுவிழ
ஆங்கதிர்வாய் மேக(ம்)உமிழ் ஆர்ந்தமின்என் பாளாலோ,

43. விரையாகப் பூத்தமலர் மீண்டு(ம்)அன்றே வாடுதலால்,
புரையாகப் பூத்தசெல்வம் புன்மைஇ(து)என் பாளாலோ,

44. ஆய்ந்தமலர்ச் சேக்கைசுடும் ஆங்கெனத்தான் நீங்கிமண்மேல்
சாய்ந்(து)அமலன் கைஅமளிச் சார்பிடைவாழ் வாளாலோ.

45. தேனமுதம் தீ(து)உகுக்கும் தீயஎனப் போக்கினளாய்
வானமுதம் நன்(று)உகுக்கும் மாதவம்என் பாளாலோ.

46. காற்(று)உறுங்கால் காயும் கழிந்(து)உதிரும் போல்இளமை
கூற்(று)உறுங்கால் மாயு(ம்)எனக் கொள்வதம்நீங் காளாலோ

47. நகைநாடித் தீ(து)இயக்கும் நானா நயமருந்தாய்ப்,
பகைநா(டு)இ தென்றுதவப் பல்படைவி டாளாலோ,

48. மீன்ஒளிபோல் பூமணம்போல் விட்டுரைக்கும் ஞான(ம்)ஒரு
வான்ஒளிபோல் ஆங்கெவரும் மாண்புறச்செய் வாளாலோ.

49. மண்ணரசு வீற்றிருக்கும் மாளிகையில் அன்றுமுதல்
விண்ணரசு செய்தவமே வீற்றிருந்த (து)அம்மானை.

கித்தேரியின் தோழிகளின் தவவாழ்க்கை

50. தன்னைஅகன்(று) எண்மரும்போய்த் தான்தனித்த நோய்ஆற்றப்
பின்னைஅகன் றார்இடமாய்ப் பேதைகள் ஓர்ஐயாறே

51. தன்வயதும் தன்உணர்வும் தாங்(கு)இழையார் சேர்த்தினளாய்
புன்வயதுள் மூதுணர்வு பூண்(டு)எழுங்கித்தேரியன்றே

52. தேன்துடங்க இன்பமெலாம் சேர்ந்(து)இணையா ஆங்கெவரும்
தான்துடங்கத் தேவபுகழ் சாற்றுவர்எந் நாளும் அன்றே.

53. மீன்இனம்சூழ் வெண்மதிபோல் வேய்ந்தனளாய் மேல்வீட்டில்
வான்இனம்சூழ் செல்வினன வாழ்ந்தநிலை சாற்றுவர்யார்?

54. தவமுலையே உண்குழவித் தன்மையவர் என்பேனோ
தவமலைமேல் ஆடுமயில் தன்னினப்பார்ப் (பு)என்பேனோ

55. முந்தைஉவந் (து)ஈங்(கு)அணிந்த முத்தாரம் என்பேனோ
சிந்தைஉவந் (து)ஆங்குஇணைந்த சீர்மடவார் அம்மானை.

56. அன்னாளும் அன்னாள் அடுத்(து)இணைந்த மற்றவரும்
பன்னாளும் உம்ப(ர்)ஒத்த பான்மையொடு வாழ்ந்தனபின்

57. மென்கொடியை வாட்டமுதிர் வேனில்எரிந் (து)உற்றதெனத்
தன்கொடிய வஞ்சனைக்கோன் தான்செயும்நாள் வந்ததுவே.

கித்தேரியை மணத்திற்கு உடன்படுத்துதல்

58. கோன்மையுடை செல்வநலம் கூர்ந்தஒரு மாய்கைஎன
மேன்மையுடை யார்அறிவும் வென்(று)இருட்டி நாடோறும்,

59. குன்ற, மனத் (து)ஆசையெழீஇக் கொற்றஒரு பொன்தளைகள்
என்றமணத் (து)இன்ப(ம்)ஒருங்(கு) எய்திநிற்பார் யாவ(ர்)எனா,

60. மனத்(து)எழுங்கித்தேரியும்தான் வச்சிரக்குன் (று)ஒத்தெனினும்
தனத்(து) எழுங்கோன் வாழ்க்கைநலம் சாலபல நாள்அருந்தி,

61. கோன்இனத்தின்மாண்(பு)உயர்ந்தோன் கொண்டமணத்
தால்பிணிப்பத்,
தான்இனத்தின் தொன்மறையில் சாய்ந்தமைவாள் என்றரசன்

62. சூழ்ந்(து)அவட்கே தாள்பணிசெய் தோழியரைத் தான் அழைத்துத்
தாழ்ந்(து)அவளே இம்மணத்தில் சம்மதிக்கச் செய்மி(ன்)' என்றான்.

63. ஏவியசொல் பாங்கியர்கேட் (டு)ஏர்இழையாள் இன்றுமணம்
மேவியசொல் கேட்டால் வெகுண்(டு)உதைப்பாள்
எம்மையன்றோ?

காமப்போரும் அவன் அடைந்த தோல்வியும்

64. வாடாத் தவத்(து)அரசாள் வாழ்கைஎனும் பேர்முதலாய்
நாடாத் தவிர்த்தனளாய், நாம்மணச்சொல் கூறினக்கால்,

65. பொறுப்பாளோ உள்வருந்தி பொற்கொடியாள் தன்னுயிர்தான்
வெறுப்பாளோ என்(று)ஆற்றா வேல்கண்நலார் அஞ்சிநிற்ப,

66. வேல்ஏந்தும் கண்ஏந்தி, மென்மொழியாள் என்றொருத்தி,
பால்ஏந்தும் சொல்ஏந்திப், 'பாங்கியரே கேள்மி(ன்)'என்றாள்.

67. 'நான்செயும்ஓர் வெற்றிஇதே, நாள்மலர்க்கோல் ஐந்தொருங்கும்
தான்செயும்ஓர் வெற்றியிதே; தப்பி(ன்)இது மற்(று)இலையால்,

68. பரிகரித்தேர் ஒன்றிலனாய்ப் பைங்கரும்பே விற்படையாய்
வரிஅளியே நாணிஎன்(று)ஆய் வாசமலர் ஐங்கணையாய்

69. தானு(ம்)அனங்கனுமாய்த் தான் அமர்செய் (து)இவ்வுலகும்
வானு(ம்)மேல் வென்(று)அடைந்த மாரனைநான் கூவு(து)'
என்றாள்.

70. கூவியஅக் காமனும்தான் கொய்தெனவந் (து)எய்திமன்னன்
ஏவியஅக் காதையுங்கேட் (டு) 'ஈ(து)அரிதோ' என்றுநக்கான்.

71. 'பார்வணங்கும் கோலினரும், பாவணங்கும் நூலினரும்,
போர்வணங்கும் வேலினரும் பூவணங்கும் தேவரும்தாம்

72. நான்தொடுத்த கோல்வணங்கி நாளும்எனக் (கு)உட்படுவார்
தேன்தொடுத்த என்கணைக்கோ சீரியஇவ் வெற்றியென்பீர்.

73. இவ்விரத மங்கை இன்றே என்விரக மங்கையுமாய்,
செவ்விரதம் நீத்(து)அழிக்கும் தேன்கணையைத் தாங்குவளோ?

74. பட்டகணை ஆற்றாப் பதறியழும் ஒதையினால்
இட்டகணை வீரநலம் எண்ணுக' என் (று)ஏகினனால்.

75. விள்ளா முகைமுகத்தில் வெல்லாவ யிரநெஞ்சாள்
உள்ளா யின இடத்தில் உற்றவன்போய் ஆவதெலாம்

76. துன்னியவர் காதுதரத் தோற்கரிய மன்மதனோ
கன்னியவ ளோவலிதாய்க் காட்டியபல் ஒதையுடன்

77. கூகூஎன் (று)ஆர்த்தலறும் கூக்குரலும் கேட்டனதாம்
ஓஓஎன் (று)அஞ்சினராய் உற்றதேதோ என்றிருக்க,

78. வாய்அடுக்கி மார்(பு)அதுக்கி, வாய்த்தவில்லும் கோலு(ம்) இன்றி,
நோய்அதுக்கி விம்மியழ நொந்துமதன் ஓடிவந்தான்.

79. 'மா(து)இவளோ? அன்(று);உயிரை மாந்தியஓர் கூற்(று) எனவோ?
போ(து)இவளோ? அன்(று);அனைத்தும் போக்கிஎரி தீஎனவோ?

80. மான்இவளோ? அன்(று)சினம் வாய்த்தகொடுஞ் சிங்கமதோ?
தான்எவளோ? நான்அறியேன் தைத்தவடு ஒன் (று) அறிவேன்

81. ஒன்றியுற ஐங்கணையும் ஓர்சரமாய் ஏற்றியவில்
கன்றியற வில்லொடுநான் கால்நடுங்க நைந்துநின்றேன்.

82. நோக்கினளே, என்திறத்தை நூக்கினளே, தான் ஒருத்தி
தாக்கினளே வில்லு(ம்)அம்பும், தன்புருவக் கண்எனவே.

83. எவ்வுலகும் வென்றஎன்னை, ஈங்கொருத்தி இன்றுவென்றாள்.
அவ்வுலகம் முற்(று)இணையாஅற்புதமாம் மா(து) இவளே.

84. பேதையவர்க் கெல்லாம் பெருந்தேவன் நானும் இந்தக்
கோதைஎன்றும் காமன்குலதேவி' என்(று) அகன்றான்.

85. 'பழிஇதுவே நீதொடுக்கும் பைஞ்சரம்செய் நோய்அறிய
வழிஇதுவே போஎனஅம் மாதர்நக மார(ன்) அழ.

86. தோகைஒழி மஞ்ஞைஎனத் தோழியர்முன் நாணினனாய்,
ஓகைஒழி காம(ன்)ஒளித் (து)ஓடினனால் அம்மானை.

மணச் செய்தியை கித்தேரி மறுத்தல்

87. மன்மதன்கண் ஆனதெலாம், வாய்நகைப்பக் கண்டனபின்
மென்மதர்கண் மங்கையர்தாம் மீண்டுதமக்கு(ள்) அஞ்சிநின்றார்.

88. 'யாம்இனிசெய் தன்மைஎன்னோ? அன்றுரைத்த சொற்படியே
நாம்இனிசெய் யாதுவிடில் நாத(ன்)நமைக் காய்ந்திடுவான்.

89. கனிவாய் மொழியாளைக் கண்டுமணச் சொல்லுரைக்கில்,
குனிவாய்வில் காமனைப்போல, கூற்(று)அடியாம் பட்டழுவோம்.'

90. என்றுபல எண்ணி 'அவள் எந்நினைவோ' கண்(டு)அளப்ப
ஒன்றுபலர் எண்ணிஒருங் (கு)ஒத்(து)அதற்கே தாம்துணிந்தார்.

91. தாதூதும் வண்(டு)ஒலிப்பத் தாதூறும் தேன்ஒழுகத்
தூதூதும் வாச(ம்)எழத், தூய்நிறப்பல் பூஎடுத்தே,

92. கோல்வரிந்த சித்திரம்போல், கூர்உகிரால் பன்னிறப்பூ
வேல்வரிந்த கண்ணார் விசித்(து)இணைத்த மாலைஎனா,

93. ஒருங்கேந்திப் பூம்புகையும், ஓதைகிளர் வீணைகளும்
மருங்கேந்திப் பொன்சிலம்பு வாய்ச்சிலம்பப் போயினரால்.

94. போய்இழையாள் சீரடியைப் போற்றிநறு மாலையிட்டே,
ஆய்இழையார் திங்களைச்சூழ் ஆர்உடுப்போல் சூழ்ந்துநின்றார்.

95. பூம்புகையே காட்டுவரும், பூம்புனலே தூற்றுவரும்
தீம்புகழே பாடுவரும், தீங்குழலே ஊதுவரும்

96. வெண்கவரி மாற்றுவரும், வீணைஒலி ஏற்றுவரும்,
கண்கவரும் சீர்அழகாள் கண்(டு)எவரும் பேணுவரால்.

97. செங்கமலத் துள்அலர்ந்து, தேன்ஒழுகு நீல(ம்)இரண்(டு)
அங்கண்இரு காந்தள்எழுந் (து)அன்றுமறைத் திட்டனபோல்

98. சுகத்(து)இருப்பால் ஆயவைஅச் சுந்தரிகண் (டு)ஏங்கிஅழ,
முகத்(து)இருகண் கைஇரண்டால் மூடிநனி தேம்பினளால்,

99. 'வீணாய் உடல்பேணி, வெந்(து)உளையும் என்உயிரைப்
பேணார் ஒருவரும் இப் பேருலகில்,' என்றழுதாள்.

100. 'அயிர்மருட்டும் மென்மொழியாய்,ஆதரவற்(று) இங்(கு) உளையுன்
உயிர்மருட்டும் வெந்துயரை ஒதுநாம் மாற்ற' என்றார்.

101. ‘ஊன்ஒழுகும் வேல்எனஉள் உற்றதுயர் ஆற்றிடநீர்
தேன்ஒழுகும் பூங்குழலீர் செய்கருமம் அல்ல’ என்றாள்.

102. ‘உன்நோய்நாம் மாற்றிலரேல் உன்துணையாய்ச் சேர்ந்தழுவோம்
பன்னோய்தாம் ஓர்துணையால் பன்னாளும் மாறு(ம்)’ என்றார்.

103. ‘விழிக்கயலீர், ஓர்த்துணையை வேண்டியன்றோ, காணாமல்
வழிக்(கு)அயலே தேம்பிஅழ, வாடு(ம்)என (து)ஆவி’ என்றாள்.

104. ‘ஊன்அயில்ஆர் கண்ணாய், உயிர்த்துணையைச் சேர்ந்தடைய,
மான்இயலார்க் (கு)எல்லாம் வழித்துணையாம் தோழி’ என்றார்.

105. ‘நான்நாடும் அத்துணையை, நண்ணிஅடை மெய்வழியைத்,
தேன்ஆடும் பூந்தொடையீர்!, தேர்ந்தறியீர் நீங்க(ள்)’ என்றார்.

106. ‘சுழிக்காட்டும் நீர்அனையாய் தோன்றாத் துணைச்சேர
வழிக்காட்டும் உந்தையன்றோ மட்டிலநீ வாழ’ என்றார்.

107. ‘எந்தைஅருள் அல்ல(து)எனக் (கு)ஏதும்உண்டோ? ஆயினும்தன்
சிந்தைஅருள் செய்யஇன்னம் சேர்ந்ததிலை கால(ம்)’ என்றாள்.

108. ‘அக்காலம் வந்ததுநீ அன்பின் துணையடைய,
இக்காலத் (து)உன்மணமே ஏவுகின்றான் வேந்த(ன்)’ என்றார்.

109. இம்மணச்சொல் கேட்டெழுந்தே ‘என்னரசன் ஏவலினால்
அம்மணச் சொல்கூறி இங்கேயார்உயிர்கொண்(டு)உய்வ(ர்)’ என்றாள்.

110. ‘காதல் துணைஒருவர் கர்த்த(ர்)எனக் (கு)ஏனையவர்
சாதல் துணையெனப்போய்ச் சாற்றுமின்நீர்;’ என்(று)அகன்றாள்.

111. ஏற்றியவில் நாணிமுறுக் (கு)இற்(று)எதிரே மாறினும்தான்
சாற்றியசொல் மாறாத தன்மையினாள் காய்ந்(து)அகல,

112. ஒருத்திமுகம் மற்றொருத்தி ஓஎனப்பார்த் (து)எஞ்சி அஞ்சி,
துருத்திமுகத் தீஅனைய தோன்றிஎழும் நாண(ம்)மிக,

113. நின்றனபின் தேறா நிருப(ன்)உறை மாளிகைபோய்ச்
சென்றனபின் பொன்இலங்குஞ் சேவடிமுன் தாழ்ந்(து),இறைஞ்சி,

114. ‘மணிமுகில்நேர் வில்லோய், மண(ம்)இனிநீ ஓர்ந்தனையேல்
பணிமுகில்நேர் பூங்குழலாள் பட்டிறப்பாள் அன்(று)’ எனவே,

115. ஆயவைமுற் (று)ஓதவும்கேட்(டு) ஆய்ந்தாய்ந்(து) எழுஞ்சினத்தில்
தீயவைமுற் (று)ஓர்ந்து அரசன் சீர்இழையாள் கூய்மி(ன்)’ என்றான்.

116. கார்அகன்ற கோடையிலே காய்ந்தமுல்லைப் பூங்கொடியாள்
நேர்அகன்ற நோய்அருந்தி, நீர்பொழிந்து, கண்சிவப்ப,

117. கன்னிஒரு மாலைஎனக், கர்த்த(ர்)அடி பூண்தவத்தைச்
சென்னிஒரு மாலைஎனச் சேர்த்தியேதான் வேண்டிநிற்ப,

118. போர்மிரசின் பேரொலிபோல் போய்ஒருத்தி, சென்றிறைஞ்சி,
'வார்முரசின்வேந்த(ன்)உன்னைவாள்கண்நலாய்,
கூய்வன்'என்றாள்.

119. அஞ்சினள்முன், பின்தேறி, 'ஆண்டவனே சால்கருணை
எஞ்சிலஉன் தாள்துணையாம்' என்றெழுது போயினளால்

கித்தேரியின் மறுப்புரையும் சிறைவாசமும்

120. பொற்சிலம்பும் கிண்கிணியும் போகாதே வஞ்ச(ம்)என,
வற்சிலம்பில் தாள்பிணிப்ப மன்னவன்முன் மங்கைசென்றாள்.

121. தேன்சுவைத்து நாறியபூஞ் சீறடியாள் போற்றிநிற்ப,
ஊன்சுவைத்த வேலோன் உழைநோக்கும் வேங்கைஒத்தான்.

122. 'சுடுகாட்டு மாலைஎனத் தொண்டர்மறை சேர்ந்தனையே
படுகாட்டும் நிந்தையும் நீ பட்டழிய உன்நினைவோ?

123. தந்தைஎன வேந்தன்எனத் தந்தபணி கேளாத
சிந்தைஉணக் (கு)உன்வேதம் செப்பியதோர் கற்பனையோ?

124. தீவினையே அஞ்சினைநீ, செப்பியஎன் சொல்மறுத்தல்
தூவினையோ? ஆயினும்என் தோள்வலியும் அஞ்சிலையோ?

125. கொடிகளெலாம் ஊன்றுகொழு கொம்பிலதால் வீழும்; இளம்
பிடிகளெலாம் அப்படிஇப் பேதைமைநீ நீக்க' என்றான்.

126. 'கோதையின்வாய்த், தேன்பொழிவேல் கோமானே, அன்புணர்ந்து,
பேதையின்வாய்ச் சொற்கேட்டுப் பின்சினத்தல் நீதி' என்றாள்.

127. 'தந்தைஎனை முற்றறியாத் தாய்பகைத்து விட்டெறிய,
முந்தைஎன வான்இறையோன்
முன்(பு)எனைக்கைக் கொண்டனன்தான்,

128. இன்(பு)உகுக்கும் தாய்தாதை ஈங்குணராத், தாழ்(வு)இலளாய்,
அன்(பு)உகுக்கும் தேவதிரு அங்கையின்மேல் யான்வளர்ந்தேன்.

129. அந்நாளில் முற்றெனைக்காத்(து) ஆதரித்த நாயகன்தான்
எந்நாளும் முற்றெனையாண்(டு) என்னுயிரோ(டு) என்னுடலும்

130. தான்ஒருவன் கைக்கொளவும் தந்தேன்நான், தானு(ம்) இனி
நான்ஒருவன் ஆள்வன்என நாயகன்கைப் பற்றினனால்,

131. அன்றவர்கைக் கொண்டபொருள் ஆசையுடன் மற்றொருவன்
இன்றவர்க்கை யில்பறிப்ப எய்தி(ல்)இனி ஆவதுண்டோ?

132. தானும்விடான் முன்அவர்க்கே தந்தபொருள், பின்எவர்க்கும்
நானும்விடேன்; நீதிநலோய் ஞாயமன்றோ? கூற' என்றாள்.

133. மதுக்கலத்தில் கூறியசொல் வாய்மறுக்கல் ஆற்றாதான்,
புதுக்கலத்தில் பொங்கியபால் போல்வெகுண்டு கோன்உரைப்பான்,

134. 'பேதையெனத் தான்பிதற்றும் பேருணர்வு கேண்மி(ன்) இன்றே,
தாதையென நான்எனவும் தன்மைஎலாம் கேளாயேல்,

135. நானே பகைஉனக்கு நானாவி தத்தி(ல்)என்கை
தானே உனைவருத்தித், தந்தஉயிர் நான்பறிப்பேன்.

136. நீவணங்கும் நாயகனை நீக்கிமணத் (து)இன்றமைந்தால்,
பூவணங்கும் என்மகள்நீ; போய்மறுத்தால் என்பகைநீ'

137. என்றுதந்தை ஆர்த்(து)அதிர 'என்னுயிராம் நாயகனும்
அன்றுதந்த கன்னியும்நான் அற்(று)ஒழியேன் என்று(ம்)' என்றாள்.

138. அடிபடும் ஓர் வேங்கையனான் ஆர்த்(து) எரிவெஞ் சீற்ற(ம்)எழ,
இடிபடும்ஓர் வன்குரலால், 'ஈண்டுசிறை செய்மி(ன்)' என்றான்.

139. மெய்ஒருங்கும் சங்கிலியும் வெண்தளையும் பூட்டி 'அவள்
பொய்ஒருங்கும் விட்டிலதால் புழுத்தழிவாள்' என்(று)அகன்றான்.

140. இன்ப(ம்)மிக உள்மருளாள் இன்னா விரும்பாதாள்,
துன்ப(ம்) மிக எள்கலங்காச் சூழ்ந்ததுயர்க் (கு)அஞ்சிலளால்,

141. மனஆசை நீங்கா மணவறைஈ (து)என்(று)உவந்தே,
தினம்ஆசைநீங்காச் சிறைபுகுந்தாள் அம்மானை.

6. மலை அடைகாதை

விருத்தம்

1. வையகத்தோர் வானகத்தோர் உணர்விற் (கு)எட்டா
வலத்திறையோன் செய்திறத்தில் குன்றா நெஞ்சாள்,
மொய்யகத்தோர் ஏந்துமழு, வளைவாள், வில்வேல்,
முற்றனைத்தும் திரண்(டு)அதிரக் கண்(டு)அஞ்சாதாள்,
பொய்யகத்தோ(ர்)உள்ளியபல் வஞ்சத் (து)அஞ்சிப்
பூவினு(ம்) நொய் கன்னிநலம் படுமோ? என்னா,
நையகத்தோர் ஐய(ம்)மிகச் சிறையில் பன்னாள்
நாயகனை வேண்டிவிடா நொந்தவாறும்,

2. வான்ஏந்தும் பிறைஏந்த எழுந்து வில்செய்
மலர்ப்பதத்தாள், மனதிரங்கிச் சிறையில் சேர்ந்து,
தேன்ஏந்தும் மென்மொழியால் உளத்தைத் தேற்றித்,
தேன்கமழ்பூ நறும்வாச நன்னீர் ஆட்டித்,
தான்ஏந்தும் சிலுவையொடு மணிப்பொன் ஆழி
தந்து' சயம் தரும்படை ஈ(து)' என்றுகூறிக்,
கான்ஏந்தும் பொம்பேரு மலைசேர்ந் (து)அங்கண்
கதிர்இமைக்கும் முடிகொள்வாய்' என்ற வாறும்,

3. மலைஈன்ற மணிப்புயத்தோர் வானோன் விட்ட
வாயில்வழி அச்சிறைதான் நீத்தவாறும்,
கலைஈன்ற மெய்யுணர்வின் முன்னர்ச் சேர்த்த
கன்னிகள்ஆ(று) ஐந்தும்வழி சேர்ந்த வாறும்
கொலைஈன்ற வேல்அரசன் கொடிதாய்ச் சீறிக்
குழைந் (து)உளைய அன்னவர்போய்த் துளித்த தேன்ஆர்
இலைஈன்ற நிழல்கவ்விப் பூத்த பொம்பேர்
என்னு(ம்)மலை ஒருங்கடைந்த வாறும் சொல்வாம்.

அம்மானை

சிறையிருந்த செல்வியின் நிலை

1. சிறைப்படுமோர் கித்தேரி செங்கமலக் கைகாலும்
நிறைப்படுமோர் சங்கிலியால் நேரா மனஊக்கம்

2. கட்டிலதால், உள்கலங்காக் காட்சிநலாள் ஓர்குறையும்
பட்டிலதாய்த், தேவபுகழ் பாடிமகிழ்ந் (து)ஓங்கினளாய்,

3. இரு(ள்)ஆர்ந்த மங்குலிடத் தீர்ங்கதிர்வாய்த் திங்களைப்போல்
அருள் ஆர்ந்த நங்கைஅறம் அச்சிறையில் தோன்றினதே.

4. உலைஊனும் தீச்சுடவே ஒள்ளாளிகொள் பொன்அனைய
கொலைஊனும் அச்சிறையுள் கோமகளும் மிக்(கு)உயர்ந்தே,

5. வான்உவப்ப மண்புகழ, மாட்சியடைந் (து)அச்சிறையில்
தான்உவந்து பன்னாளும் தாழ்விலநின் றாள்எனினும்,

அஞ்சாநெஞ்சினள் கித்தேரி

6. காப்பரிய நொய்யவற்றுள் கன்னிநலம் நொய்ய(து)எனா
நீப்பரிய வெப்பமுடன் நெஞ்சி(ல்)என்றும் அஞ்சுவளால்,

7. ‘பெண்பிறந்தார் உள்தளர்வார், பெண்ணும்அன்றிப் பேதையும்நான்
மண்பிறந்தார் வஞ்சகராய் மண்ணுலகில் அஞ்சேனோ?

8. கோனோவன் (பு)ஆண்மைசினம், கொண்டிவற்றால் சூழ்பகைப்ப,
நானோவ யதுவலி ஞான(ம்)இலாப் பேதையன்றோ?

9. கன்னியதோ ஆவிபடக் கள்நாடி போல்குழையும்,
உன்னியதோ வஞ்சகமே ஓர்துணையும் உற்றிலதேல்

10. இப்படிநான் எத்துணைநாள் ஈங்கொருத்தி போர்பொருவேன்?
அப்படிநான் நிற்பினுங்கோன் ஆண்மைவலி தாங்குவனோ?

11. வேலினர்வாய் இன்னவுடல் வீழ்கி(ல்)எனக் (கு)அச்ச(ம்)இலை
கோலினர்வாய் வஞ்ச(ம்) மிகக் கொல்லாமைக் (கு)அஞ்சுவனே,

கன்னிமரியாளை நோக்கிக் கதறியழுதல்

12. வானோர்க் (கு)அமுதியலே மண்ணோர்க் (கு)உயிர்நிலையே,
ஈனோர்க் (கு)உறுதுணையே என்அரசே மாமரியே,

13. கல்லார்க்கு நூற்கடல்நீ காவ(ல்)இலார்க் (கு)ஓர்அரண்நீ!
இல்லார்க்கு மேல்திருநீ! எல்லார்க்கும் எல்லாம் நீ,

14. கனிஈன்ற கன்னிகையே கன்னியர்க்கெல் லாம்தாயே!
இனி(து)ஈன்ற கன்னியெனும் என்மேல்இ ரங்கிலையோ?

15. இருள்ஈர்த்த வெண்பிறைமேல் ஏறிஒளிர் மெல்லடியாய்
மருள்ஈர்த்த நான்இருளா வாய்த்தவழி காட்டிலையோ?

16. மனங்குளிர்க்கும் செங்கதிரை வாய்த்(து)உடுத்த மேனிநலாய்,
இனங்குளிர்க்கும் ஓர்கதிரை இன்றெனக்கு நல்கிலையோ?

17. வேடர்கையில் ஓதிமமோ? வேங்கைகையின் மான்எனவோ?
மூடர்கையில் இன்னகன்னி முற்(று)அழியா ஆ(று)அரிதே!'

18. என்றுருகா நின்றழுதாள், இட்டதளை தானு(ம்)அற
அன்றுருகா (து)என்றால், அரசன்உளத் (து)ஒத்தனவே.

19. நொந்தாள்என் (று)ஆண்டவளும் நொந்ததென உள்ளிரங்கி,
வந்தாளே வந்தபடி வாழ்த்த(ல்)அரி (து)அம்மானை.

அருள்புரியும் அன்னை மரியாள்

20. ஊனவர்போல் காட்(டு)உருவம் ஒண்பகல்போல் வில்வீச,
வானவர்பல லாயிரரே வந்தடியைச் சூழ்ந்துதொழ,

21. முன்வருவார்ஆயிரரும், மொய்த்(து)அணிவார் ஆயிரரும்
பின்வருவார் ஆயிரரும், பேரணியாய் மண்டிவர,

22. போர்முரசும், தூரியமும், பொன்முழவும், துந்துமியும்
சீர்முருடும், பற்பறையும் சேர்ந்(து)ஒலிப்ப முன்ஒருபால்,

23. பூங்குரலால் ஊதுகுழல், பொங்(கு)ஒலியாழ், வீணை இவை
தேங்குரலால் பரவினொடு சீர்படுமால் ஆங்கொருபால்,

24. வெண்கொடியை ஏந்துவரும் வெண்கவரி வீசுவரும்
தண்குடையைத் தாங்குவரும் தான்நெருங்கச் சூழ்ந்தொருபால்

25. பூமாரி பெய்தொருபால், பூங்கமழ்நீர் பெய்தொருபால்,
பாமாரி ஆர்த்தொருபால், பால்எவையும் ஆர்ந்தனவே.

26. மீனே அணிந்தனளாய், வெண்மதிமேல் தோன்றினளாய்,
பானே உடுத்தனளாய்ப் பைம்முகில்தேர் ஏறினளாய்,

27. வான்முழங்க, மண்நடுங்க வானவர்சூழ் தாள்வணங்க,
தேன்வழங்க, இன்ப(ம்) மிகச் சேர்சிறையும் சூழ்விளங்க,

28. கன்னிகெடாத் தேவகனி காய்த்(து)ஈன்ற வானரசாள்
கன்னிகெடாக் கித்தேரி கண்(டு)உவப்பத் தோன்றினளே,

அணிகலன்கள் புனைதலும் முன்னறிவித்தலும்

29. நோக்கினளே நோக்கியதன் நோக்கருளால் வெண்தளையை
நூக்கினளே, கட்டவிழ்ந்த நொய்யமலர்க் கைகூப்பிக்,

30. கோமகளும் வீழ்ந்(து)இறைஞ்சி கூர்களிக்கண் நீர்ததும்பப்,
பாமகளும் போல்;துதிகள் பாடிஇன்ப நீர்க்குளித்தாள்.

31. கால்அணிந்த வெண்கதிரால் கண்குவளை பூத்(து)உவப்ப,
மேல்அணிந்த செங்கதிரால் விண்ட(து)உளத் (து)அம்புயமே.

32. நெஞ்(சு)உயி(ர்)அன் (பு)ஒன்றாக நின்றிறுகத் தாய்தழுவி,
அஞ்(சு)உயிர்அன் (று)ஆண்மைபெற, ‘அஞ்சேல்அஞ் சேல்மகளே,

33. தாயுனக்கு நானிருக்கத் தாழ்(வு) உனக்கொன் (று) உண்டாமோ?
நீயெனக்கு நன்மகளாய் நின்றுசயம் கொள்வை' என்றாள்.

34. என்(று)உயர்வான் நின்றுவந்த இன்கமழ்பூ நீராட்டிச்,
சென்(று)உயர்வா னோர்இவட்கே தேவணிகள் பூட்டினரால்.

35. ஞானம்இரு காதணியாய், நாணம்முலைக் (கு)ஓர்வடமாய்,
தானம்இரு கைவளையாய்த், தாழ்ச்சிஇரு தாள்சிலம்பாய்,

36. ஊக்கம்நுதல் சுட்டியதாய், ஓதுமறைப் பொன்முடியாய்,
ஆக்க(ம்) நுதற் கின்றதவம் ஆங்குஇடையில் பூண்டணிந்தார்.

37. உம்ப(ர்)இனத் துள்ஒருத்தி ஒப்பநின்ற கித்தேரி,
இம்பர்இனத் துள்இணையா இன்ப(ம்) உற்றாள் அம்மானை.

38. வான்இனமாய் நின்றவளை வானரசாள் மீண்(டு)அணைத்தே
‘ஊன்இனமாய் இவ்வுலகில் உற்(று) உதித்த என்புதல்வன்

39. தன்பகைவென் (று)எவ்வுயிரும் தான்காத்த ஓர்படையாய்
உன்பகைவென் (று)ஓங்கவும்நீ ஒண்படைஈ(து)ஆகு(ம்)' என்றே,

40. தான்ஏந்தும் ஓர்சிலுவைத் தந்தனளே போற்றியதைத்
தேன்ஏந்தும் மென்மொழியாள், சேர்த்தினள்தன் மார்பணியாய்,

41. ‘மீட்டரிதாம் கன்னிநிலை மீளாது நிற்(கு)ம்எனாக்
காட்டரிதாம் ஓர்குறியாய்க் காக்கு(ம்)இதே' என்றுரைத்(து)ஓர்

42. பொன்ஆழிபூவிரலில் போட்டனபின், ‘உன்சிலுவை
உன்ஆழி நிற்பஉனக் (கு)ஓர்ந்தபகைக் (கு)அஞ்சாதே,

43. ஆயினும் இன் (று)இவ்விடம்விட்(டு)ஆர்வம்மிக நான்தரும்ஓர்
தாயினும்அன் (பு)உற்றதுணை தந்தவழிச் சென்றொழுகி,

44. வெம்பேய் வினைஒழிய, மீளாத் தவம்ஆளும்
பொம்பேர் எனும்மலைமேல் பொற்கொடிபோல் பூத்துறைவாய்.

45. ஆங்குளதாம் போர்க்களமும் ஆங்குமுடி பூண்டணிவாய்
பூஞ்குழலாய், ‘போ,' எனத்தாய் போய்ஒளித்தாள் அம்மானை.

விடுதலையும் பொம்பேர் மலை சேர்தலும்

46. கரைகானாத் தேன்கடலுள் கன்றிநின்ற கித்தேரி
வரைகாணா இன்ப(ம்)உண்டு வாழ்ந்தசை(வு)ஒன் (று)இன்றிநிற்ப

47. ஆங்கே வழித்துணையாய் அண்டிநின்ற வானவன்தான்
தீங்(கு)ஆர் சிறைதிறந்து 'செல்' எனப்பின் சென்றகன்றான்.

48. கார்உலவும் கோபுரவாய்க் கற்கதவு தான்திறப்ப,
நீர்உலவும், மேக(ம்)மின்னல் நேர்இழையாள் போய்நுழைய,

49. முன்றான் மறையு(ம்)ஒப்ப மூத்தோர் தவமு(ம்)ஒப்ப,
குன்றா முறைசேர்த்த கோதைக(ள்) ஆ(று)ஐவரன்றே,

50. தத்த(ம்)முறைக் காவலராம் சம்மனசு கூட்டிவர,
ஒத்தநிறை நெஞ்சினராய் ஓர்பொழுதில் சேர்ந்தடைந்தார்.

51. கண்டாள்கித்தேரியு(ம்)நீர்க் கண்ததும்பக் கட்டினளாய்,
தண்தாள் எழுங்கமலத் தார்எனச்சேர்ந் (து)ஒன்றினரே.

52. கார்ப்பருவம் அண்டியகால் கண்(டு)அகலும் அன்ன(ம்)எனாச்,
சூர்ப்பருவம் மொய்த்தநகர் தூயிழையார் சேர்ந்தகல,

53. துன்ப(ம்)மிக நொந்தழுவோர் தூக்கிஅருள் செய்இறைவன்
இன்ப(ம்)மிகச் செய்தயைகண் (டு)ஏத்திப் புகழ்பாடக்,

54. குன்றாத் தவத்தரசாள் கோமகள்கித்தேரியைச்சூழ்
பொன்றாத் தகைமடவார் போய்அகன்றார் அம்மானை.

கன்னியரைத் தேடிய காவலர்

55. ஆயினவைக் கேட்டரசன் ஆர்த்(து) எரிவெஞ் சீற்றமுடன்
போயினவ ரைத்தடுப்பப் போக்கியபல் சேவகர்போய்,

56. எவ்விடமும் நாடில்என்னாம்? ஏ(று)இரவி நண்பகல்செய்
அவ்விடமும் முற்றிருளாம் ஆண்டவர்தாம் உள்மறைத்தால்.

57. ஆண்டவர்கை காத்தொளிப்ப, ஆங்கவர்தோன் றாததினால்,
மீண்டனர் அச் சேவகரும் மின்னவரும் போய்அகன்றார்.

மலைவளமும் கன்னியர்கள் தவவாழ்வும்

58. கஞ்சமலர் வாவிகளும் கஞ்சம்அலர் பல்வயலும்
பஞ்சமலர்ச் சோலைகளும், பற்பலவும் போய்க்கடந்தே,

59. கார்த்தவழும் மென்முடியும், கான்மலர்ச்சூழ் பூத்தகரை
நீர்தவழும் சாரலும்கொள் நீண்டமலை கண்டனரால்,

60. கண்டமலை வானவனே காட்டி, 'இதோ உம்காதல்
உண்டமலை ஆகி, விண்மேல் ஓங்குபொம்பே(ர்)ஆமி(து)'
என்றான்.

61. மெல்லியலார் கேட்(டு)உவந்து, 'மெய்க்கடவுள் ஏவலினால்
சொல்லியலா வெற்றிதரச் சூழ்ந்தமலை தானிதுவோ?

62. ஒண்தவஞ்சேர் ஆலயமே ஒன்னலர்வெல் போர்க்களமே
விண்தலம்சேர் செவ்வழியே வெற்றிதரும் பொம்பேரே' ,

63. என்றே தொழுதார், இனிதேமகிழ்ந் (து) உவந்தார்,
சென்றே நடந்தார் சிறுமான்இனத் (து)அனையார்.

64. அம்மலையும், நின்றநிலை ஆய்ந்(து)அறியத் தான்தனியே
எம்மலையும் சேராமல் ஈ(டு)இலதாய் வீற்றிருப்ப,

65. கைக்கடைந்த நீல்மணிபோல் காநிழற்றும் வட்டமலை
மைகடைந்த மின்னல்என வந்தருவி பாயுமலை

66. பூமகளே சேர்த்தியதன் பூண்கலன்கொள் பேழைஎனா
கோமகளே சேர்ந்ததனால் கோ(து) இலமா செல்வமலை

67. நான(ம்)முதல் நற்புழுகு நாள்மலரும் தேன்கமழ,
வான(ம்)முதல் கம்மெனவே வாசைன சூழ் வீசு(ம்)மலை

68. விண்தீண்டி ஓங்குதரு விள்ள(ல்)அரும் பன்மணியும்
கண்தீண்டிச் செய்ஒளியால் காந்திளங்கும் வீசு(ம்)மலை

69. தேன் துளிப்பப் பொங்கியநீர் சிந்துசிந்தப், புள்ஒலிப்ப,
மான்துடிப்ப, ஆடமயில், மா(று)ஒலிகொண் (டு)ஆர்க்குமலை;

70. ஓர்நிலைத்தேர் ஒத்தமலை, ஓங்கியதன் கோட்டி(ன்)உயர்
சீர்நிலைத்தேர் மேற்பரப்புச் செய்ததென மேல்அகன்ற,

71. பச்சைமணி யால்பலகை பாய்த்(து)அதன்மேல் பன்மணிபோல்
பொச்சைமுடி ஆர்ந்தபசும் புல்லிடைப்பூப் பூத்தனவே.

72. பொன்ஆர்த் (து)உள்மணிபோல், பூத்தனஅக் கோட்டி(ன்)நடு
மின்னார் ஒருகோயில், மெய்க்கடவுட் (கு)அன்(று)உளதால்.

73. மானினமோ? தோகை மயில்இனமோ? அம்மடவார்
வானினமோ? காவலொடு வந்தடைந்தார் அம்மலையே.

74. ஆசைமுதல் பல்வினையே அற்(று)ஒழிப்பப், போர்குறித்துப்
பூசைமுதல் கொண்டிறைஞ்சிப் பூங்குழலார் தேறியன்றே

75. கைதவத்தின் தீ(து)ஒழியக் கண்டமலை, யானையின்மேல்
செய்தவத்தின் பாச(ம்)விடாச் சேர்ந்தடைந்தார் அம்மானை.

7. தேவருள் ஆசைக் காதை

விருத்தம்

1. பொம்பேர் உச்சி நிலைகொண்டு,
பொய்யா ஞானக் காட்சிநலார்
'நம்பேம் உலக வாழ்(வு)' என,
எந்நாளும் பொருது, தவவாளால்
வெம்பேய்முதல்முப்பகைசெகுத்து,
வேரோ(டு)அறமற்(று) ஆசைஎலாம்
தம்பேர் உளத்தில் தேவாசை தானார்ந்(து),
இனி(து)ஆண்டனவாறும்,

2. கோதை அனைய கித்தேரி
குறுங்கோல் வேந்தன் மறைமறுத்த
காதை கேட்டுப் பொறாமனத்தில்
காதல் கடுப்ப ஏகி, அஞ்சா
ஓதைஅதிர்ந்(து) அன்னான்திரும்ப,
உறுதிகூறக், கதம்பொங்கிப்
பேதை உரைதான் பொறா(து)அவளைப்
பிணித்துச் சிறைசெய்தனவாறும்

3. சிறைநீத்(து) அகன்ற கோமகளைச்;
சினங்கொண்(டு)அன்னான் தொடர்ந்தனக்கால்,
முறைநீத் (து)இருகண் கெட்டிருள,
முடங்கக் கைகால் வீழ்ந்துபட்ட
குறைநீத்(து) அம்மா தவத்தரசாள்
கூறுந் திறங்கேட்(டு) உளந்தேறி,
மறைநீத்(து) இயைந்த தீதொழிப்ப
வலித்தவாறும்சொல்லலுற்றாம்.

அம்மானை

அமலனைப் பாடி ஆலய வழிபாடு செய்தல்

1. பூத்தமலர் தூவியதேன் பூம்புழுகு நான(ம்)நிகர்
நீத்தமணம் வீசி, எதிர்நீங்கா விருந்துசெய,

2. குயில்பாட, வண்டுகுழல் கொண்(டு)இனிய கீத(ம்)எழ
மயில்ஆட, அம்ஆர் மயிலார் மலையேற,

3. அம்மலைமேல் தாமரைக்கா(டு) அன்றலர்ந்த தோ?எனவே,
எம்மலரும் கண்விழிப்ப, எம்முகையும் பல்லரும்ப,

4. பூங்கமழ்வாய்க் கானமெல்லாம் பூத்தமதுப் பெய்மலரைத்
தேங்கழ்வாய் நங்கையர்சூழ் செங்கரத்தால் கொய்தெடுப்ப

5. தீண்டியகை இன்பமதால் தேன்பொழிந்து பூத்தனவும்
தாண்டியபகை வானைவாய் தாம்திறந்து பூத்தனவும்

6. கொய்தனராய்ச் சித்திரம்போல் கூர்உகிரால் பூந்தொடைகள்
செய்தனராய், ஆங்கிருந்த தேவால யம்அணுகி,

7. வலமாக மும்முறையே வந்தனர்எல் லாரு(ம்)அன்பின்
புலமாகக் கீழ்இறைஞ்சிப் பூந்தொடைகள் சாற்றியபின்

8. மயில்நாண நின்றார், மதுநாணும் தேன்மொழியார்
குயில்நாணத் தீங்குரலே கொண்டுபுகழ் பாடினர்ஆல்

தாழிசை

1. ‘வானகத்தோர் பணிகேட்ப, வையகத்தோர் பணிந்திரப்பத்,
தான்அகத்தோர் ஒப்பிலனாய்த் தகைமிகும்எம் பெருமானே!
தகைமிகும்எம் பெருமானைத் தரணியெலாம் அறியாதேல்,
பகைமிகும்எம் உயிர்காத்த பங்கயத்தாள் பணியேமோ?

2. மண்ஆளும் வேந்தரெலாம் மகிழ்ந்தவன்தான் செய்திறத்தால்,
விண்ஆளும் தனிக்கோலான் வீ(டு)அருள்எம் பெருமானே!
வீ(டு)அருள்எம் பெருமானை விரும்பியநாம் பிரியாதே,
கே(டு)அருள்எம் குறைதீரக், கெழுமலர்த்தாள் பணியேமோ?

3. நூல்இலனாய் முற்றுணர, நுவல்இலனாய் முற்றுணர்த்த,
வேல்இலனாய் முற்றனைத்தும் வென்(று) ஆள்எம் பெருமானே!
வென்(று)ஆள்எம் வெருமானை வெறுத்தபகை நீத்(து), அறத்தால்
நின்(று) ஆள்உம் உளம்வாழ, நிமல(ன்)நல்தாள் பணியேமோ?

அம்மானை

9. பாடும் இசை கோத்(து)இசைகள் பாடமலர்க் குன்ற(ம்)எங்கும்
கூடும் இசை வாய்ப்பறவை கூவி, நனி பாடினவும்

10. வெளிகூர்ந்த வண்டினங்கள் மெல்லிசையாழ் செய்தொலிப்ப,
களிகூர்ந்த வாய்மலர்ந்து, கானம்எலாம் பூத்தனவும்,

11. வான்இறையோன்தானு(ம்)அவர் வாய்ப்புகழ்கேட்
(டு)உள்உவந்து,
கான்நிறைஓர் வெள்ள(ம்)எனக் காட்சிவரம் மேற்பொழியப்

12. புதுக்கலத்தில் பொங்கியபால் போல் உயிர்உள் கொள்ளாமல்,
மதுக்கலத்தில் உண்ட இன்பம் மட்டிலதால் அம்மானை.

இயற்கைக் காட்சிகளில் இறைவனின் மாட்சி

13. மெய்த்தவமே தண்குடையாய், வெம்பகலின் சூ(டு)ஒழிப்ப
அத்தவமே பூவணையாய், அல்இரவின் நோய்ஒழிப்ப

14. நல்தவமே காய்கிழங்கு நாடொறும்தந்(து) ஓர்விருந்தாய்ப்
பின்தவமே வேண்டுவர்க்குப் பேரொளிஆம் இத்தவமே.

15. நாமு(ம்)அன்ன மாதவம்நேர் நாடினும்ஓர் ஒப்(பு) அறியோம்.
தாமு(ம்)அன்ன மாதர்தவம் தான்தரித்த மாலைஒத்தார்.

16. நல்லறமே முல்லைஎன நட்(டு)அருளே பந்த(ர்) இட்டுப்
புல்அறவே செய்தவத்தால் புன்மைஎலாம் நீக்கினராய்,

17. காத்தபொறி வேலியினுள் காம(ம்)முதல் தீ(து)அணுகா,
நீத்தம்என நல்லொழுக்க நீர்;இறைப்ப அம்மடவார்

18. வான்விரும்பும் வாசமது வாய்கமழ வானரசன்
தான்விரும்பி வந்(து)உலவ தா(து)அவிழ்பூங் காவானார்.

19. திருநாமம் ஆயிரமும் தீங்குரலால் பாடிமற்றும்
ஒருநாமம் ஆண்டவர்க்கே ஒத்(து)உரிய அல்லஎனா.

20. முப்பொழுதும் தாண்டிஎலாம் முற்றுணர்ந்த நாயகற்கே,
எப்பொழுதும் வேறுபடா (து)ஏத்திப்புகழ் பாடுவரால்.

21. முப்பதொரு நங்கையரே, முப்ப(து)இரு ராகநடை
ஒப்பதொரு கூட்டமுடன் ஒப்ப, இரு போ(து) ஒலிப்பார்.

22. முன்எழுந்து வைகறைதாம் முந்திமுனிந் தார்கள்என,
இன்னெழுந்த தேவபுகழ் இன்னிசையால் பாடஅவர்,

23. பூங்குரலால் நாணினபோல், புள்இனங்கள் ஆங்கெழுந்து,
தீங்குரலால் ஒத்தஇசை சேர்ந்(து)இசலிப் பாடுவன.

24. ஊட்டியதேன் உண்டதும்பி ஊதுகுழல் ஒத்(து),இனிதாய்
தீட்டியதம் பூஞ்சிறகால் தேமலர்மேல் ஆடுவன.

25. மின்இனம்என் (று)அம்மடவார் வேய்ந்துஉலவக் கண்டதனால்,
தன்இனம்என்(று) அண்டிமயில் தாளமுடன் ஆடுவன

26. தம்பே ருணர்(வு) எழுந்த தன்மையின் அம் மாதரொடு
பொம்பேர் அடுத்தஎலாம் பூரணமாய் வாழுவன.

27. அவ்வா(று)அந் நங்கையரால், அம்மலையே வானுலகில்
ஒவ்வாத செல்வ(ம்)ஒப்ப ஓங்கினதால்-அம்மானை.

28. பூவினத்துள் தாமரைபோல, புள்ளினத்துள் ஓதிமம்போல்.
மேவினத்துள் சேர்ந்திருப்போல், மீனினத்துள் அம்புலிபோல்

29. ஆண்மையினால், ஒண்தவத்தால் ஆர்அருளால், காட்சியினால்,
கேண்மையினால், மற்றவருள் கித்தேரி தோன்றினளே.

30. துறவினொடு தேகம்இலாத் தூய்உயிர்போல் தோன்றினளாய்,
உறவினொடு மற்றுயிரை ஓர்உடல்போல் பேணுவளால்

31. பணிஅனைத்தும் மற்றவர்க்கே பாங்கிஎனச் செய்பவளாய்ப்,
பிணி அனைத்தும் கைப்படவே பேணி, அற நீக்குவளால்,

32. துன்பம்அற அன்பருளிச் சொல்திறத்தால் ஆற்றுவளாய்,
இன்பம்உற ஞானம்உரைத் (து)எவ் வுயிரும் தேற்றுவளால்.

33. 'பகை, பழி, நோய், பாவ(ம்)அச்சம் பற்றிவிடா (து)இவ்வுலகம்
நகைஎன, உள் ஆசைமிக நாடுவர் இம் மாக்க(ள்)அலால்,

34. சீர்அனைத்தும் உள்குவித்த தே(வு)அனந்த வான்கதியை,
பார்அனைத்தும் பார்க்கி(ல்)எவர் பற்றுவர்ஈங் (கு) ?'
என்றழுவாள்.

35. 'வீழ்ந்(து)ஒழியும் இவ்வுடற்கே வேண்டு(ம்) எலாம் தேடினராய்,
வாழ்ந்(து)ஒழியா நல்லுயிரோ வாடினும்எண் ணார்க(ள்)' என்பாள்.

36. 'கண்வழிவந்(து)ஓயும்இன்பம் கைக்கொளநோய்க் கு)அஞ்சிலராய்
விண்வழிவந் (து)ஆகுமின்பம் வேண்டிவருந் தார்க(ள்)' என்பாள்.

37. 'ஈக்கடிபோல் வந்(து)ஒழியும் ஈங்குளநோய்க் (கு)அஞ்சினராய்,
தீக்கடி (து)ஓ யாநரகின் தீமைஅஞ்சார் மாக்க(ள்)' என்பாள்.

38. 'காலைமலர் பூஅனைய காண்இளமை நில்லாமல்,
மாலைஉதிர் பூஅணைய வாட(ல்)அறி யார்கள் என்பாள்

39. 'ஆசைவழி வந்தகதை ஆரண(ம்)என் பார்கடவுள்
பூசைவழி வந்தமறை பொய்எனநீப் பார்க(ள்)' என்பாள்.

40. ‘காம(ம்)முதல் தீயவரைக் கைகூப்பித் தேவ(ர்)என்பார்
சேம(ம்)முத லோன்பணியச் சிந்தைகொளார் யாரு(ம்)’ என்பாள்.

41. ‘அருட்கடல்சூழ் அன்(பு)இறையோய் அன்றிரங்கி நீபுரந்த
இருள்கடல்சூழ் இப்புவிமேல் இன்றும்இரங் காம(ல்)என்னோ?

42. தீதொழிய உள்விளக்கும் செஞ்சுடரோன் உன்னைஎன்பார்
கோதொழிய ஓர்கதிரைக் கொண்டுலகில் தோன்றாயோ?

43. தாய்தயையோ(டு) ஆளும் தனிக்கோலான் உன்னை என்பார்
நீயதயைஓர்ந்(து) இங்(கு)அரசாள் நீசவெம்பேய் ஒட்டாயோ?

44. பொய்வழிநீத் (து)ஆரணநூல் போதகுரு உன்னைஎன்பார்
மெய்வழிநீத் (து)உற்றமயல் விட்டறமெய் ஓதாயோ?

45. பார்அனைத்தும் காத்தபரி பால(ன்)என உன்னைஎன்பார்
பார்அனைத்தும் உன்குடைக்கீழ்பட்(டு)அடங்கக் காவாயோ?

46. ஓர்அரசன் ஓர்கடவுள் ஓர்பரமன் உன்னைஎன்பார்
தார்அரச ரோ(டு)எவரும் தாள்பணியக் காண்பேனோ?’

47. என்றுருகித்தேவாசை ஏந்துநெஞ்சாள் தீஎரிநெய்க்
குன்றுருகிக் குன்று(ம்)எனக் கூர்உளைவாள் அம்மானை.

கித்தேரியின் ஒப்பற்ற சிறப்புகள்

48. தேவுலகும் போற்று(ம்)ஒரு தேவகுணத்(து) ஆனவரைப்
பூவுலகம் போற்றவும் உள் பொங்கியதே ஆசைமிக.

49. கொலைக்களம்கண் டா(ல்)ஒழிய கோதைநலாள் இங்க(ண்) ஒரு
நிலைக்களம்கா ணாமல்உயிர் நெஞ்சி(ல்)உளைந்(து) ஆடிநிற்ப,

50. தீஎரிந்த மாலைஎனத் தீய்ந்தமனம் முற்றுருக,
நோய்எரிந்த நெஞ்சாள் ஓர் நூதனத்தைக் கேட்டனளால்.

குறுநில மன்னன் புரோசனின் கோபம்

51. அந்நாளில் ஓர்குறுநா (டு)ஆங்(கு)ஆள்பு ரோச(ன்)என்பான்,
முந்நாளில் வந்தடுத்த மூத்தோன் மொழிகேட்டு,

52. வான்இறைஞ்சு நாயகன்வாய் வாக்கியநூல் ஆய்ந்துணர்ந்து,
தான் இறைஞ்சிப், பன்னாளும் தாழ்விலஉட் கொண்டொழுகி,

53. மீட்(டு)உலகின் ஆசைமிக வெல்வினையோர் சொன்னஉரை
கேட்(டு)உலகின் மாய்கையினால் கீழ்உணர்வோ(டு) உள்மயங்கி,

54. மெய்வழிஎன் (று)ஆய்ந்துகொண்ட வேதமும்தான் நீத்ததலால்,
அவ்வழிநின் றார்எவரும் ஆய்ந்தே வருத்துகிறபான்.

55. மாலைவரும் போ(து)ஒருநாள் வந்துபலர் இன்னவற்றைச்
சோலைவரும் போதிவட்கே, ‘சோர்விலமெய்’ என்றுரைத்தார்.

56. சேயிழந்த அன்ன(ம்)என, சீர்இழந்த மன்ன(ன்)என,
தாயிழந்த பிள்ளைஎன தானு(ம்) இவை கேட்டுளைந்தாள்.

57. துயிலாமல், ‘உண்ணாமல்’ துன்ப(ம்), மிக நொந்தழுத
மயிலாள்அன் (று)ஓயாமல் வான்இறையோன் ஏத்திநின்றே,

58. ‘மீளாச் சயத்திறத்தோய் மே(வு)அறிவின் மேன்மையினோய்!
ஆளாய் எனைஉடையோய், ஆர்அருளின் பாற்கடலோய்,

59. உன்குருதி தந்துகொண்ட உன்னடிமை மற்றொருவன்
நின்குருதி நிந்தைபெற நின்றாண்டால் நன்றுனக்கோ?

60. நாம்வாழ நீஇறந்து நல்குபலன் பேய்இனங்கள்
தாம்வாழ நின்றே தவிர்ந்தொழிந்தால் நன்றுனக்கோ?

61. நோயாக நீவருந்தி நெய்தி(ன்)நட்ட பூவனமே
தீயாகப் பேய்வினையால் தீய்ந்தெரிந்தால் நன்றுனக்கோ?

62. நெஞ்சமும் நீ ஆண்டிருக்க நீதுணிந்தால் ஒன்(று)அரிதோ?
வஞ்சமும்நீ கண்டிருக்க மாற்ற(ல்)உனக் கின்(று)அரிதோ?

63. இன்(று) அவன்தான் மீள(ல்) ஒன்றே ஈங்கேநான் சாத(ல்)ஒன்றே
என்(று) அவள்தான் நொந்தழுதே, ஏங்கிநின்றாள் அம்மானை

64. ஏங்கியஅக் கோதைக்(கு) இரங்கி அருள் ஓர்ந்தபிரான்,
‘ஓங்கியநின் ஆசையினோ(டு) ஒத்தபடி ஆகும்’ என்றார்

65. ‘ஆயினும், நீ போய் உறுதி ஆங்(கு) உரையாய் தான்சினந்து
காயினும், நீ அஞ்சாதே, காத்தளிப்பேன்’ என்றுவிண்டார்.

66. விழுந்தனள்தான் ஏத்தியதாள் மேல் அணிந்(து) உன் ஊக்கமிக
எழுந்தனள்தான் அன்றே, எழுந்தனனும் செங்கதிரோன்

67. காலைச் சுடர்போல் களித்தெழுந்தாள் தாரகைசூழ்
மாலைச் சுடர்போல் மாதர்பலர் சூழ்ந்தேகி

68. அவைநாணா நெஞ்சொடுபோய், அந்நாடான் கண்டிறைஞ்சிச்,
‘சுவைநாடாப் பேதையின்வாய்ச்சொல் அருளிக் கேட்க’ என்றாள்

69. ‘பொருள்புகழின் பான்மைமற்ற பூவுலகின் செல்வ(ம்) எலாம்
அருள்புரி அன் போ(டு)னக்கே ஆர்ந்துதந்த ஆண்டவரை

70. மருள்ஒழியக் கண்டுணர்ந்து வாய்த்தவரே தந்தமறை
இருள்ஒழிய மெய்எனக்கண்(டு) இன்பொடுகைக் கொண்டனை நீ

71. விரிவான பந்தரின்கீழ் வெய்யோன் விளக்(கு) ஏந்த
அரிதான கட்டழகோ(டு) அம்புவிமேல் வைத்தநலம்

72. கண்(டு), ஆக்கிக், காத்(து) அழித்த கர்த்தர்நலம் கண்டு, புகழ்
கொண்டேத்தி, அச்சுருதி கொள்பயன் கொண்(டு) ஓங்கினை நீ

73. அன்றே அனுசரித்தற்(கு) அத்தனையும் கண்டனபின்,
இன்றே மறுப்பதற்கே என்ன கண்டாய்? காட்டுக நீ

74. காற்றுவழி சாய்ந்தொதுங்கும் காற்றாடி போல் கயவர்
கூற்றுவழி தன்மனமும் கோணிநிலை சாய்த(ல்) நன்றோ?

75. மனம்பொருந்தி வேண்டுபடி மாறுகின்ற சீலைஎனா
இனம்பொருந்தக் காரணமும் இன்றி, மறை மாற(ல்) நன்றோ?

76. வான்முழுதும் அன்றி, உள மற்றுலகம் யாவையும் ஆள்
கோன் முழுதும் நீத்தால், குணமுனக்கென்(று) எண்ணினையோ?

77. ஆதியந்தம், சா, உயிர், தாம் ஆகியவர் அல்லாமல்,
ஏதிலபன் னாள்வாழ்ந்(து) இருப்பாய் என்(று) எண்ணினையோ?

78. வாழினும்பின் தீவினையால் மண்டிஎரி தீநரகில்
ஊழியும்பின், மீட்சியிலா ஓய்வுமிலா வேக(ல்) நன்றோ?

79. மீளவும், நீ நீத்தமறை மேவினநல் லோர்வருத்தம்
நீளவும், நீ செய்கொடுமை நீத்தடக்கக் கோன் இலையோ?

80. வான் இருள, மண்நடுங்க, மன்னுயிர்எல் லாம்வெருவத்,
தான் அருளி, மின்முகில்மேல் சாய்ந்தெழுந்து கோபமிக,

81. எண்திசையும் தீய்க்கு(ம்) அழல் ஏந்தியகண் நோக்கமதால்
கண்(டு), இசையும் யாவும் அறக் கர்த்தர்நடுத் தீர்க்கவர

82. தன்னையும் தன்வாய்மறையும் தள்ளிநின்றார்க்(கு) ஆக்கினையிட்(டு),
உன்னையும் தான் கேட்குமிடத்(து) உட்குழையாத்
தாங்குவையோ?

83. நீதிபரன் கோபமன்று நீங்க, மனத்(து)இன்றழுதே
ஆதிபரன் ஆர்ந்ததயை அண்டிநிற்பாய் மன்ன' என்றாள்.

84. உளத்தி(ல்)அஞ்சாள் சொன்னதெலாம்;
உண்மையென நாணினபின்,
களத்தி(ல்) அஞ்சா யானைஎனக்,
காய்சினத்துச் சீறி அன்னான்

85. தா(து) உமிழ்தேன் சொல்விரும்பித்
தாங்கியதன் கோப(ம்) எழக்
கோ(து) உமிழ்வாய் ஆர்த்(து), அவளைக்
கொல்லவைவாள் ஓங்கினனால்

86. 'மன்னா தகா(து)இ' (து) என மற்றவர்முன் தாங்க, அவன்
'இன்னா உரைபேதை ஈண்டுசிறை செய்மி(ன்)' என்றான்

87. மும்முறையே கித்தேரி முச்சிறையைத் தான்விளக்கி,
மெய்ம்மறையைப் பார்மேல் விளக்கினளால் அம்மானை

88. மருளாக உட்புகைந்த மன்ன(ன்) அலால், மற்றையவர்
தெருளாக அங்(கு) அச்சிறுமடந்தை கேட்டனரால்

89. 'பேதை இவள் அல்லள், ஒரு பேருணர்வின் வானவருள்
கோதைஇவள் அல்ல(து) இவை கூறவல்லார் யாவ(ர்);?' என்பார்.

90. தேனை உண்ட ஆசை எனச் சிற்சிலரே அச்சிறைபோய்,
மானை உண்ட கண்மடந்தை வாய்மொழிமீண்(டு) உண்டுவப்பார்

91. சிறைகிடந்த மா(து) அணுகித்தேன் கிடந்த சொல்லுணர்ந்து,
கறைகிடந்த மா(சு) ஒழியக், கைகூப்பி வாழ்த்துவரால்.

92. கால்முடவன் என்றுபிறர் கையி(ல்) அங்கே சென்(று) இரங்கும்
வான்மடவாள் 'வா' எனவே, வாழ்த்திநடந்(து) அண்டினனே.

93. தேவுலகின் மங்கை எனத் தேடவந்த அந்தகனும்
பூவுலகில் காணாமல் போவேனோ என்றதுபோல்

94. மிகைகாட்டிக் கண்துடைத்தான், மேல்மொழியாள் கண்டிரங்கி,
நகைகாட்டினாள் அவனும் நங்கை நகைக் கண்(டு) உவந்தான்

95. நோய்நீங்கக் கண்தெளிய, நொண்டிசெலக், கா(து) உணரப்
பேய்நீங்க, நீங்காப் பெருந்திறத்தாள் செய்புதுமை

96. கண்டவரும், கேட்டவரும், கைவிரித்(து), 'ஓ' என்(று) உவப்ப,
உண்டவரும் தேவமறை ஒத்தொழுகப் பற்பலரே.

97. அச்சிறையில் அம்மடவார் அன்றிருந்த முப்பகலுள்
மைச்சிறையின் நீங்கி, நகர் வாழ்ந்துயர்ந்த(து) அம்மானை

98. ஆயவற்றைக் கேட்டரசன், அன்னவெலாம் கண்மருட்டும்
மாயவித்தை என்றனன் பின் மா(சு) ஒழித்த மெய்ச்சுருதி

99. அவ்வழியே ஆர்ந்ததென ஆர்த்(து), அலறி, 'அம்மடவார்
மெய்வழியே சோரிசிந்த வெட்டுவன் நான் நாளை' , என்றான்

100. தகைத்(து)அறுக்கும் மைந்தரையும்தான்நிழற்றும் கொம்பனையார்
பகைத்(து) அறுக்கும் மன்ன(ன்) எனப் பாராமல், ஆண்டவரைத்

101. தயைசெய்தவர்க்(கு) இரங்கத் தாமே அகத்திரங்கி,
இயை அவ்விராவும் எலாம் ஈறிலளே வேண்டிநிற்ப

சிறைநீங்கிய வரலாறு

102. காத்தபல சேவகரும் காணநடுச்சாம இருள்
நீத்தபல செங்கதிர்வான் நின்றிறங்கி நண்பகலாய்

103. பூமாரிபெய்து, கதிர் பொன்மாரி மேனியுடன்
பாமாரி பெய்(து), இனிதின் பாடினவானோர் இறங்கி

104. 'ஊன்விரும்பும் வேல்பகைநீத்(து) உம்மலையைச் செல்க இனி
வான்விரும்பும் மாட்சிநலீர் வம்மின்' எனத் தாம்அழைப்ப

105. 'அவன்மீளல் ஒன்றே; அவன்கையில்நான் சாத(ல்) ஒன்றே
இவை இரண்டில் ஒன்(று) ஒழியேன்' என்றுரைப்பக் கித்தேரி

106. வானவருன் மீண்(டு) ஒருவன், 'வான் இறையோன் சித்தமிதே
ஈனவருள் மாண்புடையாய், இங்கிரங்கிக் கேட்டவரம்

107. பொம்பேர் இடத்(து) ஏறிப் போயினபின் ஆகு(ம்) எனத்
தம்பே(ர்) உளத்(து) இணங்கிச் சாய்ந்தொருங்கே போயகன்றார்

108. அன்னஎலாம் அன்று கண்ட ஐயாறு சேவகரும்
இன்னநய வேதம் அலால், ஈங்கிலைஈ டேற்றம் எனத்

109. தேறிமுன்தாம் ஏத்தியபொய்த் தேவரெலாம் நீக்கி, முறை
மாறி, முன்தாம் கொண்ட உயிர் மா(சு) ஒழிந்தார் அம்மானை

புரோசனின் மனமாற்றம்

110. செஞ்சுடரோன் ஒட்டு(ம்)இருள் சேர்ந்தொளித்தால் போல் இருண்ட
நெஞ்சுடையோன் கேட்(டு), அவை உள் நீங்காச் சினத்தெழுந்து

111. ‘வலைநீங்கி ஓடியமான் வந்து தொடர் வேட(ன்) எனாக்
கொலைநீங்கிப் போனநங்கை கொல்வ(ன்)’ எனத் தான்தொடர

112. வான்இறையோன் ஓர்ந்தவைதான் வந்துணராக்,
காற்றெனப்போய்க்
கான்நிறைஓர் வெள்ள(ம்) எனக் காய்சினம்சூழ் தானைவர

113. ஓடிவந்து பொம்பேர் உயர்மலையைக் கண்டனனே
நாடிவந்து கண்டனகண் நைந்துகெட அந்தகனாய்

114. காலிரண்டும் கையிரண்டும் கந்துகெடப் பின்வழங்கா
வேலிரண்டுந் தைத்துருவ வீழ்புலிபோல் வீழ்ந்தனனே

115. எண்கெடவே வீழ்ந்தனக்கால், ஏந்துமனத்(து) உள் எழுந்தான்
கண்கெடவே, கர்த்தர்நிலை கண்டுணர உள்தெளிந்தான்

116. வான் இறையோன் நீதிநிலை வாழ்த்தி, மனத்துள் இறைஞ்சித்
தான்நிறையோன் அல்ல(ன்)எனத்தாழ்ந்து,செய்த(து) ஓர்ந்தழுதான்

117. ‘வேதநங்கைத் தாள்மலர்முன் வேண்டியெனைக் கொண்டுவிடப்
போதநங்கை மேல்பட, என் புன்மையொழிந்(து) ஓங்குவன்நான்

118. தனிவாழ்ந்தாள் மெய்க்கடவுள் தாளடையச் சார்(பு) அவளே,
இனிவாழ்ந்தால் செத்தால் எனக்கவள் தன் பாத(ம்)’ என்றான்

119. பொம்பேர் உயர் அமைந்த பொற்கோயில் முன்னிறைஞ்சி,
எம்பேர் இறையோன் இவற்கிரங்கத்தான் இரங்கி

120. மாட்சியினாள் நிற்ப, அவர் வந்தவனைத் தாளில்வைத்த
காட்சியினால் நேராகக் கடவுள் திறம் வாழ்த்தினளால்

121. கிளர்பொன் சிற(கு) அறவே, கீழ்கிடந்த பொன்மலைபோல்,
வளர்பொன் புயத்தோன் வழிகிடந்து, சொல்லலுற்றான்

122. ‘நான்பகைத்த நங்காய், நவின்றஉன்சொல் நீத்ததனால்,
வான்பகைத்த நீச(ன்) உரு வாய்த்தபடி காண்க, இன்றே

123. உனைப்பகைத்தேன் என்றுபழி உள்ளுணர்ந்து, நீயு(ம்) இனி
எனைப்பகைப்பாய் என்(று) எனக்கோர் எள்ளளவும் அச்சமில்லை

124. காணஒரு கண்ணுமிலேன், காலிறைஞ்சக் கையுமிலேன்,
மாணவுருக் கோதையனாய் வாழ்த்தவுனை வாயுளன்நான்

125. உனைவாழ்த்த, உன்னைவிட்ட ஒப்பிலவோர் மெய்க்கடவுள்
தனைவாழ்த்த வாயிருக்கச் சாம்துணையும் வாழ்த்துவனே;

126. நீயோ மனதிரங்கி நின்மலர்க்கை தீண்டி(ல்), எனை
நோயோ, குறையோ, நொடிப்பினும்போய் முற்றொழியும்

127. தீண்டுவன பூங்கரம்என் சென்னி அணி கொண்(டு) இறைஞ்சி,
வேண்டுவன எல்லாம் வெறுப்பவும் நீ, ஈய்வ(ன்)' என்றான்.

128. 'உன்பொருளோ முற்றுனக்கே, உன்தீய வினைஒழிப்ப
இன்பருளோன் வாய்மொழிகேள்' என்றுரைப்பாள் கித்தேரி

129. எந்நோய்க்கும் தீவினைவேர் என்(று), இவைபோய் நோயொழியும்,
உன்நோய்க்கும் உன்வினையே ஓர்ந்தழும்கண் ணீர்மருந்தாம்

130. தீய்வருத்தக் காய்இரும்பின் சீரறிந்தே ஆற்றுவன்போல்
நோய்வருந்தத் தீ(து) ஒழிந்தால்
நோயொழிப்பான் வானிறையோன்

131. மருந்து(ம்) எலாம் நோய் அளவாம் வானரசன் ஏவலினால்
பொருந்துமெலாத் துன்ப(ம்)'அற்றே; பொற் புயத்தோய்காண்(க)'
என்றாள்

132. என்றவள்பின் ஓதி, இருள் ஏந்(து) இருகண் தீண்டினளாய்,
நின்றவன், தன் துன்பமெலாம் நீத்தெழுந்து, தாள்பணிந்தான்

133. 'உன்கை மருந்தாக, இதோ! உய்ந்தெழுந்தேன். நான் இதற்கே
பின்கைம்மா(று) என்னோ? பெருந்தகவாய், கூற' , என்றான்

134. 'சொல்லார்க்(கு)எளியதவம் தோன்று(ம்)அதைக் கொண்டொழுகிச்
செல்வார்க்(கு) அரிதாகும்; சீர்க்கெளிதாம் தான(ம்) என்றே,

135. வினைநீந்தத் தெப்பம் என்பார் வேட்கையுடை தானமதை
உனைநீங்காப் பேணுகநீ, ஒள்ளொளிவேல், மன்ன' என்றாள்

136. பாலனைய சொல்லருந்திப், பார்த்திபன் உட்கொண்டாலும்,
வேலனைய தைத்துயர் வெந்தெரிந்(து) ஆற்றாதழுதே

137. 'பொறுப்பானோ நீதிபரன்? பொங்குசினத் தென்று(ம்) எனை
வெறுப்பானோ நான்முடித்த வெவ்வினையே மட்டிலதால்?

138. கண்டறிந்த மெய்ம்மறுத்தேன், கர்த்தர் அறிந்(து) உட்பகைத்தேன்
பண்டறிந்த பேய்ப்பணிந்தேன், பாவம் அறிந்(து)
இன்பமென்றேன்

139. பாவிகெட நான்நடந்தேன், பாவிகளாய் மற்றெவர்க்கும்
ஆவிகெடச் செய்தனன்நான், ஆ! ஆ! பொறுப்பானோ?

140. அளிப்பானோ பாவி என, ஆங்கெனக்குத் தன்மலர்த்தாள்
ஒளிப்பானோ? காட்சிநலாய், ஒன்றுரையாய்' என்றழுதான்

141. அழுதான் என இரங்கி, ஆயிழையாள் தானும் அழத்
தொழுதாள் அருட்கடலே தோய்ந்தெனப்பே சாதுநின்றாள்

142. நீந்திக் கரைபிடித்த நீர்மைஎனப், பின்புகதிர்
ஏந்திக் களிமுகத்தாள் இவ்வுரைகொண்(டு) ஓதுகின்றாள்

143. 'அன்பனைய வான்திறத்தோன் ஆற்றா(து) அழுதகண்ணீர்
இன்ப(ம்) எனக் கொண்டான், இனிக்கவலை நீக்கமன்னா

144. மீண்டினிய கூறவுங்கேள். மெய்க்கடவுள் தாளணிநாம்
பூண்டணியத் தாம்குறித்த போழ்(து) அணுகி வந்ததன்றே

145. என்னொடுநீ பத்தொருநாள் எல்லையினுள் பட்டிறந்து,
மின்னொடுநேர் வானிலங்கி மேல்வீட்டில் வாழ்ந்துவப்பாய்

146. இக்கொடையே தந்தபிரான் ஏத்தி, விரைந்தெண்ணியவுன்
கைக்கொடையே செய்(து), இனிப்போர்
காத்துநிற்பாய், வேந்த' என்றாள்

147. சவைஒருங்குங் கண்டுமனச் சொல்இறந்து போற்றிநிற்ப,
இவைஒருங்கும் கூறியகால் எங்கு(ம்) ஒளி வீசினளால்

148. ஓயா அதிசயமும் உட்களிப்பும் ஆக அங்கண்
வீயா(து) எவரும் விமலனடி வாழ்த்தியபின்

149. முகக்காந்தி கண் அருந்த, மூதுரைத்தேன் கா(து) அருந்தச்,
சுகக்காட்சி வீட்டயலே தோன்றியவன் மீண்டுரைத்தான்

150. 'நீங்கமயல், தேறமனம், நீதிபரன் கண்டிறைஞ்சி,
ஓங்கநயன் றாய்எனக்கே உன் துணையால் ஆயதன்றோ?

151. கண்டநயம் நீங்காக் கரைகாண் அளவு(ம்) உனைக்
கொண்(டு) அடியேன் முத்திபெறக் கூடவரு(க)' என்றழைத்தான்

152. 'போதி, மன்னா, இங்கெனக்கே போர்க்களமும், பூண்முடியும்,
ஆதிமன்னன் ஏவலினால் ஆகு(ம்) என, நங்கைதொழ,

153. கால்வணங்கித் தானும் கழுவின ஓர் வான்மணியே
போல்வணங்கி, வான் உவப்பப் போய்த்தன் பதிசேர்ந்தான்

154. தேவருளின் ஆசையின் அச்செய்தி எலாம் ஆய்ந்தநலாள்
மேவருளின் மாதரொடு மிக்(கு) உவந்தாள் அம்மானை.

8. கொய்சிரத்து எழுச்சி காதை

விருத்தம்

1. மனம்வழங்கிய மறைநலத்(து) ஒளிபெறப், புரோசன்
தனம்வழங்கிய தன்மையின் நடந்தவை வழங்கிச்,
சினம்வழங்கிய திறத்திவை காயனும் கேட்டுக்,
கனம்வழங்கிய கடிமுழக்(கு) எழச்சினந் ததுவும்,

2. தார்நிரம்பிய தடம்புயப் புரோசனும், தவழும்
கார்நிரம்பிய கருமலை யுச்சிமேல் தவத்தின்
சீர்நிரம்பிய தெரிவையர் கூட்டமுஞ், செகுப்பப்
போர்நிரம்பிய பொருநரை வேந்தன்போக் கினதும்

3. மெய்யிலேந்திய வேதநூல் ஏந்துகித்தேரி
நெய்யிலேந்திய நெடியவாள் வெட்டின பின்பு,
கையிலேந்திய கதிர்செய்யும் தன்சிரம் கொடுபோய்,
மையிலேந்திய மலைமிசை வைத்ததும் சொல்வோம்.

அம்மானை

புரோசனின் சிறப்பு

1. சரோசமென்தாள் கித்தேரி, சாற்றியமெய்ஞ் ஞானவுரை
புரோச(ன்)என்பான் நெஞ்சிலொன்றாய் பூமலரும் காய்கனியும்

2. காட்டினதுபோல் வழிதான் கண்டதும்பத் தூய்அறமே
ஈட்டினதும் ஒன்றாய், இவன்தனதூர்ச் சேர்ந்துடனே

3. பூசைநிறை வேற்றினதும், பொற்கோயில் பேணினதும்
ஆசையறச் செய்தவமும் ஆசையறச் செய்கொடையும்

4. வானகத்தோர் கண்(டு)உவப்ப வையகத்தோர் கொண்(டு)உவப்ப,
தான்அகத்தோர் ஆசையிலாத் தான(ம்) மிகச் செய்திறத்தால்,

5. இருள்பொழிகார் பெய்ததனால் எவ்விடமும் பேணுவர்போல்,
பொருள்பொழிவார் நாமமதை பூமியெலாம் போற்றுமன்றோ?

புரோசனின் மனமாற்றத்திற்கு கித்தேரியே காரணம் என காயன் உணர்தல்

6. பார்வழங்கும் தானமதால், பட்டஇவன் செய்திஎலாம்
சீர்வழங்கும் காயன் என்பான் செப்பவும்கேட்(டு), 'ஏதிது?' என்றான்

7. ‘எனக்கடங்கும் நாட(ன) அஞ்சா என்தேவர் மீண்டொழித்து,
தனக்கடங்கும் நாடுகெடத் தாசர்மறை சேர்ந்தனனோ?

8. இன்னவெலாம் மாயவழி ஏ(து) எனக்கோன், ஆங்கொருவன்
‘மன்ன!எலாம் உன்மகள்செய் மாய்கையினால் ஆய(து)’ என்றான்.

9. ‘என்மகளோ! எங்க(ண்)அவள்?’ என்றரசன் கேட்க அவன்
‘உன்மகளே மன்னா உயர்ந்தபொம்பேர் உச்சியின்மேல்,

10. முன்ன(ர்)இங்கண் காணாமல் மொய்த்(து)அகன்ற பேதையரை
தன்இலங்கண் சேர்த்தித், தவமியற்றும் தன்மைஎனச்,

11. சூழ்எவர்க்கும் தானுணர்ந்த சூழ்ச்சிமறை கூறினளாய்ப்,
பாழ்எவர்க்கும் ஆகப், பலமாய்கை செய்துநிற்ப,

12. ஆட்டினகண் கட்டுவித்தை அந்நாடன் அண்டையில்போய்க்
காட்டினளாய் அன்னான் கருத்தழிய உள்மருட்டி,

13. இந்நாளில் வந்தமதத்(து)ஏய்த்(து),அவனை உட்படுத்தாள்,
அந்நாளில் ஆங்கிருந்தேன் ஐயாநான்,’ என்றிறைஞ்ச,

புரோசனைக் கொல்லவும் கித்தேரியைச் சிரச்சேதம் செய்யவும் காயன் கட்டளையிடுதல்

14. பொங்கும் சினக்காயன் பொற்(பு)அழியப் பற்கடித்தே,
‘எங்கும் சிறுபேதை என்திறத்திற் (கு)ஓர்பழியாய்,

15. எண்ணா (து)இருப்பாளோ?’ என்(று)அவட்கே முன்குறித்த
நண்ணா மணத்துணைவன் நண்ண’ எனத் தான்விளித்து

16. ‘நான்இறைஞ்சும் தேவர்இலா நான்விலக்கும் நீசதெய்வம்
தான்இறைஞ்சி, என்சொல் தவிர்ந்தடங்கா நாடன்’ என

17. ‘சரோசமலர் நாளைஇதழ்த் தான்குவியா முன்அறுத்த
புரோசன் சிரத்தை இங்கே போடச் சிலர்ப்போக்கி

18. நீ, அகன்று பொம்பேரு நேடி, அங்கண் என்மகளும்,
போய்அகன்ற மங்கையரும், புல்ல(ர்)எனக் கொய்(து)எறிந்து,

19. தன்நலம், முன் நீபருகத் தந்திலளாய், இன்றவள்தன்
இன்னுயிரை நீபருகி, என்பழியும் உன்பழியும்

20. ஒன்றாய் இனித்தீர்க்க, ஒள்ளயிலோய்!ஒல்லையில்போ’
என்றான்கோன். மற்றவனும் ஏகினனால் அம்மானை.

காயனின் கட்டளை கேட்டு
கித்தேரியின் மகிழ்வும் மன்றாட்டும்

21. தீமுகத்தில் இன்னவையே செல்வனிடத் (து)ஆயினக்கால்,
பூமுகத்தில் தேன்ஒழுகும் பொம்பேர் இடத்திருந்த

22. நேராத் தவத்தரசாள் நீதிபரன் காட்டியமெய்ப்
பேரா நிலைக்காட்சிப் பேருவகை மற்றவர்க்கே

23. கூறிவரும் போர்முகத்துக் கொற்ற(ம்)அடைந் (து)ஓங்க,உளம்
தேறிவரும் நாள்அளவும் திண்உறுதிச் சொல்ஒழியாள்.

24. 'வான்கூசப் பார்நடுங்க, வானுறநாம், எம்இறையோன்
தான்கூசா மாய்ந்ததற்கே தந்தகைம்மா றாமி(து)' என்பாள்.

25. 'வான்புடையில் பொன்மகுடம் வாய்ந்(து)இலங்கப் போர்த்துணையாய்த்,
தான்புடையில் நிற்ப(ச்)சயம் தவிராப்போர் இ(து)' என்பாள்.

26. 'நீர்முகத்துப் புன்நுரைபோல் நீங்குதுயர் கொண்டெமக்கே
போர்முகத்து மேல்திறந்த பொன்னுலகு காண்மி(ன்)' என்பாள்

27. 'கோதெனவான் மீன்புறத்துக் கொண்டுயர்வீ (டு)அங்கடைந்து
போதெனஎன் நாதன் அடி பூண்டணியும் நாளி(து)' என்பாள்.

28. பூவுலகு நீங்கி விண்மேல் போயடங்கா வாழ்வுகுக்கும்
தேவுலகம் ஒவ்வாத் திருமுகங்காண் கால்இ(து)' என்பாள்.

29. 'வானோர்க்கும் எட்டா வடிஉருவம் நாம்காண,
ஈனோர்க்கும் உள்ளிரங்கும் எந்தைதயை நாள்இ(து)' என்பாள்

30. 'சாலோக மாய்அடியேம் சாமீபம் சேர்ந்துவப்பப்,
பூலோகம் நீத்(து)அகலும் போ(து)இதுவோ? தற்பரனே!

31. நீருபம் கொண்டிறந்த நின்தயையால் இன்(று)அடியேம்
சாரூபம் ஆவேமோ? தாதாவே, வேதாவே,

32. என்மனமும் உன்மனமும் இல்லெனச்சா யுச்சியமாய்ப்,
புன்மனமும் பேருவரி போல்நிறைந்து வாழ்தும்இன்றோ?

33. அச்சயனே, அற்புதனே ஆதிஅந்தம் அற்(று)அனைத்தே,
இச்சயமெ தந்தருள்வாய்' என்(று)உருகிக் கூறுவளே.

34. கங்குல்மதி பால்கதிருண் காவிஎனக் கண்இமையா
மங்கைமதி வாய்உரைஅம் மாதர்தினம் கேட்டுருகி,

35. துயில்துறந்தார், ஊன்துறந்தார், சூழ்ந்தநலம் சேரவுடல்
உயிர்துறந்தால் என்னஅன்னார் ஓர்நிலைகா ணாத்திரிவார்

36. வெம்போர் வரும்பொழுதை மீளா விரும்பினராய்த்,
தம்போர்அல் லாமலொன்றைத் தாம்உரையார் அம்மானை.

வானவர் காட்சியும் வாழ்த்துரையும்

37. ஆசைமிக, இன்ப(ம்)மிக, அன்னபடி ஐஇருநாள்
பூசைமிக, அம்மலைமேல் போயினபின், அன்(று)இரவில்,

38. வானவருள் பற்பலராய் வான்அழகு காட்டிவந்தே,
'ஈனவருள் ஒப்(பு)இலராய் ஈ(டு)இலவான் மாட்சிநலீர்,

39. காலைநலம் தோன்றியபின், காதல்அற நாளைவெற்றி
மாலைநலம் சூடிஉயர் வானுலகில் வந்(து)உவப்பீர்.

40. ஆங்குநம்மோ (டு)ஆதியைக்கண் (டு)ஆளுகிற்பீர் நாளைஎன்றே,
ஈங்குநும்மோ (டு)இன்(று)அவரை ஏத்தவந்தோம் காட்சிநலீர்!

41. எம்திறத்தால் இச்சயமாம் என்றுணரா (து)ஆண்டவரே
தம்திறத்தால் வெற்றிநலம் தந்துமுடி தாம்இடுவார்.

42. இந்நிலையே நின்(று)எளிதாய் எப்பகையும் வெல்ல' எனா,
அந்நிலையே நின்(று)அமரர் அர்ச்சனைபா முன்தொடங்க,

43. வானவருள் வானவர்போல் மாதர்இசைக் (கு)ஒத்(து)இசைகள்
ஈனவருள் ஈ(டு)இலதோர் இன்ப(ம்)மிகப் பாடினரால்,

44. ஒளித்திரளும், பாஇசையும், உள்உணர்வும், வாழ்திறமும்,
களித்திரளும், இவ்வனைத்தும்கண்டனர்'வான்நா(டு)அது'
என்பார்.

45. இத்திறத்தில் அங்கே இராஅனைத்தும் போயினபின்,
மெய்த்திறத்தின் வேத(ம்)முன்பொய் வீயு(ம்)என நீங்கஇருள்.

போரை எதிர்கொள்ளலும் போர் நடைமுறையும்

46. மங்கையர்தம் போர்காண, வான்விழித்த கண்மணிபோல்
அங்(கு)உயர்தன் தேர்நடத்தி அன்(று)எழுந்தான் செங்கதிரோன்.

47. போர்க்கொடியோ? போர்முரசோ? பொங்குஇரவி
காண்மின்இதோ!
சீர்க்கொடியீர், செல்மின்' எனச் செல்லஅவர், கித்தேரி

48. முன்நடந்தாள் தம்பகைக்கு முந்திவிருந்(து) ஓம்பினர்போல்
பின்நடந்தார் யாரும்மலை பேர்ந்(து)எதிராய்த் தாம்செலவே.

49. தினைமறுத்துக் கிள்ளைஅழ, தேன்மறுத்துத் தும்பிஅழ,
தனைமறுத்து மஞ்ஞைஅழ, தாய்மறுத்து மான்கள்அழ,

50. ஓடுபுனல் ஏங்கிஅழ, ஒல்எனவே தென்றல்அழ,
ஆடு(ம்)இலை விம்மிஅழ, ஆஎனவே யாவு(ம்) அழ,

51. கானம்எலாம் அன்(று)அழவே, காட்சிநலார் கூர்ந்(து)உவந்தே
வானம்எலாம் மேற்புகழ, வந்துமலை நீத்(து)அகன்றார்.

52. பொம்பேரு நீத்தகலும் போ(து)எதிரே தம்பகைவர்
வெம்பே ரணியாய், விரைந்துவரக் கண்டுநின்றார்.

53. மீன்இனங்கள் திங்களொடு வேய்ந்தனபோல் மாதர்நிற்ப
மான்இனங்காண் வேட(ர்)என, மண்டிஅவர் வாள்வீசிச்

54. சென்றமற்றைச் சேவகரே
தேன்கொடிக்கா(டு)ஈர்த்தனர்போல்
நின்றமற்றை மங்கையரை
நீள்வடிவாள் கொண்டுவெட்ட

55. மணமாக முன்குறித்த மைந்த(ன்)அங்கே கோமகளின்
குணமாக நின்றவள்முன் கொல்லெனச்சென்(று)ஓர்புலிபோல்,

56. ‘இன்னுயிர்க்குக் காவலனாய் என்னைஅன்று நீமறுத்தாய்
உன்னுயிர்குக் காதகனாய் உற்றேன்நான் இன்(று)’ எனவே

57. வான்கூச மண்அதிர, வான்நடுங்க மாதுதொழத்,
தான்கூசாப் பூஞ்சிரத்தைச் சாய்த்(து)அறுத்தான் அம்மானை.

கொலையாளி யார்?
கித்தேரியின் வயதும் கொலை நடந்த நாளும்

58. பரிபாலன் என்பான் பவம் அறநூற் (று)ஐயா(று)ஆம்
வருட(ம்) வைகாசி வந்(து)எழுமூன் (று) ஓர்பகலாய்,

59. காலைச் சுட(ர்) இடபம் காய்ந்(து) அதட்டித் தேர்நடத்த,
மாலைச் சுட(ர்) அசுவம் மாமிசைவந்(து) ஏறியகால்,

60. பேதைவய(து)ஐ இரண்டாய்ப், பேறுபல ஆயிரமாய்த்
தாதைவதை ஏவநண்பன் தான்கொடிதாய் அன்றுசெய்தான்.

கித்தேரியின் கொலையால் நிகழ்ந்த அதிசயங்கள்

61. விண்ணகத்தோர் மேற்புகழ, வேல்கொடியோர் சூழ்நடுங்க,
மண்ணகத்தோர் உள்வியப்ப, மாட்சிநலோர் கேட்(டு)உவப்ப

62. பூஇனமே தேன்துளிப்பப், புள்ளினமே பாஒலிப்பக்,
காஇனமே சூழ்துடிப்பக் கல்லினமே உள்ளுருக,

63. கண்டார் உரைத்(து) ஆற்றாக், காணார் அமைந்(து)ஆற்றா
அண்டா வளத்(து)உலகம் அன்(று)ஓர் நவ(ம்)காண,

64. வாள்பலத்தால் வீழ்ந்தசிரம் வான்பலன்கொள் கித்தேரி
தோள்பலத்தால் தான்எடுத்துத், தூய்கரத்தில் ஏந்திநின்றாள்

65. வாவிவிரி செங்கமலம் வான்சுடரை ஏந்த(ல்)எனப்,
பூவிவிரி கைஏந்தும் பூஞ்சிரம்சூழ் வில்வீச,

66. முகக்கமலம், கண்குவளை, மூக்குநறுஞ் செண்பகமே,
நகைத்தளவம், வாய்ஆம்பல், நண்ணிஒன்றாய்ப் பூத்தனபோல்,

67. அருளால் மலர்ந்தமுகம் ஆர்ந்தஇன்பத் தேன்ஒழுக,
மருளால் தனைத்துணித்தான் வன்முகத்தை நோக்கினளே,

68. நோக்கியதன் கண்ஒளியே நுண்ணுயிராய் உள்நுழைந்து,
போக்கியமெஞ் ஞான(ம்)உம் போழ்ந்(து)உருகத் தான்தெளிந்தே.

69. விழுந்(து)அழுதான் மங்கைஅடி மேவுதுதி முற்றெடுத்தான்.
அழுந்தியமெய்க் காட்சியினால் ஆண்டவரைக் கண்டறிந்தான்.

70. பொய்மறுத்தான் மெய்உணர்ந்தான் பொன்னுலகின்
ஆறடைந்தான்
கைமறுத்(து)ஆங் (கு)ஒவ்வாக் களிகூர்ந்தே வேறானான்.

71. தன்னுயிரை உண்டவற்குத் தான்உயிர்தந் (து)' ஈ(து)எனக்கே
என்னுயிரின் மேல்இனி(து)' என் (று) ஏகினளால் அம்மானை.

72. தேவதன்கை வல்லமையுள் செய்தலினோ (டு)ஆண்டவர்தாம்
ஏவுநங்கை தன்சிரம்கை ஏந்திமெல்ல முன்நடந்தாள்.

73. ஒளிஏந்தும் பொன்தேர் உதயகிரி ஏற(ல்)என,
களிஏந்தும் தன்மலைமேல் கைச்சிரத்தாள் மேல்நடந்தாள்,

74. திங்கள்இரண் (டு)ஒன்றிஒரு செங்கதிரை ஏந்த(ல்)என,
அங்கைஇரண் (டு)ஏந்துசிரம் ஆங்(கு)ஒளிசெய் தேநடந்தாள்.

75. மென்கொடிகள் பூத்துவிரி வெண்கொடிகள் முன்ஏந்தப்
பின்குயில்கள் கூவிப் பெரும்பறைகள் ஆர்த்(து)ஒலிப்ப,

76. பூஉளபல் வண்டினங்கள் பொற்குழல்கள் ஊதிவர,
காஉளபல் புள்ளினங்கள் கட்டியமே கூறிமுன்ன,

77. கிளர்வடிவின் தோகைமயில் கேளிக்கைமுன் ஆடிவர,
வளர்வடிவின் சேவகர்போல் மான்மரைகள் சூழ்ந்(து)அணுக,

78. பூமணவாய்த் தென்றல்நறும் பூம்கவரி வீசிவரத்,
தேமணவாய் நாவிஇனம் தீம்புகைபோல் வாசம்இட,

79. பூத்தமலர் தேங்கமழ்நீர் போழ்ச்சிரத்தின் மேல்துளிப்ப,
பூத்தமரம் தாங்கியபல் பூங்குடைக்கீழ்த் தான்நடந்தாள்.

80. சலசலெனப் பெய்துளிதேன் தான்புழுதி முற்(று)அடக்கக்,
கலகலென முன்உதிர்பூ கால்அணையாய் மேல்நடந்தாள்.

81. அலைஉவப்ப மேல்எழும்ஓர் ஆழியின்தேர் வேந்த(ன்)என,
மலைஉவப்ப அன்றே மலைமடந்தை மேல்நடந்தாள்.

82. வான்குடியாள் என்(று)உவந்து வான்குடிகள் மண்டிவர,
கோன்குடியாள் கொண்டசயம் கூர்களிப்பில் கொண்டாட,

83. வான்வழங்கும் ராகநிலை வான்வழங்கும் யாழி(ல்)எழத்,
தேன்வழங்கும் இன்னிசைகள் தேறிஎங்கும் பாவழங்க,

84. வாடா மதுப்பொழிபூ மாலையிட வந்தசிலர்,
சூடா ஒளிபொழிபூண் சூடியிட மொய்த்தசிலர்,

85. பூமழையை பெய்துசிலர் பூவைதவம் வாழ்த்திவரப்
பாமழையை பெய்துசிலர் பாவைசயம் பாடிவர,

86. காமம்அற ஐம்பொறிகள் காந்தசயம் என்பர்சிலர்,
நாமம்அற வாழ்(வு)ஒழித்த ஞானசயம் என்பர்சிலர்.

87. தாட்சிமிகப் பேயினங்கள் சாய்த்தசயம் என்பர்சிலர்.
ஆட்சிமிக முப்பகைவென் (று)ஆயசயம் என்பர்சிலர்,

88. சயம்சயம்என் (று)ஆர்ப்பமுகில் தாரணிமேல் ஒப்பிலதாய்ச்,
சயம்சயம்என் (று)ஆர்ப்பமலை தான்சயங்கொண்டேநடந்தாள்.

89. இன்ப(ம்)மிகக் கண்மலர்ந்தாள், இட்டம்மிக வாய்மலர்ந்தாள்;
துன்ப(ம்)அறயார்க்கு(ம்)இன்சொல் சொல்லினளாய்
மேல்நடந்தாள்.

90. வானோர் நிமல(ன்)அடி வாழ்த்தியசொல் கேட்(டு)உவந்து
தானோர் இசைபுகழ்கள் சால்(பு)உரைத்து மேல்நடந்தாள்.

91. ஐந்நாழிகை வழிவந் (து)அச்சிறப்பின் குன்றி(ன்)உச்சி,
இந்நாரிதன் கரம்மேல் ஏந்துதலை கொண்டுவந்தாள்.

92. வந்துளிஅக் கோயிலின்முன் வாழ்த்திஇது பூசைஎனச்,
செந்துளிபெய் பூஞ்சிரம்முன் தெண்டனொடு வைத்தனளால்,

93. கொய்த மலரோடே கொடிவீழ்ந்தால் போல்உடலும்
பெய்ததலை யோடுவிழப் பேருயிர்மேல் ஏறினதே

94. வானவர்கை ஏந்தமற்றை மாதரும்ஐ ஆ(று)அணுக
ஈனவருள் நின்றுவிண்மேல் ஏறினள்கித் தேரிஅன்றே.

95. புரோச(ன்)என் பான்தானும் பொருவிலமெய் வேதபிரான்
சரோச மென்தாள் நீங்காமல் தன்தலைதந் (து)அன்(று)ஒருங்கே

96. தன்சொல்திறத் தி(ல்)இன்ன தன்மைநலம் தந்தவளை
இன்சொல்திறத் (து)இறைஞ்ச ஏறினளால் அம்மானை.

கித்தேரியின் புகழ் பரவியதும் பூத உடல் மறைந்ததும்

97. தாங்கியவான் கோப(ம்)இவள் தாரணிவிட்(டு) ஏறியபின்
ஓங்கியதே போலஎங்கும் உம்பரம்மேல் மொய்த்தமுகில்,

98. இருள்பரப்பிக் கண்கூச, ஈ(று)இலமின் வாள்வீசி,
வெருள்பரப்பிச் சூழ்முழங்க, வெஞ்சினஏ (று)இட்(டு)இடிப்ப,

99. கொடுங்கொலைக்(கு)அன்(று)ஆங்(கு)அமைந்து,
கூடினஅச்சேவகரும்
படுங்கொலைக்குள் அஞ்சிஎங்கும் பாய்ந்(து)அலறி ஓடினும்சூழ்

100. வீழ்ந்தஇடி பட்(டு)எரிந்து வெண்பலியாய் வெந்(து)இறப்ப,
தாழ்ந்தஇடி பேரொளியால் தற்பரன்தன் கைத்திறத்தை

101. கண்டறிந்தார் கண்டநலோர் கன்னியங்கித்தேரிநலம்
உண்டறிந்தார் ஓர்ந்தபுகழ் ஓதிநின்றார் அம்மானை.

102. வானி(ல்)நின்(று)ஓர் வானவனே வந்துரைத்த ஏவலினால்,
கானி(ல்)நின்(று)ஓர் மாதவத்தோன், கான்கிடந்த அவ்வுடல்கள்

103. தேடிஎடுத் (து)அன்புமிகச் செய்முறைசெய் (து)ஆய்ந்தபுகழ்ப்
பாடிஎடுத் (து)அன்(று)ஒருங்கும் பார்கீழ் அடக்கினனால்.

104. கார்தவழும் குன்றி(ன்)உச்சி கற்கோயில் வாயிலின்முன்
நீர்தவழும் தாமரைநீர் நீங்கிஅறுப்(பு)உண்டதுஎன,

105. சிரம்வே(று) உடல்வேறாய்ச் செய்ததிரு மேனிகண்டு,
'வரம்ஏந்தும் கித்தேரி மாண்(பு)உடல்ஈ (து)' என்றிறைஞ்சி

106. சிரம்ஏந் தியகரமும், சென்றடைந்த தாள்இரண்டும்,
சரம்ஏந் தியமுறையால் தன்தலைமேல் கொண்(டு)அணிந்தே,

107. ஆசைமிக அவ்விடத்தோர் ஆழ்ந்தகுழி செய்(து), அதிலே
பூசைமிகக் கையெடுத்த பூவுடலை வைத்தனபின்,

108. பல்வரமே கொண்ட(து)எனப், பல்நிறப்பூ மேல்பரப்பி,
நல்வரமே காய்க்கஎன, நால்புடைமண் மூடினனால்.

109. 'வான்வாழுங் கித்தேரி வான்(ப)யன் ஈங்கு ஈவன்எனத்
தான்வாழ்ந்த பூவுடலைத் தாரணிமேல் ஓர்பிணையாய்

110. தந்தனள்,' என் (று)அம்புவிகொள் சாலஇன்பம் உள்ளடங்கா
அந்தநிலத் (து)அன்றுமது ஆர்ந்தமலர் பூத்தனவே.

111. விண்வாழ நல்லுயிரே மேலேறித், தன்தயையால்
மண்வாழத் தன்னுடலை வைத்தனள்ஈங் (கு)அம்மானை.

9. எண்மர் காதை

சந்த விருத்தம்

1. செங்கரம் ஏந்திய தன்சிரம் ஏந்(து)ஒளி
சிந்திய வான்தகு மாட்சிநலாள்
வெங்கரம் ஏந்திய ஆதவன் ஊர்ந்(து)ஒளி வீசு
விசும்பு கடந்(து)உயர்போய்,
அங்கரம் ஏந்திய அன்போடு நின்(று)அருள்
ஆண்டவர் ஆசனம் அண்டினளாய்ப்,
பைங்கரம் ஏந்திய பங்கய நேர்ஒளி
பாய மகிழ்ந்து, மலர்ந்தனளே.

2. சோடு கடந்த சுகத்து மடந்தை
துதிப்பஅனந்தன் அணைத்(து)இறுகப்
பாடு கடந்த சயத்தின் வரங்கள்
பணிப்ப அணிந்த முடிக்கதிரால்
ஈடுகடந்த நலத்தில் இலங்க
எதிர்த்து வரும்பல பற்பொழுதே,
நீடுகடந்த நவத்தை அறிந்து
நிலத்(து)இணைஇன்றி உவப்புளதால்,

3. ஓர்வய (று)ஓர்சுரம், ஓர்பொழு (து)என்றுதன்
னோடு பிறந்தன எண்ம(ர்)என,
பார்வழி பற்பல சென்று தனித்தனர்
பாசறை கொண்டு பிரிந்தனரே.
சீர்வழி மேற்கதி சென்(று)இவள் அன்பொடு
செய்து விடாதன வேண்டுதலால்,
சூர்வழி யேமறை வேண்டி இறந்து,
துளங்கின அன்னவர் காதை சொல்வாம்.

அம்மானை

விண்ணகம் சென்று அமலன் அடிபணிந்த கித்தேரி

1. விண்கடந்து வானி(ல்) உயர்வீடுசென்ற கித்தேரி
கண்கடந்தும், உள்கடந்தும், காந்திவிரி ஆசனம்போல்

2. மூவுலகும் மூவிரலால் முத்தொழில்செய்(து) ஏந்தினனாய்த்,
தேவுலகும் ஏத்தியகோன் சேவடிமுன் சேர்ந்தனளே.

3. செங்கதிர்முன் கஞ்சனமோ? செங்கதிர்முன் கஞ்சமதோ?
அங்கதிர்நின்(று) உண்ஒளியால் அன்புமிக, இன்ப(ம்) மிக,

4. பகாப்பொருளாம் தேவநலம் பார்த்துமுழு (து)உண்டு உளமால்
தொகாப்பொருளாம் காட்சியினால், சொல்லரிய வாழ்வடைந்தே,

5. எப்பொருளும் முற்றுணர்ந்த ஈ(டு)இலஓர் ஞானமுமாய்,
அப்பொருளும் வேண்டும்உளி ஆங்குணர்ந்தும் அத்தமுமாய்,

6. வானிறையோன் தன்முகத்தை மா(சு)ஒழியக் கண்டனளால்,
தானிறைஓர் மாசுமிலாச் சால்புணர்ந்த (து)ஆருரைப்பார்?

7. ஒள்ஒளியும் உள்ளுவப்பும் உள்ளடங்காத் தான்இலங்கித்
தெள்ஒளிசெய் தேவதிருச் செந்தாள் பணிந்துநிற்ப

ஆண்டவர் அருளிய சிறப்புக்கள்

8. அருட்கடலோன் தானவளை ஆங்(கு)இனிதாய்த் தூக்கி அரும்
பொருட்கடலாம் மார்பொடுதன் பொற்கரத்தால் சேர்த்தினரால்,

9. கரைகாண(து) அங்கே களித்தனளாய் வாழ்த்திடவோர்
உரைகாணா(து) இன்பநன்னீர் உண்டுண்(டு)உமிழ்ந்தனளே.

10. ‘மண்ணரசு ஆங்(கு)என்னால் மறுத்தனைநீ இன்றழியா
விண்ணரசு ஈங்(கு)ஆகு’ மென, மின்னார் முடிபுனைந்தார்.

11. ‘தவக்காவில் கன்னிமுகைத் தாள்அணியாச் சூடினைநீ,
சிவக்காவின் பூஇ(து)’ எனத் தேன்தொடையைச் சூடினன் தான்.

12. ‘தாய்தாதை என்னால் தவிர்ந்தனைநீ, என்மகளே,
தாய்தாதை ஆயினன்நான் தானுனக்கே’ என்றணைத்தார்.

கித்தேரியின் விண்ணப்பம்

13. வான்சுரக்கும் இன்ப(ம்)நிறை மங்கைதுதி வாழ்த்தெடுத்துத்,
தேன்சுரக்கும் மென்மொழியால் செப்பியபின் உள்ளிரங்கி

14. ‘பன்னாள் படர்ந்தஇருள் பட்டொழிய உன்தயையால்
என்நா(டு) உ(ன்)நாடாக என்று(ம்)அருள் செய்யாயோ?

15. ஈங்(கு)உவப்ப நானு(ம்)என்னை ஈன்றதந்தை தாய்நரகில்
ஆங்(கு)எரிய என்று(ம்)உன்னை ஆங்(கு) இகழத் தாங்குவேனா’

ஆண்டவரின் அருள்விடை

16. என்றிவையும் பற்பலவும் ஏத்திஉரைத் (து), ஆங்(கு)இறைஞ்ச,
அன்றிவையும் பற்பலவும் ஆண்டவர்தாம் செப்பினரால்,

17. ‘எனைவேண்டித் தாய்தந்தை என்(று)இகழ்ந்தாய் நானும் இனி
உனைவேண்டி ஆங்கவர்க்கே உள்ளிரங்கிச் செய்தயையால்,

18. துஞ்சாமுன் தாம்தெளிந்து தூயஎன்வாய் வேதவழி
அஞ்சா(து)உன் பின்நடப்ப, ஆர்இழையாய், காண்பை’என்றார்,

19. மீண்டே திருவுளத்தின் மெய்பலவும் காட்ட அந்நாள்
ஆண்டே அறிந்தவற்றை ஆய்தல்அரி (து)அம்மானை.

இலுசித்தானியா நாடு வேதநெறிக்கு வருவது பற்றி முன்னறிவிப்பு

20. காலமெல்லாம் பின்றமுன்னும் காட்சிவல்லோன் பின்நெடுநாள்
கோலமெல்லாம் காட்டியபின் கூர்உவப்பில் கூற(ல்)உற்றார்.

21. ‘பிறைசுமந்த பொன்மகுடம் பெற்றமன்னர் ஐவரையும்
கறைசுமந்த வாளால் கடிந்(து)ஒருநாள் வெட்டிவெல்லும்,

22. ஆங்கொருவன் என்னருளால் அன்(று)உலுசித் தானியநா(டு)
ஓங்கஒருங்(கு) என்மறையின் உட்படுத்தும் தன்மையினால்,

23. அந்நா(டு)என் நாடாக ஆளு(ம்) முதற்கோன் அவனே
எந்நா(டு)அந் நாடெனநான் ஈய்ந்தனஎன் காய(ம்)ஐந்தும்

24. பூங்கொடியாய் ஏந்திஅன்னார் பூவுலகத் (து)எல்லையோடு
தாங்கொடியைப் பின்பிரித்துத் தாழ்விலஉன் நாட்டரசர்.

25. தமைஇறைஞ்சும் நாடனைத்தும் தாம்அனுப்பும் வேதியரால்
நமைஇறைஞ்சும் நாடாக நாளு(ம்)அவர் செய்வ(ர்)எனா,

26. செங்கதிர்க்கோன் தன்சுடர்க்கை செல்லும்எல்லைக்(கு) அவ்வரசர்
தங்கதிர்க்கோல் நீட்டஅருள் தந்திடுவேன் நானுமன்றே,

27. தம்படைமுன் என்சிலுவை தார்க்கொடியாய் வந்(து) இலங்க,
வெம்படைமுன் தம்பகைவர் வெள்ள(ம்)மெலி(வு) உற்றொழிய,

28. நீரோடும் தம்கலமும் நீள்சிலுவை ஏந்திவரத்,
தாரோடும் என்மறையும் தம்மரசும் நாட்டினராய்.

29. முறைமாறா(து) அன்னவர்நான் முற்றுவப்பத் தான்நடந்து
மறைமாறா நாட்டில் இன்ன மாட்சிவளர்ந்(து) ஆயினக்கால்

30. அருள்ஒழியா வெண்குடையான், அன்பொழியா வண்கொடையான்,
தெருள்ஒழியாக் கேள்வியினான், சீர்ஒழியா மேன்மையினான்,

31. ஓடாப் படைக்கடலான், ஓயாத் தரும(ம்) நலான்,
வாடா மறையணியான், வான்உவப்ப மண்இறைஞ்ச,

32. பொருள்ஏந்தும் செல்வம் மிகப், பூவுலகில் நேரிலனாய்
அருள்ஏந்தும் நாம(ம்) உடை ஐந்தாம்கோன் ஆங்(கு)உதிப்பான்

33. தான்ஆளும் அந்நாளில் சால்(பு)அருள் ஆர் என்மகளே,
வான்ஆளும் என்திறத்தால் வையம் எங்கும் ஆளவும்நீ,

34. நான்குறித்த நாளாகி நான் அருளும் வல்லமையால்
யான்குறித்த கீர்த்தியெழ யாவுலகும் யாவுயிரும்

35. உனைப்புகழ உன்னால் உதவியபல் அற்புதத்தால்
எனைப்புகழ்ந்து பொம்பேர் இடத்தாள்வாய்' என்ன, வல்லோன்.

கித்தேரியின் மனநிலையும் எண்மரைப் பற்றிய கேள்வியும்

36. சாற்றரிய மாட்சிநலாள் தான்இறைஞ்சி, உள்ளுருகித்,
தேற்றரிய ஆய்ந்தபுகழ் செப்பிநின்றாள் அம்மானை.

37. மனத்தடங்காப் பேருவகை மண்டிமிக வாழினுந்தான்
தினத்தடங்காச் சிந்தையுளம் சென்(று)உறுத்த, மீண்டுரைப்பாள்,

38. 'தாதாவே, என்மேல் தயையுணர்ந்த தன்மையினால்
வேதாவே! அங்க(ண்)என்னை விட்(டு)அகன்ற எண்மரின்மேல்

39. ஓர்ந்தருள்நீ செய்ய, அவர் ஒப்பஎன்னோ(டு) ஆள, இங்கே
சேர்ந்தருளி வாழ்ந்துவப்பச் செய்வாயே,' என்றிறைஞ்ச

எட்டுக் கன்னியர்களின் வரலாறு

40. இன்னபடி ஆகு(ம்)என எந்தைஅருள் கொண்டுரைப்பச்,
சொன்னபடி ஆயவைநான் சொல்லுகிற்பேன் அம்மானை.

41. பலநிலைவாய்த் தீப(ம்)எனப், பார்விளக்கச் சூழ்பரவிச்
செலநிலைவாய் விட்டகன்று தே(ன்)மொழியார் தம்மொடுதாம்,

42. பிரிந்(து)ஏக ஏவியஎம் பேரிறையோன் காட்டியவாய்த்
திரிந்(து)ஏக, அன்னவரே சேரிடம் எல்லாம்விளங்க,

43. கன்னிநல(ம்) மாறுமிலாக் காத்ததவம் பாடுமிலாக்
மின்னியநல் தீபமென மின்னியலார் சூழ்விளங்க

44. சோதிபொறா நோயுடைக்கண் சோரும்எனக், காட்டியதன்
நீதிபொறாத் தீஉணர்வோர் நீங்காப் பகைத்(து)உலைப்ப,

45. வேறிடத்துள் ளோர்துணிவாய் வேதநலம் வேண்டி, உயிர்
ஈறிடத்தந்(து), எண்ம(ர்)ஒருங்(கு) ஈடிலதோர் வெற்றிகொண்டார்,

46. வேரியபூஞ் சோலைநிழல் வேண்டிஅடை செல்வம்மிகுஞ்,
சீரியநல் நாட்டிடத்தே சென்றாள்பா சீலிஎன்பாள்,

47. ஆசைமுழு(து) ஈர்த்தனளாய், அன்புடன்ஓர் மெய்க்கடவுள்
பூசைமுழு(து) ஏத்தினளாய்ப், பொய்சினம்தீக் காம(ம்)மற்ற

48. தீங்குமுழு(து) அற்றனளாய்ச், செய்தவத்தின் மேன்மையினால்
ஆங்குமுழு(து) ஒப்பிலளாய், அன்னவர்செய் தீதுபொறா,

49. வாதுமுகத் (து)ஓதியமெய் வாய்ந்தபல ஞான(ம்)அவர்
தீதுமுகத் (து)ஓங்கியதெம் தீச்சினத்தில் காய்ந்துபொறா

50. காய்ந்(து)ஒருமான் பாய்புலிபோல், கார்த்திகையின் மாதமுதல்
பாய்ந்(து)ஒருமா (று)இன்றிநெடும் பா(டு)அவளைத் தாம்படுத்தி,

51. வான்உவந்து செய்திறத்தால் வாள்முகத்தில் அஞ்சிலளாய்த்,
தான்உவந்து தன்னுயிரைத் தந்தனளால் அம்மானை.

52. கார்பூண்ட மாளிகைபூண் கார்த்தாகு மாநகரில்,
சீர்பூண்டு சென்றாள் செருமானி என்பவளே,

53. உண்டதண்ணீர்க் கா(டு)உவப்ப ஓடஉமிழ்பொன்மலைபோல்,
கண்டஉண்மை தான்எவர்க்கும் கா(து)உவப்ப ஓதினளாய்,

54. ஓடியநீர் உண்(டு)அலரும் ஓர்வனம்போல, ஆங்குபலர்
நாடியசொல் கேட்(டு) உயிர்மெய் நாதன்அறிந்(து) உட்பணிய,

55. கார்ப்பருவம் பூத்தமுல்லைக் காட்டின்நடுத் தோகைமயில்
சீர்ப்பருவத் (து)அன்னவருள் சீர்த்(து)எழுந்தாள் அம்மடவாள்,

56. தீய்முகமாய்க் கோடைவந்து தேன்மலர்க்காத் தீய்த்ததெனா,
காய்முகமாய்த் தீயோர்முன் கற்றவரும் மற்றவரும்

57. பைங்கொடிபோல் தைமாதம் பத்தொ(ன்)பான் நாள்ஒருங்கே
வெங்கொடியோர் வாளால் விழுந்(து)இறந்தாள் அம்மானை.

58. பனிசுமந்து நீர்பொழிந்த பன்மலைசூழ் வாழ்(வு)உகுப்பக்,
கனிசுமந்து தேன்பொழிந்த காலீச நா(டு)அணுகி,

59. வெம்புனல்வீழ் குன்றுமிசை மேவிமறை வேண்டிஅங்கண்
செம்புனல்தந் (து)ஆண்டவர்தாள் சென்றனள்எப் பேமிஎன்பாள்.

60. மலைஒளித்த ஓர்மணிபோல், மாண்டவள்பூ மேனியில்தன்
நிலைஒளித்த நாள்பலவாய் நேடியபூக் கொய்(து)ஒருநாள்,

61. இடைச்சியருள் ஓர்சிறுவி ஏந்தியகை கண்டுவிரல்
உடைச்சிறிதோர் ஆழிஎடுத் (து)உள்வெருவி ஊமைநின்றாள்.

62. கையால் உரைத்தவற்றை காணவந்தார் கா(து)உணர
மெய்யால் இறப்பஇங்கே விட்டனள்எப் பேமிஉடல்

63. துதியாகக் கொள்ளஒரு சொல்லாய்ப் புரட்டாசி
பதினாறாம் நாள்எடுத்தார் பத்தியுள்ளோர் அம்மானை.

64. மற்றவருள் முன்பிறந்த மாதெனச் செனேவுரியே
முற்(று)அருள் சங்கைமிக முன்னெருதாய்ப் போலிருந்தாள்.

65. அன்னார் பிரிந்தனபின் அம்பரமேல் பாய்ந்தமதிள்
துன்னார் பகைக்(கு)அழியாத் தூவிநகர் வந்தடைந்தாள்.

66. பகைவேடர்க் (கு)அஞ்சிஅன்னம் பாலைநிலம் சேர்ந்ததென
மிகைவேந்தர்க் (கு)அஞ்சிஅன்னாள் மெய்பகைத்த பாவிகளுள்,

67. வேங்கைஇனத் துள்ஒதுங்கி மேய்ந்திருக்கும் மான்எனவே,
தீங்க(ர்)இனத் (து)உள்நெடுநாள் சேர்ந்திருந்த பின்; அவளைக்

68. கைப்பிடித்த வேல்கொடியார் கார்த்திகைமு தற்பகலே
மெய்ப்பிடித்த காரணத்தால் வெட்டினரால் அம்மானை.

69. முடிஆடும் மேக(ம்)என, மொய்த்தபுகை மேல்கமழக்,
கொடிஆடும் மாட(ம்)அணி கோர்துவமா பட்டணமே,

70. அன்றுசெய்த வெம்பகையால் அம்புவிமேல் நிந்தைபெற
இன்றுசெய்த அர்ச்சனையால் எங்கும்அருங் கீர்த்திபெற.

71. விற்றோரி என்பாள் விரும்பிஅங்கண் சேர்ந்தனளால்,
கற்றோரின் வாய்ப்புகழ்மேல் காட்சிவரம் பெற்றநங்கை,

72. ஆங்(கு)ஆள் கொடுங்கோலான் ஆராயாக் கோபவல்லான் தீங்(கு)
ஆர்த் தீயோன் எனுங்கோன் செய்தகொடும் பா(டு)அளவோ?

73. உடல்முழுதும் செங்குருதி ஓடஅடித் (து)அஞ்சிலளாய்க்,
கடல்முழுதும் சேர்ந்(து)அவியாக் காய்ந்(து)எரிஓர் சூளையிலே

74. போட்டெரிப்ப அங்க (ண்)அவள் பூவிரித்த சோலையைப்போல்
மீட்டுவப்ப,மொய்த்(து)இருள்செய் வெஞ்சினத்தில்
வேகுநெஞ்சான்,

75. கற்காலில் கட்டிக் கசத்(து)ஆழ்ந்த நீரில்விட,
பற்காலம் நீர்மிதந்த பங்கயம்போல் மேல்மிதந்து,

76. தனைப்புகழ ஆங்(கு)எவரும் தற்பரனைத் தான்புகழ
வினைப்பகைவன் சீற, விரி மேற்கரைசேர்ந்(து) அப்பொழுதே

77. செம்புனல்ஆங்(கு)ஓடாமல் செல்வர்வியந் (து)ஏத்திநிற்ப
வெம்புனலாய்ப் பாலோடே மென்முலையைக் கொய்தனபின்,

78. காய்ந்(து)எறிந்த அம்புருவக் கார்த்திகைபத் (து)ஏழாம்நாள்
வாய்ந்தஉயிர் வான்மிசைபோய் வாழ்(வு)அடைந்தாள்
அம்மானை.

79. தேறியமெஞ் ஞான(ம்)மிகச் செய்ததவ மேன்மையினால்,
கூறியசொல் மேற்பெருமை கொண்டவிபி ராத்தைஎன்பாள்.

80. பெற்றவரும் கூடப் பிறந்தவரும் நீங்கினபின்,
மற்றெவரும் அண்டா வனம்புகுந்(து)அங் கேநெடுநாள்.

81. கண்முதலாய் வாச(ல்)ஐந்தும் காத்ததவ வீட்டி(ல்)அவள்
விண்முதலாய் நோக்காது வெவ்வினைவென் (று)ஓங்கிநின்றாள்.

82. எண்ஆண்டும் அவ்விடத்தில் இப்படிதான் நின்றனபின்,
மண்ஆண்ட தன்தாதை வன்கையிலே மீண்டுபட,

83. வெஞ்சினத்தின் நீள்சிலுவை மேலறையுண் (டு)அங்க(ண்)அவள்,
அஞ்சிலளாய்ச் சூழ்எவர்க்கும் ஆரல் ஆய்ந்(து)உரைப்ப,

84. வேலிஎனும் நீள்மதிள்வாய் வெம்பகைக்குச் சூழ்அடைத்த,
காலிஎனும் மாநகரில் காய்ஆடி ஐந்நான்கு

85. நாளாகி வாழ்வயதே நன்மடந்தைக் (கு)ஐம்மூன்றாய்,
வாளால் சிரம்விழத்தான் வான்புகுந்தாள் அம்மானை.

86. கள்அவிழ்பூஞ் சோலைஅணி காலீச நாட்டிடத்தில்
உள்ளவம்பில் ஒக்கியமூ தூர்அருகே சென்றிருந்த,

87. மண்உலகில் ஒப்(பு) இறந்த மாரீனை என்பவளே,
விண்உலகில் வந்தமறை விட்டொழிப்ப, வைத்தசெல்வம்

88. துறந்தனள்என் (று)ஆங்(கு)எரித்த சூளையிலே போட்டெரியாச்
சிறந்தனள்என் (று)அன்றுசிரம் சென்றுகொய்தார், கொய்தசிரம்

89. மும்முறையே தாண்டிவிழ, மூவிடத்தும் அற்புதமாய்
அம்முறையே ஊற்(று)ஒருமன் (று)ஆகிஉயிர் நல்கியநீர்

90. அன்(று)ஒழுகக் காண, அவர் ஆடியின்நாள் மூவாறும்
சென்(று)ஒழுகத் தான்கதியில் சேர்ந்(து)உவந்தாள் அம்மானை.

91. அடைவாகை முற்றி, இன்ன அம்புவிமேல் மிக்(கு)ஒளிரக்
கடைவாகை கொண்டாள், களிமாற்சி யாள்எனவே

92. சொல்லரிய செல்வம்உடை தோலேது மாநகரில்,
நல்லரிய தன்வயது நாற்பதின்ஐந் தாம்அளவு

93. மெய்இறையோன் மாட்சிமைதான் மென்மொழியால் ஓதிவர,
பொய்இறையோர் பூசைஅவர் போக்கிவிடார் என்றுபொறா,

94. ஆங்கொருநாள் அன்னவர்தாம் அர்ச்சனைசெய் பொய்உருவம்
தீங்குருவாம் என்னஅவள் செங்கரத்தால் சாய்த்(து)அழித்தாள்.

95. ஏதி(து)எனத் தேவபழி என்(று)அலறி 'யாங்கள்பொறாத்
தீதி(து)'எனக் கீழ்மிதித்துத் தேய்த்தடித்த பின்அவளை

96. அன்(று)இரையாய்ச் சிங்க(ம்)உண ஆடியின்ஈ ராறாம்நாள்
என்(று)எறிய வான்உயர்தான் ஏறினள்ஆல் அம்மானை.

முடிவுரை

97. இன்னபடி கித்தேரி இன்ப(ம்)மிக ஆசையறச்
சொன்னபடி எண்மரும்வான் துன்னி, முடி சூடினராய்,

98. ஓர்உணவும் ஓர்பிறப்பும் ஒன்றிவந்த ஒன்ப(து)உம்பர்
சேர்இடமும் ஒன்றெனவே சீர்த்தினிமேல் தாம்பிரியார்.

99. பிரியாத அன்புடையார், பேரிறையோன் தான் அணியாய்,
விரியாத பூமுகையார் வீட்டில்ஒரு கோவைஎனக்,

100. காட்சிநலத் (து)ஓங்கிநவ கன்னிகள்வாழ்ந் (து)அங்கடைந்த
மாட்சிநலம் கண்டுரைப்ப வல்லவர்ஆர் அம்மானை?

10. புதுமைக் காதை

சந்த விருத்தம்

1. மெய்யேந்திய மறைமாதென விதிவேதியர் புகழ,
மையேந்திய மலைமாதென மலிதாபதர் பணிய,
மொய்யேந்திய சயமாதென முழுதேபுவி பரவக்,
கையேந்திய சிரமாதென கடிவாழுவள் கதியே,

2. கதிஅண்டின பொழு(து)உண்டென கரைஒன்றில களியாய்,
நிதிஅண்டின மணிஒன்(று) நிகர்நின்றனள். புவியின்
பதிஅண்டின இடையும்புகழ் பலஅண்டின, புதுமைத்
துதிஅண்டின, நவம்மண்டின, தொகைஒன்(று)இலசெயவே,

3. துறைகாட்டினள், துயர்ஆற்றினள், சுரம்ஆற்றினள் துணையாய்
சிறைநீக்கினள், கறைஎற்றினள், சினைஒத்தனள்; இவையும்
முறைஎத்துணை, இடம்எத்துணை, மொழியத்துணை, எவரோ?
நிறைஅற்புத நிலையில்சில நியமித்(து)இனி மொழிவாம்.

அம்மானை

பொந்தைநல்லூர் மாதின் சிலந்தி நோய் மறைதல்

1. மாறாத் திருவுளத்தில் வாய்ந்தபொழு(து)எய்தியபின்,
ஆறாத் திருமடந்தை அற்புதகித்தேரியம்மாள்.

2. பூவுலகில் எங்கு(ம்)ஒளி பூண்டபுகழ் பெற்(று) உயர,
தேவுலகில் ஆள் இறையோன் செய்புதுமை ஓர்அளவோ?

3. மாஇரவில் செங்கதிர்போல் வந்(து), இறையோன் ஈங்(கு) உதித்த
ஆயிரத்தேழ் நூற்றொருபத்(து) ஆறாம் ஆண்(டு) ஏகையிலே

4. பூங்கமழ்நீள் சோலைஅணி பெந்தைநல்லூர் வைகியஓர்
தங்கமழ்நீள் கூந்தல்நலாள் தீ(து) அருந்தி நீ(டு) உளைய

5. வாடா முலைச்சிலந்தி வந்துசிலை ஓடினதால்,
நாடா மருந்(து)அனைத்தும் நாடி நெடுநாள்ஆறா,

6. துயிலும் இலா, ஊணும்இலாத் துன்ப(ம்) மிகச் செய்மருந்து
பயனும் இலாக் கண்டபல பண்டிதர்கை விட்(டு) அகன்றார்.

7. தீங்குறுநோய் நாளு(ம்)மிகத் தீய்ந்(து)உயிர்போய்ச் சாதலன்றி,
ஈங்குறுதி ஒன்றிலைஎன்(று) ஏங்கிஅவள் நொந்(து)அழுவாள்.

8. உயர்முகத்(து)ஆங்கோர்குருவந்(து)உள்ளிரங்கும் தன்மையினால்,
துயர்முகத்தாள் கண்(டு) அழுந்தன் துன்பமறிந்(து) ஆதரித்தே,

9. 'மண்ணிடத்தில் ஓர்மருந்தும் வாய்த்தபயன் இல்ல(து)எனில்,
விண்ணிடத்தில் வாழ்பவரைவேண்டி(ல்)அருள் செய்வ(ர்),'
என்றான்.

10. 'ஐயாபெரும் பாவி ஆகியநான் நன்மைபெறச்
செய்யாத வேண்டுதல்முன் செய்தனன்நான்,'என்(று)அழுதாள்

11. அன்(று)அரிய அன்பி(ன்)அவன் ஆங்குரைத்து, 'வானுலகில்
நின்(று)அரிய வல்லமையின் நேர்அருள்கொண் (டு)ஒப்பிலளாய்,

12. பொம்பேர் இடத்தாள் புகழ்மிகுங்கித்தேரியை, நீ
வெம்பேர் இட(ர்)ஒழிய வேண்டுக' என் (று)ஆங்(கு)ஒளித்தான்

13. குருஉருவாய்ச் சம்மனசு கூறினன்என் (று)எண்ணினளாய்,
அருள்உருவாம் கித்தேரி அன்புமிக வேண்டினளே.

14. ஆங்(கு)இரவில் வேண்டினபின், அன்(று)அசதி கொண்(டு)உறங்கி
ஓங்(கு)இரவி தோன்றினபின், ஓர்குறைஇல்லா (து)எழுந்து.

15. புண்தானும், புண்வடுவும் போய், முழுதும் நீங்கினதும்
கண்டாள், களித்திரண்டு கைகூப்பி வாழ்த்தினளாய்,

16. கண்டார் அதிசயிப்பக் காட்டினளால் ஆய்ந்தபுகழ்கொண்டார்
எவரும், உயர் குன்(று)அரசி தாள்தொழுதார்.

17. தான்விரைந்து போய்அரிதில் தந்ததயை கொண்(டு)இறைஞ்ச,
தேன்விரைந்த பொம்பேரு சென்(று)அதின்மேல் ஏறினளாய்,

18. இங்குதவம் செய்(து)உயிர்ஈங் (கு)ஈந்தளித்தாள் கித்தேரி
எங்(கு)?எனத்தான் ஆங்(கு)எவரும்'ஏ(து)அறியோம்,
என்றதனால்

19. வானவனோ ஓர்குருவோ வந்(து)உரைத்த செய்திகளும்,
தானெவனோ சொன்னபடி தாளிறைஞ்சி வேண்டினதும்

20. வேண்டினபின் தூங்கினதும், வெங்கதிர்முன் நீங்(கு)இருள்போல்,
தீண்டினதன் நோய்ஒழிந்த செய்தியும்,தான் முற்(று)உரைப்ப,

21. அன்றொழியாக் கீர்த்திஎழ, அம்மலைமேல் எண்ணிலரே
சென்றொழியா வாழ்த்(து) இசைப்பச்,
செங்கதிரோன் வந்(து)உதிக்கும்,

22. கிரணா சலம் அனையக் கித்தேரி செய்தயையால்,
கருணா சலம் எனும்பேர் கா(சு) இலபொம் பேர்உடைத்தே

23. முன்மலைமேல் வென்றனளாய், முற்றுலகம் காத்தளித்து,
பின்மலைமேல் ஆளஅன்றே பேரடைந்தாள் அம்மானை.

ஒருவன் தலைநோய் தீர்தல்,
அதனால் கித்தேரியின் சிலை நிறுவப்படுதல்

24. மீண்(டு)ஒருவன் தாங்(கு) அரிய
வேதனையால் நொந்(து) உருக,
நீண்(டு) ஒருபல் நாள்தலைநோய்
நிற்பமருந்(து) ஒன்(று) உதவாப்

25. போதலின், 'இனி இத்துயர்க்குப் பூவுலகில் ஆ(று) இலதால்
வீதல்இனி(து) ஆகு'மென விப்பிரமம் கொண்(டு) உளைய

26. மீதுரைத்த மாதிடத்து வேய்ந்தவற்றைக் கேட்டதனால்,
தீதுரைத்தத் தன்தலைநோய் தீரு(ம்)என, நம்பிஅவன்.

27. தன்சிரத்தைத் தன்கரத்தால் தாங்கிநடந் தாள் இரங்கி
'என்சிரத்தின் நோய்ஒழிய, இன்றுதயைச் செய்யாளோ?

28. என்றான் என் (று)அப்பொழுதே இற்றெனஓர் நோயு(ம்)இன்றி,
நின்றான், தொழுதான், நெடி(து)உரைத்து வாழ்த்தினனால்.

29. பின்னைஇவட் (கு)அர்ச்சனைஇப் பேருலகில் மேல்வளர,
பொன்னை இழைத் (து)ஓர்சுருபம் பொற்புமிகப் பண்ணிவித்தான்.

30. செய்தஉரு குன்றின்உச்சி சேர்த்திவைக்கச் சூழஎங்கும்.
பெய்தமுகில் ஆர்ப்(பு)அனைய, பேரிகையும் கோமுரசும்,

31. பல்பறையும் ஆர்த் (து)ஒலிப்பப் பாடியபல் பாப்புகழும்
வெற்(பு)உறையும் புள்குரலும் வேறுபடாச் சேர்ந்(து)ஒலிப்ப,

32. வான்உவப்பப் பார்புகழ, மன்னுயிர்கள் தீ(து)ஒழிப்பக்,
தான் உவந்து மீண்(டு)ஒரு கால் தன்மலைவந்(து) ஆண்டிருக்க,

33. கிரணாசலத் (து)எழுந்த கேழ்ஒளிவாய்ச் சூரியன்போல்,
கருணா சலத் (து)எழுந்தாள் கா(சு)அறுகித்தேரியன்றே

34. அன்னபடி கீர்த்திமிக, ஆர்வ(ம்) மிகு நங்கைஎங்கும்
இன்னபடி செய்புதுமை எண்ணுவர்ஆர் அம்மானை?

ஒரு பெண்ணின் தலைநோய் குணமாதல்

35. பற்பலரே பற்பலநாள் பற்றிஅறா மண்டையின்நோய்
முற்பலரே செய்மருந்து முற்(று)உதவா, நீ(டு)உளைய,

36. செவ்வறிவு மாறும்எனத் தீர்ந்(து)உயிரும் போகு(ம்)என,
எவ்வறிவும் குன்றநனி ஏங்கிஅழ, ஆங்(கு) எவரும்

37. கைச்சிரத்தாள் செய்புதுமை கண்(டு)அவளை நம்பி, நொந்த
அச்சிரத்தார் வேண்டலும் நோய் அற்றொழிதல் தானு(ம்) ஒன்றாய்

38. மீளவும்அந் நோயும்ஊன்றா மிக்ககரு ணாசலத்தி
நீளவும்எல் லாரு(ம்)இன்பம் நீங்கிலராய் வாழ்த்தினரே

39. இத்திறத்தால் சேர்கொழுகொம் (பு)இன்றியொரு செல்வக்கொடி
ஒத்திருந்தோர் கன்னிதலை உச்சியின்ஓர் கல்லுருவாய்,

40. நொய்யெனினும், தோன்றியிடும் நோய்பெரிதா(ய்) ஆங்கவள்தன்
கையெனினும், பூந்துகிலும், கார்குழலும், தீண்ட(ல்)பொறா,

41. தாங்(கு)அரிதா(ம்)நோய்தணியாத், தன்னொடுதாய் தாதைஅழ,
ஆங்(கு)அரிதாய், இன்னபடி ஐவருடம் நொந்தனபின்,

42. நால்திசையில் கூடிவந்த நால்மருந்து முற்றுதவா,
மேல்திசையின் கைஉதவி வேண்டு(ம்) எனக், கித்தேரி

43. தேன்உ திர்ந்த பூவடியைத் தெண்டனிட, நொந்தகல்லே
தான்உதிர்ந்து நோய்முழுதும் சற்றுமிலா நீங்கினதே,

இடியால் கண்ணொளி இழந்த காரிகை கண்ணொளி பெறுதல்

44. அங்க(ம்)எலாம் தம்முறையே ஆய்ந்(து)உரைப்ப, மற்றுமொரு
நங்கையின் முன் வீழ்ந்தஇடி, நல்லுயிர்உண்ணா (து)எனினும்.

45. கண்மணியை உண்டதனால் கண்குருடி ஆகி, அவள்
உண்மணியை நீத்(து) இழந்த ஓர்பதக்கம் போலநின்றாள்

46. 'வற்றியகண் கூடாது வாழ்(வு)இழந்தாள்' என்(று)எவரும்
முற்றியநோய் கண்(டு) இரங்க, முற்றுருகித் தான்புலம்ப,

47. அன்(று)உணர்வில்தேறியவோர்அங்கனைவந்(து),
'ஏன்உளைவாய்
இன்(று)உணர்வில் தேறி அருள் ஏந்தியகித்தேரியினால்

48. ஈங்(கு) அரிய (து)ஒன்(று)உளதோ' ? என்(று)எவரும் வேண்டிநிற்ப
ஓங்(கு)அரிய இன்ப(ம்)மிக, ஓர்ஒளிமீன் தோன்றுதல்போல்,

49. கண்(டு)இருகண் ஊனமிலாக் கண்டுகளித் (து)ஆய்ந்தபுகழ்
கொண்(டு),இருகை கூப்பி அருள் கொண்(டு)அளித்த கித்தேரி

50. பூமலர்த்தாள் பூத்தொடையால் போற்றினளாய், மீண்டொருகால்
தேமலர்க்கண் நோகாது, செல்வினன வாழ்ந்தனளே.

காதுநோய் குணமாதல்

51. அன்னபடி கண்குருடர் ஐவ(ர்),இரு கண்அடைந்து,
சொன்னபடி யான்அறியத் தோன்றி அரி (து)உள்உவந்தார்.

52. கண்குருடும் அன்றிக் கணக்(கு)இலவாம் கண்நோவு
பட்டதுவும் கண்மேல் படர்ந்தனமா (சு)அற்றதுவும்,

53. கண்டார்ஓர் எண்ணுமிலார்; கண்(டு)அருள்கித்தேரியின் மேல்
கொண்டார் புகழ்மாலை கூவுலகில் அம்மானை.

உச்சி முதல் உள்ளங்கால் வரை பல்வேறு நோய்கள் நீங்கியது

54. கண் அளவில், கண்எதிர்நேர் காது(ம்) இவள் செய்புதுமை
எண் அளவில் கொண்டுவப்ப, ஏந்துமக ளாய்ஒருத்தி

55. ஒத்தவய(து) உள்ளவரோ(டு) ஊர்ந்துவிளை யாடினக்கால்,
வைத்தபெரி(து) ஓர்மணியை வல்லிதொரு காதினுள்ளே

56. புகுந்(து) எடுக்கச் செய்ததெலாம் பூங்குழலாட்(கு) ஒன்றுதவா,
மிகுந்(து) எடுத்த நோவுபொறா, விம்மிநெடு நாள் அழுதாள்

57. நொந்தசெவி கேளாமல், நொந்துபன்னீர் ஆண்(டு) உளைய,
வந்தஇடத் தெல்லாரும் வாழ்த்தஇவள் செய்புதுமை,

58. கேட்டனளாய்த், தானு(ம்) நம்பி, கித்தேரி சீரடியை
வேட்டனளாய் ஆசையோடு வீழ்ந்திறைஞ்சி, வேண்டினளால்,

59. தானாக அம்மணியே தன்செவியின் வீழ்ந்(து) உதிர,
ஊனாக ஒன்றுமிலா(து) உற்றவை அக்கா(து) உணர,

60. கொண்டாள் திருப்புகழ்தான் கொய்தமணி காட்டி, அதைக்
கண்டார் அதிசயிப்பக், காதலராய் வாழ்த்தினரால்,

61. அன்னபடி பல்வலியே அற்றதுவும், பல்அரணை
இன்னபடி தீர்ந்ததுவும், எண்ணிலரே கண்(டு) உவந்தார்

62. கொய்தசிரம் கைஇருக்கக் கூறியுரை பேசினள்தான்,
செய்தயையால் ஊமைகளும் செப்ப, வலம் தந்தனளே

63. பட்டநெடு நாள்பிணியால் பண்(டு) இனிதிற் பேசினநா
கட்டினது போல் ஒரு சொல் கட்டுரைக்க மாட்டாமல்,

64. பன்னாளும் ஊமை எனாப், பாணியினால் பேசினபின்,
அந்நாளில் கித்தேரி அற்புதங்கள் கேட்டதனால்,

65. நம்பிஉளத்(து) ஆசைஒரு நாக்(கு) எனத்தான் வேண்டினக்கால்
வம்பில்உளம் சொல்துவக்க, வாய்முடித்துப் பேசினனால்

66. கந்தரத்துள் தோன்றி, கடுக்கு(ம்) எழு நோய்உரத்தால்
சுந்தரத்துண் கண்பலரே சுற்ற(ம்) அழத், துஞ்சினரால்,

67. அன்னபடி ஒர்குமரி அப்பிணிகொண்(டு) ஆங்கிருக்கச்,
சொன்னபடி ஒன்(று) உதவாத் தொண்டையுள்நீர் தான் இறங்கா.

68. சாத(ல்) இனி திட்ட(ம்) எனத், தந்தை தனக்(கு) ஓர்மகளாம்,
பேதைஇனி போவள்எனப், பேருயிர்ப்போ(டு) ஆர்த்துஉளைய,

69. செப்(பு) அரிதாய் கைச்சிரத்தாள் செய்புதுமை தான் நினைத்துத்,
தப்(பு) அரிதாம் வல்லமையைத் தானு(ம்) நம்பி வேண்டினனால்,

70. தாதைஅன்ன சொல்முடிப்பச், சாத(ம்) அவள் கேட்(டு), எளிதாய்
பேதை அன்னம் உண்டனபின், பேருவகை கொண்டுரைத்து,

71. தாதா எனக்கொருநோய் தானு(ம்) இல்லை' என்றெழுந்தாள்
மாதா பிதாவுடனே மற்றெவரும் உள்வியப்ப,

72. எண்அடங்கா அற்புதங்கள் ஈ(று) இலசெய் கித்தேரி
மண்அடங்காக் கீர்த்திநலம் வாழ்த்தினரே அம்மானை

73. சொன்னபடி மற்றொருவன் தொண்டையின்நோய்கொண்(டு)
உருகி
அன்னபடி நாகருகி, ஆங்(கு) உதவி ஒன்று(ம்)இலா,

74. வெள்ளியினால் நாக்கிடவும், வெண்மெழுகு சாத்திடவும்,
உள்ளினனாய்க் கித்தேரி ஒண்பதத்தை வேண்டினனே

75. வேண்டினதும் எல்லாநோய் விட்டது(ம்) ஒன்(று)ஆகி, உளம்
தாண்டினதோர் இன்ப(ம்) மிகச்,சாற்றி, இவை தந்(து) உவந்தான்

76. பேத(ம்) இலாப் பற்பலரே பெற்றகண்ட மாலைஎன
ஏத(ம்) இலாத் தீர்ந்தொழிய, ஈங்(கு) இவளால் கண்டறிவோம்

77. உள்ளஏழு மாத(ம்) மக(வு) உண்ட, கக்கு வான் ஒழியாக்,
கொள்இனிய பால்உமிழ்ந்(து), குட்ட(ன்) இனிச் சாகும் எனா,

78. பெற்றவரோ(டு) ஆங்கெவரும் பேருலைப்பின் நொந்தழவே,
மற்றவரோ(டு) அன்னவரும் வாழ, இவள் செய்தயையால்

79. பிள்ளையின்நோய்தீர்ந்(து)அதனைப்பெற்றவர்நோய்
தீர்ந்(து)எவரும்
உள்ளியஓர் ஈ(று) இலவாழ்த்(து) ஓதினதும், கண்டறிவோம்

80. மார்வலியும், இன்னபடி மங்கையர்தம் கொங்கையிடை
சேர்வலியும், புண்ணு(ம்), எலாம் தீர்ந்தபலர் வாழ்த்திடவும்,

81. உயிர்ப்(பு) அரிதாய் நெஞ்சடைப்பும், உள்ளபல காசைகளும்,
அயிர்ப்பும் இலாத் தீர்ந்தனவும், அற்புதமாய்க் கண்டறிவோம்.

82. பற்றியதீ உள்ளரிந்த பான்மைவயி(று) உள்ளரிய,
முற்றியநோய் ஓர்மாதம் முற்றொழியா(து), ஓர்மடவாள்

83. தாங்கரிய பீடைபொறாச், சாதல் இனி(து) ஆகு(ம்) எனா,
ஆங்கரிய ஓசையுடன் ஆர்த்(து) அலறிச், சூழ்ந்துஉளைய,

84. ஆங்கெவரோ கித்தேரி ஆய்ந்(து) அடிமேல் சாத்தியபூ
வாங்கி அதை உந்தியின்மேல் வைத்துடனே தூங்கினளால்

85. தூக்க(ம்) ஒழிந்(து) அப்பொழுதே தோன்றியநோய்
முற்றொழிந்து,
வீக்க(ம்)ஒழிந்(து)எக்குறையும் மீண்(டு)இலளாய்த்,தான் எழுந்தாள்

86. குன்மவலியால் பலரே கூர்ந்(து) உளையக், கித்தேரி
தன்மவலியால் குணமே தந்தபடி கண்டறிவோம்

87. கையிரண்டும், காலிரண்டும் கண்டனநோய் இன்னபடி
துய்யிரண்டு வான்சுடர்முன் தோற்றஇருள் போல் ஒழிய,

88. கட்(டு)அவிழ்ந்தால் போல்ஒருத்தி காலொடுகை முற்(று) அசையா,
உள்தளர்ந்தே ஆ(று) ஆண்டும் ஊட்டியசோறு உண்டனளால்,

89. நன்றுவிளை கால(ம்) எனா நண்ணி அவ்ஊர் கித்தேரி
என்றுவிளை பொற்சுரூபம் ஏந்தி, அங்கே கொண்டு வைத்தார்

90. கண்டமகள் வேண்டினபின், கைஉதவாத் தாய்க்(கு) உரைத்துக்,
கொண்டமகள் கேட்(டு),ஆசை கூர்ந்(து),அவளும்
வேண்டினக்கால்,

91. கைவிரித்துக், கோல்பிடித்துக், காலில் நின்று முன்நடந்தாள்,
மெய்பிடித்துக் கோல்எறிந்து, மீண்டுதனித் தான்நடந்தே,

92. கால்உதவக், கைஉதவக், கண்(டு) உவந்து, கித்தேரி
மேல்உதவி சாந்தனையும் மிக்குரைத்து வாழ்த்தினளே

93. அன்னபடி கன்னிமடத்(து) ஆங்கிருந்த மற்றொருத்தி,
சொன்னபடி காலொடுகை தூக்கவு(ம்) மாட்டாதிருக்க,

94. ஒன்பதுநாள் கொண்டாட உள்ளினபின், எட்டாம்நாள்
துன்ப(ம்)இலாத் தான்எழுந்து, துள்ளிநடந்(து) அன்பொடுபோய்,

95. கோமகளே தந்தகரம் கொண்டுதொழு(து), அர்ச்சனையாய்
மாமகளே செய்தநன்றி வைய(ம்) எங்கும் கூறினளால்,

96. நுண்இடைக்கீழ் சீவன் இலா நொய்கொடிபோல் கால்துவள,
மண்ணிடைக்கீழ் ஓர் அடியே வைத்திலளாய், மற்றொருத்தி,

97. வண்டிலின்மேல் மூவருடம் வாங்காமல் நின்றனபின்,
அண்டினளே கித்தேரி ஆதரவைக் கேட்டுநிற்ப,

98. அப்பொழுதே கால்உயிர்கொண்(டு)
ஆங்கெழுந்து தான்நடந்தாள்
முப்பொழுதே கோமகளை மூவுலகும் வாழ்த்திடவே

99. இப்படியே ஓர்சிறுவன் ஏந்தினும் நில்லாது, துணி
ஒப்படியே கீழ்துவள, ஓர்எலும்பும் காலில் இலா,

100. மூவாண்(டு)இவ்வா(று)இருக்க, மொய்த்துயர்க்
கொள்தாய், ஒருநாள்
பூவாண்ட கோமகளைப் போற்றி
'அருள் செய்க' என்றாள்.

101. ஆங்(கு) அவனும் 'கித்தேரி அற்புதம்செய் தாள்எனத்தான்
ஓங்கிநின்றான், ஓடிவந்தான், உள்வியப்ப யாவருமே

102. முன்வழங்காக் கையொடுகால் முற்றுதவச் செய்ததனால்,
பின்வழங்க ஓர்கணக்கும் பெற்றிலதால் அம்மானை

103. இவ்வாறும் உச்சிமுதல் எவ்வுறுப்பும் கித்தேரி
ஒவ்வாது செய்புதுமை உற்றனவாம் தான்தனியே

104. உட(ல்) ஒருங்கும் இன்னபடி உற்றபல நோய்ஒழியக்
கடல்ஒருங்கு நேராகக் கருணைநலாள் காத்தனளே

மூவரின் நோய் நீங்கிய செய்தி

105. வெஞ்சுரத்தால் காய்ந்த உடல் வேதனையால் தோட(ம்) உறி,
நெஞ்சுரத்தால் தீபுழுங்க, நீங்கிஉயிர் போகு(ம்) எனா

106. மூவிடத்தில் இன்னபடி மூவர்கிடந்(து), எம்மருந்தும்
பூவிடத்தில் தாம்வெறுத்துப், பொம்பேரு நங்கையின்மேல்

107. ஓதிநனநல் தீர்த்த(ம்) ஒன்றை உண்டனர், உண்டப்பொழுதே
வேதனைஅற்(று) ஓர்குறையும் மீண்(டு) இலதாய்த் தாம் எழுந்தார்

நங்கை உயிர்பிழைத்த செய்தி

108. நோய்முதிர்ந்து, மீட்சியிலா, நொந்திருந்த மற்றொருத்தி,
வாய்வறண்டு, கண்கள்ஒட்டி, வற்றிஉடல் மேற்குளிர்ந்து,

109. சா(வு)அடைந்தாள் என்(று) அலறிச்,
சாவுடையும் சாத்தொடையும்
வீ(வு) அடைந்தார்க்(கு) அப்பொழுதே
வேண்டியதும் வந்திருக்க,

110. அன்(று) அவளே தன் உளத்தில் அற்புதமாய்க் ‘கித்தேரி’
என்(று) அவளை வேண்டினளாய், இன்பமொடு தூங்கினவர்

111. விழித்தெழுந்தால் போல்எழுந்து, விம்மினரை நோக்கி,
அவள் பழித்தெழுந்தாள், இன்(று) எனக்கோர்
பா(டு)இலை என்(று) ஓங்கிநின்றாள்

112. சாந்துடனும், முன்னே தனக்(கு) அமைத்து வைத்திருந்த
பூந்தொடையும், பூந்துகிலும், பொம்பேரு நங்கையின்முன்

113. தான்இடவந்(து) இவ்வுயிரைத் தந்தனைநீ என்(று) இறைஞ்சி,
கான்இடவெம்பூம்புகையும் காட்டி, அடி வாழ்த்தினளால்

பேறுகாலத் துன்பம் நீங்கிய பெண்

114. முற்றியசூழ் பூண்(டு) ஒருத்தி முன்பலநோய் கொண்டதனால்,
பற்றியஓர் வெஞ்சுரத்தால் பட்டபல வீன(ம்) மிக,

115. பெறுகாலத் துன்பம்இனி பெற்றனக்கால் தாங்காமல்,
இறுகாலம் ஆய் இறப்பாள் என்(று), எவரும் கூறிநிற்ப,

116. நம்பி, அவள் காதலனே நல்கியகித்தேரிஉரு
பம்பி, அவள் ஆசையொடு பார்த்திறுக மார்பணைத்தே,

117. ‘எண்கடந்த அற்புதத்தி; ஈருயிரைக் காத்தருளி,
விண்கடந்த உன்தயையென் மேல் இரங்க’ என்(று) இறைஞ்ச

118. ஒருநோயும் இன்றி இனி(து) ஓர்மகளைத் தந்து, சுரம்
தருநோயும் அன்றியும் முன் தான்உளபல் நோயும் இன்றி,

119. அப்பொழுதே வாழ்ந்திருந்தாள், ஆங்(கு) எவரும் கித்தேரி
எப்பொழுதும் வாழ்த்தி அவள் ஏந்(து) அருளை நம்பினரே

இறந்த குழந்தைகள் உயிர்பெறல்

120. நிறையோடு நீள்புனற்கண் நின்றஇரு பாலகரே
நறையோடு விண்டமலர் நாடிவினை யாடினக்கால்

121. ஐவய(து) உள்ளோன்ஒருவன் ஆற்றினுள்ளே வீழ்ந்(து) அமிழ்ந்த,
கைவிரவி மற்றொருவன் காற்(று) எனப்போய்க் கூறினதால்,

122. கேட்டனதாய் ஆர்த்(து) அலறி, ‘கித்தேரி காக்க’ என்றாள்
மீட்டவனைத் தேடுதற்கே விட்டபலர் ஏவினளால்

123. நீண்டவழி போய் அவனை நீள்புனலில் கண்டெடுத்து,
மீண்டனதாய்முன், பிணம்போல் விட்டனபின் மீண்(டு) அவன்தாய்

124. கே(டு) அறியா வல்லமைகொள் கித்தேரி உன்தயையால்
நா(டு) அறிய இக்குழந்தை நல்கஎனக்(கு) என்றழுதாள்

125. தாய்அழவே, அற்புதமாய்த் தான்சிரித்துக் கண்திறந்து,
சேய்எழவே கித்தேரி கீர்த்திமிகும் இப்புதுமை

126. கண்டவரும் கேட்டவரும் கைவிரித்தே ‘ஒத்துளதோ
பண்டவரும் கூற’ எனப்பற்புகழ்கொண்(டு) ஏத்தினரே

மீனால் விழுங்கப் பட்டவனை மீட்டது

127. ஓர்முறை ஓர் மீன்விழுங்கி உண்டவனைக் கக்கினதும்,
நேர்முறையால் பன்முறையே நேர்இலகித்தேரியினால்,

128. விழுங்கினபின் பல்லுயிரை மீண்(டு) அரிதிற் சாஉமிழ,
அழுங்கினபின் பற்பலரே அன்று(உ)வந்தார் அம்மானை

நடந்தேறிய எண்ணிலடங்காப் புதுமைகள்

129. இவ்வா(று) அவள்புதுமை எண்ணிடவும், கூறிடவும்,
செவ்வா(று) அருந்தமிழோர் செய்(து) அடையும் தன்மையன்றே

130. பட்டசிறை நீக்கினளும், பட்டநிந்தை மாற்றினளும்
கெட்டபொருள் காட்டினளும், கேட்டதெலாம் நீட்டினளும்,

131. சூனியமும், பல்வலிப்பும், சூல்வலியும், விச்சிரிப்பும்,
தானிவையும் பற்பலவும் தாங்கிஒழிந்(து) அற்புதமாய்,

132. தான்பிறந்த நாட்டிடத்துத் தன்தயைகொண்(டு) ஆண்டனளே
வான்பிறந்த வல்லமையால் மாண்புடைகித்தேரி என்பாள்.

திருக்காவலூர் கோவில் குடிகொண்ட கித்தேரியின் புகழ்

133. சாலாய் அகன்றவற்றைச் சாற்றில் என்னோ? இந்நாட்டில்,
ஏலாக்குறிச்சி வடக்(கு) ஏந்துநிழல் காட்டருகே,

134. அருட்காவல் நீங்கா அடைக்கலத்தாய்க் கோயில்இடைத்
திருக்காவ லூர்வணங்கும் செல்வ(ம்)மிகும் கித்தேரி,

135. ஆளு(ம்) இடம் ஆகஇங்கண்அன்புமிக உள்இரங்கி
நாளு(ம்) இனி செய்புதுமை நாட்டில்அறி யாரு(ம்) உண்டோ?

136. 'ஈங்(கு) இவளே தந்தபிள்ளை', என்(று) அவள்பேர் உள்ளவரும்,
ஆங்(கு)அவளே, காத்தனள்'என்(று)அர்ச்சனையாய்
வாழ்த்தினரும்

137. 'ஓர்புதுசஞ்சீவி' என ஒப்பஉரைத்(து) ஏத்தினரும்,
ஆர்புதுக்கைத் தாய்இவள் என்(று) அண்டி அடி போற்றினரும்,

138. அன்றிஇவள் செய்அரிய அற்புதங்கள் கூறாதார்
இன்றிஇவள் ஆளுவளோ எங்கண்அன்றோ அம்மானை

நூலியற்ற காரணம் கூறுதல்

139. பூங்கரத்தி, கைச்சிரத்தி, பூத்தகரு ணாசலத்தி,
ஓங்(கு) உரத்தி, வான்புகழும் ஒள்தவத்தி, ஈரறத்தி,

140. கோமகளே, தீபம்எனக் குன்றி(ன்) உச்சி ஆள்மகளே
மாகளே, வேதமணி மாண்புடைகித்தேரியம்மாள்

141. எந்நாளும் பொய்யின் இரா ஈங்(கு) ஒழியா(து) என்றிரங்கி,
இந்நாடும் உள்தெளிய ஈங்கருளி வந்தனையே

142. வேதநலம் வேண்டி, நெடும் வேதனையாய் முச்சிறையுள்
ஏதம்இல நின்றுதலை ஈர்த்துவிழத் தந்தனைநீ

143. அம்மறையை நாம்உளத்தில் அஞ்சிலராய் விட்டொழியா
மெய்ம்மறையை உம்உளத்தில் வேரூன்றச் செய்வாயே

144. கன்னிநலம் மாறாமல், காப்பநெடு நாள் துயரும்
பின்னியபல் வேண்டுளவும் பெற்(று) அசையா நின்றனைநீ,

145. காம(ம்) முதல் உள்மருட்டும் காதலிடும் தீவினையின்
நாம(ம்) முதல் சாந்தனையும் நாம்வெறுப்பக் காத்தருள்வாய்

146. மண்ணரசு செல்வ(ம்) எலாம் வாரி(ன்) நுரை ஒத்ததென,
விண்ணரசு சென்றடைய விட்டனைத்தும் நீக்கினைநீ

147. இவ்வுலகின் வாழ்வனைத்தும் எண்ணாமல், நாம் அறம்சேர்
அவ்வுலுகின் வாழ்வடைய ஆய்ந்(து) ஒழுகச் செய்வாயே

148. வான்விரும்பித் தாய்தாதை மற்றினமும் பாராமல்,
கான்விரும்பி, நற்றவத்தைக் காத்துமலை அண்டினைநீ

149. இனம்வேண்டி ஆண்டவரை ஈங்(கு) இழவா(து) ஓர்நிலையாய்த்,
தினம்வேண்டிக் கொண்டிருக்கத் திண்ணுறுதி தந்தருள்வாய்,

150. பாயிரத்தோ(டு) உன்னடிமை பாடியபுல் பாஇசைத்த
ஆயிரத்தோர் நூறுதொடை அம்புயத்தாள் மேலணிந்தே

151. உன்நாமம் கீர்த்திபெற உள்ளினன் என்(று) அன்பொடுநீ
தன்நாமம் வானுலகில் தான்காணத் தந்தருள்வாய்

152. வான்விளைந்த நல்லமுது மண்கலத்(து) இருந்ததென
தேன்விளைந்த காதைநலம் செப்பியசொல் தீ(து) எனினும்,

153. உயிர்தரும் என்(று) இன்னமிர்தம்
உண்டுயிர்தாம் வாழ்ந்(து) உவந்து
செயிர்தரும் என் சொல்பொறுக்கத்
தேர்ந்தநலோர் அம்மானை

புனிதை கித்தேரி அம்மாள் அம்மானை முற்றிற்று

புனிதை கித்தேரி அம்மாள் பேரில் புகழ்ச்சி வெண்பா

பொன்மலையும் வெண்மலையும் பொற்றேர் எழுமலையும்
சொன்மலையும் தாமலைந்தே தோற்றினையால் - நன்மலையாம்
பேயாளாத் தீதொழியப் பீடையறக் கித்தேரி
போயாளா நின்றன பொம் பேரு.

சிந்து

(பல்லவி)

பொம்பே(ர்) இடத்தாளும் கித்தேரியே
புரந்திங்கருள் புரியே

(அநுபல்லவி)

வெம்பேய் உலகுடன் நாடோறும் பகைத்திடும்
வெவ்வினை நீத்(து) எமைக் காப்பாயே

1. புகைநே(ர்) உலகுள செல்வமே கெடுமெனப்
   போ(ய்) உயர்குன்றி(ல்) ஒளித்தாயே
   பகைநே(ர்) உறவெலா(ம்) என்றுதாய் தந்தையின்
   பாசம் இழந்து களித்தாயே
   முகைநே(ர்) இளமையின் மாதவப் படைகொடு
   முப்பகை முழுதும் வென்றாயே
   நகைநே(ர்) உடைமையைப் பூண்(டு) உயிரா(ய்)உனை
   நண்ணிய யாவர்க்கு(ம்) நின்றாயே (பொம்)

2. துயில்நே(ர்) உலகுள வாழ்(வு) என மணவினை
   துன்ப(ம்) நே(ர்) என்று துறந்தாயே
   குயி(ல்) நேர் மொழியனை எண்ணிலார் கதிபெறக்
   கூறிநீ வான்வழி திறந்தாயே

வெயில்நேர் வடிவினை நின்தலை தறித்திடும்
  வேல்முகத்(து) அஞ்சில நடந்தாயே
மயி(ல்)நேர் நடையினை தலைகரத்தெடுத்(து) உயர்
  மலைமேல் ஏறிநடந்தாயே (பொம்)

3. கா(ன்)நேர் நிழற்றி இந்நாடுவந்து அலரவும்
  கா(ர்) என இங்கெழுந்(து) உற்றாயே
பா(ல்) நேர் அமுதுநேர், வந்தெமை வருத்திடும்
  பண்டு நோய்க்(கு) ஒருமருந்து ஒத்தாயே
நா(ன்) நே(ர்) ஒருபுகழ் உனக்கினி உரைப்பவோ
  நயந்துநீ இவ்வுரை கொள்வாயே
வா(ன்) நேர் அழகினை வாரிநே(ர்) அருளினை
  வான்கதி நான்பெறச் செய்வாயே. (பொம்)

Salient Features of *Kitteri Ammāl Ammānai*

Introduction

The classical Tamil poetry (*centamil)* has a history of at least 2000 years, but the ballad poetry (*ammānai, kalampakam, kuravañci* types) is only about 400 years old, says M. Arunachalam in his early work.[1] The classical poetry can appeal to educated people. But the ballads came to satisfy the need of the masses for a literature, which they could enjoy and be entertained in the evening hours.

The ballads like the *ammānai* poems reflect a trend at a particular period in the writing of poetry consequent to the evolution of the society and the change in social values. Arunachalam further points out that after the Muslim period and the arrival of the Christian missionaries, the foreign impact had brought about this change in social values. People became more aware of their rights in life. Human effort had ceased to be directed by one individual or by one clan at the top. As a result the writing was directed towards pleasing to the mass mind. So balland was born in such political and social climate.

---

1 M. Arunachalam, *Peeps into Tamil Literature: Ballad Poetry*. Gandhi Vidyalayam, Tiruchitrampalam, 1976. I am grateful to Dr. Margherita Trento for drawing my attention to this publication.

It is said that the first ammānai to be accurately dated is *Rāmappaiyan Ammānai* (1640).[2] It is significant to note what Innaci in his book[3] says: there was a Christian ammānai in Īḻam (Jaffna) named *Santiago Maiyor* (Yākappar Ammānai – James) in 1647 by Pedru Pulavar. But the first ammānai poem sung in Tamilakam is by Vīramāmunivar – *Kitteri Ammāl Ammānai.* (1732)

Beschi (Vīramāmunivar) wrote *Tēmpāvani* first in classical style of Tamil epic. After that he wrote this poem consisting of 1100 ammānai verses (there are also 36 viruttam verses) in folk style.

St. Kitteri (Quitteri) was killed in 130 AD at the age of ten. This saint was canonized in 1716. The devotion to this saint spread in European countries like Portugal and France.

Beschi wrote this poem in 1732. He had seen the suffering of the Christians who were persecuted by the Marattas in Tanjavur and he himself was taken as prisoner for a while by the Islamic army. He suffered the most because of the Lutheran presence in Tranquebar as some of his trained catechists went over to their side induced by lucrative offer etc. Out of this personal experience the poem was written.

---

2 Rāmappaiyan was a trusted commander under Tirumalai Nayak of Madurai (1623-59). He took out an expedition against Setupati, the ruler or Ramnad and defeated him. The ballad in his name consists of 2500 lines and is an authentic historical war poem.

3 S. Innaci, *Kirittava Tamilkkoṭai*, Part 1. Meyyappan Tamilāyvakam, Citamparam, 2001, p. 221-2.

The Main Aim of this Poem

In the last canto Beschi summaries the goal of writing this poem. In his own words,

"O daughter of the king! You rule on top of the hill like a lamp,
You are a great daughter, you are Kitteri
with the calibre of divine pearl. (10, 140)

Showing compassion
that never will let the darkness of falsehood persist,
you came here to this country consciously with concern. (141)

Praying for religious welfare, you spent your life
in prison three times amidst great suffering,
you offered yourself letting your head be cut off. (142)

Make that true religion be rooted in our hearts
so that we may not give up that religion,
remaining fearless at heart. (143)

You stood unmoved when many demands were made
mixed with suffering,
protecting your virginity for a long time,
remained firm as a virgin. (144)

Protect us that we hate all evil deeds, even its name
and its related things, which may attract us,
blinding us within, beginning with lust. (145)

References to Biblical Narratives

Beschi introduces several biblical narratives in this poem like the creation story, the noon time becomes like evening, burning down the five cities, Nebuchadnezzar orders the Jewish boys to be thrown into the furnace, feeding of five thousand people with five loaves (3, 68), healing the blind (3, 69), Jesus walking on the water, the resurrection of Jesus, and his ascension into heaven.

The Shared Vocabulary with the Saiva Tradition

Beschi introduces the theological/mystical categories of coming close to the presence of God – *sālōkyam* (being in the same world/sphere), *sāmīpya (*closer to the deity), *sārūpya* (assimilation to the deity), and *sāyucya (*being one with the divine). (8, 30-32). These are Indian categories denoting the different stages of *mukti,* liberation, introduced here to explain the Christian mystical state of St. Kitteri which she has attained. It is interesting to note that in a folk type of poem (*ammānai*) meant for the ordinary people Beschi introduces some mystical categories.

Besides, Tāyumānavar (1702-1742), the great mystical poet of Saiva tradition, was a contemporary of Beschi. But there is no hint in Tāyumānavar that he knew anything of Christian presence.[4] But we find in his poem the same expressions to describe the mystical stages of reaching the divine presence.

Cālokam āti savukkiyamum vitta nampān,
Melāna ñānavinpa mēvu nāl ennālō?
Tarparattin ullēyuñ *cālokam āti* yenum
Porparinta ānantam poruntu nāl ennālō?
(Ānanda viyalpu,7-8)

Secondly, Beschi uses some vocabulary that are common in Tāyumānavar's poem. For example KAA Beschi addresses:

Cārūpam āvēmō? Tātāvē, *vētāvē.* (8, 31)

---

[4] Arno Lehmann who translated the entire collection of Tāyumānavar's poems into German (1935) wonders about this silence. He must have heard of Beschi or de Nobili who lived before him in Tamilnadu.

tātāvē, enmēl tayaiyunarnta tanmaiyinal, vētāvē! (9, 38)

In Tāyumānavar:

Vētāvai yivvanam vititt tenninn un vinaippakuti yenpa...
Tātāvu nī perra tāy tanrai tāmu nī. (Caccidānanda civam, 10)

Here *vētā* is understood brahma the creator God.

It is also surprising that Beschi used the word *suruti* (śṛuti) for the true religion, e.g.

Meyttirac *curuti* pakaitta kōn... (1, Viruttam 2.)

Pāloṭu mey nūl*suruti* pāliyattil uṇṭanarāy... (2, 2)

Kīlōr neric *curuti* kēttu...(3, 118)

Historical elements in the narrative.

Beschi introduces Leopold I, the king of Austria, in his epic poem *Tempavani.* Now he refers to the King of Portugal. Kitteri predicts or prophesizes that King John V (1689 – 1750) would establish the Christian religion in Lusitania (9, 23 – annāṭu en nāṭāka āḷum mutar-k-kōn avanē). The whole world will praise the Lord Jesus. Then in the following verses, there is a prediction that the whole country will become a land worshiping our God through the catechists we send. (*tamai iraiñcum nāṭanaittum tām anuppum vētiyarāl namai iraiñcum nāṭāka nālum avar ceyvar.* 9, 25). This is a significant verse. Beschi uses the catechists trained by him to proclaim the gospel.

Constructed Conversation between Kitteri and Kāyan

In the 18th century it was a common practice for the Christian missionaries to criticize the Hindu mythological gods and the Hindu response was to ridicule the Christian God. Beschi constructs an imaginary conversation between Kitteri and her father Kāyan on the nature of God wherein Kāyan criticizes the Christian God who hung on the cross and Kitteri responds in the same vein.

Then comes the taunting question of Kāyan which is the standard objection of non-believers against the Christian faith: How can God die on the cross?

"After narrating such great things in sweet words,
why did you not speak about the lord's suffering
and death on the cross?"[5] (3, 40)

"The whole world laughed
as he was crushed under the heavy cross
before the whole known world thus."[6] (3, 41)

"Your religionists worship the one who was crucified.
Is he God' [7]- so the king laughed in derision."[8] (3, 42)

---

[5] "இன்னசிறப்(பு)எல்லாம்நீ இன்மொழியாய்க் கூறியபின்
அன்னவனே பட்(டு)இறந்த ஆண்மையும்கூறாம(ல்)என்னோ?

[6] நகைப்பஉல (கு) எல்லாமும் நானாக் குலத்(து)எவரும்
பகைப்பஉல (கு)அன்றறியப் பாரச் சிலுவையின்மேல்

[7] நோவஅறை யுண்டவனை நும்மதத்தார் தாழ்ந்(து)இறைஞ்சும்
தேவ(ன்)அன்றோ?" என்(று)அரசன் செப்பிநனி தான்நகைத்தான்

[8] This is standard question raised against Christ down the centuries. S. Radhakrishnan used to ask: 'How can God die on the cross?'.

To this Kitteri responds by referring to the mythological narratives of the Hindu gods like the fight between Shiva and Arjunan, Kannan stealing butter, Indiran bearing 1000 marks on his body, Indiran becoming a snake etc.

Then Kitteri goes into the details of the purpose of the incarnation and how Jesus healed so many sick people and did miracles etc.

"In order to show the way to salvation,
the formless one took from,
became the son of a Virgin, conceived by the Holy Spirit."[9] (54)

Standing as a sacrifice for the sinners,
walked the path of asceticism as model
and showed the way to heaven. (55)

"In order that the living beings on earth purified
reach the heavenly shore in joy,
he offered himself to the enemies and
willingly accepted death." (58)

"Is it evil to praise the one who died like this?
Is there anyone who did such great sacrifice?
So saying she cried." (59)

Beschi is actually presenting how Kitteri opposed the religion of his father and speaks of the Christian religion as true religion. In that context she speaks of the greatness of the Christian God. She goes out of the way to attack the puranic gods, as they are narrated in the mythologies in India whose moral actions are not to be justified (Krishna, Indra, Nagusha). In other words, Beschi puts in the mouth of Kittari such words to contextualize its discussion to the audience in Tamilakam. In other

---

[9] Karuvumilātu ōr karuvāyk kaṉṉimakaṉ āyinan... Beschi uses the metaphor of conch-shell receiving rainwater and producing pearls – to explain Jesus' birth. *Pārkaṭal ... payinra kaṉṉincanku...* (*Tirukkāvalūr Kalampakam,* 1)

words, Beschi speaks through Kitteri, who is located now in Elakkuricci, identifying himself with Tamilakam.

There is another passage which is surprisingly localized in the Indian context. It was always held that Christian religion is meant for people low status in society. The king speaks to Kitteri:

"The low ignorant people (*pulaiyar*)
have no religion, no caste, no greatness.
no norms of behaviour, no education –
they deserve only contempt." (3, 114)

"You are a daughter of a glorious king
and following the low path.
Is this just? Tell me now. So said the king." (3, 115)

The reply of Kitteri is again to be noted:

"The lord (Īsar) and the elders (*antanar*) praised your gods-
do the lower strata of people accept them?
You tell me, O king! so she said." (3, 119)

Kitteri's Total Commitment to the Lord.

Kitteri is committed to the Lord, as she has experienced the providence in her life. She was thrown out by her mother and she was rescued miraculously. When she is taken back to her father and mother, she did not want to give up or deny this divine intervention in her life. When her father asks her to deny her newly found religion and follow that of his father, she refuses saying that religious belief cannot be changed according to convenience.

When she was asked to marry, she says no to it. She is ready to forego the comforts of royal life and all the material benefits. (5: 110, 137)

"The creator is my loving support, all the others are support
For my death. Go and tell them?" saying this she left. (5, 110)[10]

To the father who said so thundering, Kitteri said:

"I am the virgin granted by the Lord who is my life;
I will never deny him."(5,137)[11]

An Imaginary Discourse on the Re-conversion of Puroshan.

The episode of Puroshan provides an opportunity for Beschi to contextualize the situation of his time in Tamilakam. It is said that Puroshan who was following the Christian faith gave it up for some reason and began to persecute the Christians of his time. What made him to change his faith conviction is not clear. But Beschi by constructing an imaginary conversation as the speech of Kitteri addresses this question. Was Beschi perhaps hinting at some of his trained catechists who went over to the group of Christians at Tarankampādy (Tranquebar)? How could the true believers change their faith and look for another so easily as they could change their dress?, asks Beschi.

"Seeing the creator who after creating,
preserving, and destroying, praising him,
enjoying the fruits of that scripture[12] you rose high." (72)

"After seeing all these things being followed that day
what made you now to deny it? Show me." (73)

"Like a wind whirl that turns wherever the wind blows,

---

[10] kātal tunai oruvar kartar enakku, ēnaiyavar
cātal tunai enap-pōyc cārrumin nīr.

[11] "*ennuyurām nāyakanum anru tanta kanniyum nān arr-oḻiyēn.*"

[12] Beschi uses here the word *curuti* (śruti) for scripture a Sanskrit word.

the wicked people going the way of destruction
change their stand. Is it fair?" (74)

"Unlike the sari (dress) that is changed as one likes,[13]
without any reason proper
-is it proper to change one's religion?."[14] (75)

Kitteri raises several questions to Puroshan: did you think that you would win fame and glory by conquering the whole world under your rule? (7, 76). Did you think that you would live for ever without beginning and end, without facing death etc.? (7, 77)

Even if you live so long, you will be in burning hell as a result of the evil deeds, is that good for you to burn without any redemption? (7, 78). In any case you will not escape the judgment of the Lord of justice who will punish the wicked people. Will you be able to face that day? (7, 82). So O King, to avoid the anger of the Lord, repent and be converted and beseech the mercy of the Lord. (7, 83)

Kitteri's speech infuriated Puroshan and imprisoned her again. But Kitteri prays devoutly in prison and poses to herself the question, either he converts or she dies at his hand.

"One thing is his conversion;
my death in his hand is another thing;
Let one of these two happen." - Said Kitteri. (7, 105)

---

[13] The dress, sari, or dothi changes its form according to the one who wears it. Or one changes the sari as one likes.

[14] காற்றுவழி சாய்ந்தொதுங்கும் காற்றாடி போல் கயவர்
கூற்றுவழி தன்மனமும் கோணிநிலை சாய்த(ல்) நன்றோ? (7, 74)

மனம்பொருந்தி வேண்டுபடி மாறுகின்ற சீலைஎனா
இனம்பொருந்தக் காரணமும் இன்றி, மறை மாற(ல்) நன்றோ? (7, 75)

But the angry Puroshan was pursuing her who was rescued from prison by the divine intervention. He reached the Pomper mountain almost as a blind man. But by divine intervention he found himself paralyzed unable to move his legs and hands. That fall brought him to his senses and realized the divine presence.

"Both the legs and both the hands became motionless,
like the fierce tiger fell down as the two spears pierced it."
(7, 114)

"With the mind confused the legs fell down,
with the eyes lost the mind got awakened,
he got illumined to experience the Lord, the creator." (7, 115)

So he confessed that only Kitteri could now help her.

"I have no eyes to see,
I have no hand to plead at your feet,
I dare to praise you, a woman of great glory." (124)

"May your flower-like hands touch my head,
I plead in supplication and
you will dislike whatever I pray for, as you wish." (127)

Kitteri replies to him thus:

"Your tears of repentance is the medicine:
your own deed caused your sickness
for any sickness the root is the evil deed.
This will go and you will be healed." (129)

"This is like the one who knows the nature of burning iron,
- to strike when it is red hot
so if evil deed that causes sickness is given up,
the heavenly Lord will heal you." (130)

Puroshan cries out in anguish repenting all that he did before.

"Will the lord of justice bear this?
will he hate me always with searing anger
since my evil deeds are limitless?." (137)

"I denied the truth after knowing it well;
I denied the Lord at heart consciously;
I surrendered to the devils;
knowing it to be a sin I enjoyed it."[15] (138)

The Reception of Beschi in the West

The reception of Beschi by the Western scholars was mixed. Some praised him for his skill in Tamil poetic compositions and others said that he was overrated. But their final position is summed by two modern scholars in their recent publication thus:

"Beschi spent much of his time and effort on his effort to become literate in the language and culture of the Tamil country, a *litteratus* as well as *litterator,* and to create an authoritative voice for Catholicism in that context. As a result, he composed poetry so sophisticated that it was inaccessible for most people in South India and thus ultimately not helpful for the purpose of converting the Tamil people at large. Was this the natural outcome of Beschi's strategy of becoming part of the intellectual elite of the country? In other words, were Bechi's poetry and his pulavar

[15] This sounds like the lamentation (*pulampal*) of Pattinattār, the cittar poet-saint. For example:
மண்காட்டிப் பொன்காட்டி மாய இருள்காட்டிச்
செங்காட்டில் ஆடுகின்ற தேசிகனைப் போற்றாமல்
கண்காட்டும் வேசியர் தம்கண்வலையில் சிக்கிமிக
அங்காடி நாய்போல் அலைந்தனையே நெஞ்சமே.
(நெஞ்சொடு புலம்பல் 1.)

identity simply the ripe fruits of accommodation? Or are they the result of a certain kind of over-*accommodatio* which made him become *too* Tamil to actually be able to act as a missionary proper and convert Tamilians?." [16]

This question needs to be clarified. First of all, many of the European scholars could not understand Beschi's Tamil poetry in the western translations. The message of Beschi is unambiguously Christian is clear. But the way it was couched in Tamil poetic genre is sophisticated that it was inaccessible to the readers who had no access to all his writings nor were they receptive enough to get into Beschi's method of communication. Beschi, trained in the *Spiritual Exercises* of Ignatius of Loyola and the mission methods of his predecessors, was conscious of his purpose and implemented it in the best possible way. We shall try to illustrate it from his folkloric narrative of Kitteri – *Kitteri Ammal Ammanai.*

Seeing God in all Things.

First of all, the goal of the *Exercises* is to see God in all things and all things in God. In KAA - chapter 2, 1-13, he devotes a whole section to show this. Everything in creation reflects the presence of God like the mirror.

The core message of mysticism is to see the divine presence percolated in the whole of creation. This idea is expressed by Beschi in his poem using the mirror metaphor. In the second chapter of KAA he devotes the first section to this theme and concludes with the verse:

---

[16] Sascha Ebeling & Margherita Trento, "From Jesuit Missionary to Tamil *Pulavar*. Costanzo Gioseffo Beschi SJ (1680-1747), the "Great Heroic Sage". In: *Purushartha*, 2018.

Kaṇṭat- elām karttāvaik kāṭṭiya *kaṇṇāṭi* ena... (KAA, 2,13)

Tāyumānavar uses the same metaphor to express the divine presence. The whole world is the mirror.

Kaṇṇāṭi pōla vellām kāttuṇ tiruvarulai. (Ākāto venkanni, 18)

Beschi trained his catechists to read nature this way as against the Tamil akam poetry where nature is seen as the place of lovers' meetings and their emotional interior landscape. This was a deliberate move as it is recorded in his work *Vetiyar Olukkam.*

Christian notion of God

Secondly, Beschi's project was to project the Christian notion of God and he comes back again and again to this theme. The chapter 3 where Kitteri and her father Kāyan are presented discussing the notion of Christian God and Kāyan raising objections to this. Kitteri cites several biblical events to show the might and power of God. Again in chapter 7 Kitteri laments how people go after false gods forgetting the true God. Here Beschi introduces the Tamil lamentation (*pulampal* or *oppāri)* tradition where the contrast of the Christian God as against the Hindu notion of puranic gods is portrayed.

The Place of Miracles in Beschi's understanding.

Thirdly, the miracles play a significant role in the thinking of Beschi. For him it is a sure sign of divine presence. The whole story of Kitteri is filled with such events beginning with her birth, abandoned by her mother but rescued by the servant woman, miraculously freed from prison etc. The idea that God intervenes in human history is a common theme in the Judeo-Christian world-view. Though the notion of *avatāra* has this basic idea in the Indian tradition but lacks historicity in its development. But Aurobindo's notion of evolution and the involution – decent of the divine from above and ascent of the matter from below - comes closer to the Christian understanding, as it is later developed by Teilhard de Chardin.

Miracles are important for him since they are proofs to show the true nature of religion. The whole story of Kitteri is filled with miracles, where the divine intervention is visible at every step. That is why in his poem KA Ammanai he devotes a lager section in chapter 10 to narrate the miracles. Even in his book *Vedavilakkam* he devotes a chapter to miracles (chap. 17.) to this theme, since this is the seal of holiness and assurance of God's intervention. He also refers to the several miracles done by the intercession of St. John de Britto (Arulānandar). In Beschi's opinion it is the seal (*muttirai*) of confirmation to assert God's presence in such miracles. In all his works he refers to the miracles as narrated in the Bible – e.g. *Tirukkavalur Kalampakam* and again in KAA- to show the true presence of Christian belief.

The Christian tradition is founded upon the proclamation of God's work within history, which reached its culmination in the incarnation of the word and in the life and works of Jesus. Though the contemporary scriptural studies have sought to demythologize the miracles in the Gospels, the texts ascribe to Jesus and his apostles extraordinary phenomena that inspire wonder an faith in the community. The miracles of Jesus as extraordinary phenomena are categorized in six types:1. Physical and mental healings; 2. Exorcism and expulsions of spiritual forces; 3. Communication with he spirit world through dreams, revelations, visions or prayer; 4. Nature miracles which included walking on water and feeding the multitudes; 5. Miracles of telepathic and clairvoyant powers; and 6. The resurrection appearances.[17]

---

[17] Cf. Richard N Fragomeni, "Extraordinary Phenomena," In: *The New Dictionary of Catholic Spirituality*. TP in India, Bangalore, 1995, 377-78.

Perhaps Beschi thinks that only a divine intervention could bring about the Kingdom of God – spreading Christian religion - in India. That is why he narrates several instances of miraculous healings in his work KAA, that it is already taking place in and around Elakkuricci. In fact, the whole Christian presence in the world is from the beginning met with opposition and it is divine intervention that made it possible to reach a wider audience.

Miracles are understood here not as something to overwhelm people with extraordinary power and to win them over. But as instances where the suffering of the sick people is addressed and healed. That means, the mystic presence means concern for others and their well-being. In fact, all the miracles enumerated by Beschi are healing instances and making people happy, so that they live a fuller life, not half dead and half alive.

It is interesting to note this parallel in the songs of Tāyumānavar where he prays: when will I reach that state of mind to consider all living beings as my own just like the ascetics experienced in their mystic vision. [18]

For Beschi Martyrdom Plays an Important Role

Fourthly, Beschi uses martyrdom to motivate the catechists whom he was training. Britto's martyrdom has moved him to develop this theme, not necessary to quote a saint-martyr from Europe, but in Tamilakam where he was working and people have borne witness to this.[19]

---

[18] evvuyirun tannuyir-pōl ennun-tapō-tanarkal cevv-arivai nāṭi mikac-cintai vaippat- ennālō? - Anapar Neri 12).

[19] For more details on martyrdom in connection with John de Britto see: Trento, Margherita, *Writing Tamil Catholicism A Social History Of Persuasion And Devotion In The Eighteenth Century,* Brill: Leiden, 2022.

Martyrdom presents a paradoxical situation in the Church. On the one hand, the Church prays regularly for peace, so that it might exercise its sacramental functions unhindered; on the other hand, it rejoices in a special way over those who have died in persecution. Experience had taught it that peace often gives rise to temptations that Christians, being human, can only resist with difficulty, whereas persecution acts as a refining fire and serves to promote, in some mysterious fashion the Church's growth. In the words of Tertullian: "The blood of Christians is seed." (Apology 50, 13)[20]

Conversion of Heart is God's Work

Fifthly, Puroshan's conversion in the story is also presented in faith perspective. His conversion is again a testimony that it is the work of God's grace and not man's achievement. How he is blinded and became motionless suddenly and recovers again after he returns to the path of faith is part of the Christian narrative. This was the case of Paul who was first a persecutor of Christians, but then turned out to be a great preacher of Christian faith.

Healing is a Divine Prerogative

Sixthly, the healing presence of the divine is seen in Chapter 10 of the Ammānai poem. Jesus was known as a healer and so people flocked to him. Maybe they did not understand his preaching much but they understood better his healing presence. In fact his healing was his preaching. That is, healing is divine prerogative. The doctors could give medicine and perform operation, but they do not heal. Healing comes from God is a Christian notion and that is what Beschi is trying to demonstrate.

---

[20] Cf. Boniface Ramsey, O.P. "Martyrdom", in: *The New Dictionary of Catholic Spirituality*, Bangalore, 1995, 634-35.

Seventhly, the story of Kitteri is not an isolated event but the stories of the eight others in the chapter 8 shows again how these girls stood up to truth rejecting worldly glory and power but stood for truth as revealed by God in the Christian tradition.

Conclusion: Religion and politics bridged by the religious shrines and popular devotions.

This Ammānai song of Beschi is to be re-visited in the contemporary context of re-shaping Indian ethos with its contempt of rival religions. Susan Bayly in her study[21] has highlighted some salient features of South Indian religious scenario in the 18th and 19th centuries. It is worthwhile to recall a few well-known aspects of interplay between religion and politics from her anthropological findings.

First of all, in almost every town and village in South India, shrines abound and elaborate rituals are a daily occurrence. The striking fact is that in the Tamil speaking regions of south India, powerful and dynamic variants of the three major 'world religions'-Hinduism, Islam and Christianity - have grown and overlapped, all within a setting of rapid social and political change.

That brought about a society in which Muslim and Christian saints and indigenous divinities of blood and power came to be revered and worshipped by professing Christians, Muslims and Hindus. Everywhere in the south, 'people of the Book', adherents of the so-called convert-religions, join their Hindu neighbours in ceremonial chariot processions modeled on those of the region's great Siva and Vishnu temples.

---

[21] Susan Bayly, *Saints, Goddesses and Kings.* Cambridge University Press, 1989.

Secondly, in the region's pre-colonial kingdoms, Hindu and Muslim rulers stood as sponsors to the shrines and ceremonies of Christian Virgins and indigenous Tamil goddesses. In fact the Jesuit missionaries like de Nobili, Beschi and James Rossi (Cinna Saveriar) received financial support and land donations from the rulers (poligars and Kings) of Tamil regions for building churches in their missions.[22]

Thirdly, both Islam and Christianity teach monotheism and the spiritual equality of all believers where there is apparently no space for accommodation and synthesis. But that is not fully true. In practice the two religions were capable of being radically reshaped to suit the needs of a society, which revered pantheons of fierce goddesses and warrior heroes, and a social system which came increasingly to emphasize hierarchies of caste rank and inherited status. The result of these interactions was a rich array of cults, sects and confessional attachments, a process of mixing and borrowing which created remarkably cohesive new manifestations of Christianity and Islam.

So religion must be seen in its broader social context to understand the south Indian history. It was clear that the region's most successful regimes, which won the credibility of their subjects, were those which used techniques of conspicuous piety and patronage to map their new domains onto an expanding sacred landscape of shrines, pilgrimage places and other repositories of sacred power and energy. It is also a fact that such strategies were pursued by the would-be rulers such as the Tamil and Telugu poligars, the rajas of Travancore, the 'rebel commandant' Yusuf Khan and the professedly 'Islamic' nawabs of Arcot. (Susan Bayly)

[22] Cf. Margherita Trento cited above for more detailed documentary evidence for this.

Fourthly, conventional distinctions between 'popular' and 'scriptural' forms of religion were very fluid. During this period 'folk' religion did not succumb to formal doctrines and high religion. Nor was south India a bastion of 'Hindu' orthodoxy.

Thus, though there was much that separated the religious traditions of those who came to identify themselves as Christian and Muslim 'converts', they also had much in common. The most important shared feature was a focus on the power of supernaturally endowed tutelaries and cult divinities, many of whom were conceived as warrior kings and heroes. The motifs of blood sacrifice and severed heads which characterized most south Indian worship were rapidly transformed into expressions of Muslim and Christian martyrdom (e.g. John de Britto at Ōriyūr).

This involved much more than superficial borrowings or 'accretions' from local pre-'conversion' religions. The sharing of such all-pervading themes and principles of worship transcended divisions of community or confessional attachment, which led many 'convert' populations to form into cohesive caste groups contending over tokens of ritual 'honour' and precedence.

Finally, Susan Bayly concludes with a hint at the future course of action thus: "In the consciousness of many south Indians, Yusuf Khan still presides from his royal seat at Madurai, St Francis and St Thomas still flame in majesty as divine healers … and Hindus, Muslims and Christians still mingle at the great cult festivals of Tuticorin, Nagore and Velankanni. What will determine whether these communal boundaries become increasingly rigid and contentious? The answer must lie with the moves made by India's twentieth-century 'little kings', the civil servants, judges and politicians for whom issues of religious identity and 'communalism' present ever more intractable problems." (p. 463)

Kitteri Ammāl Ammānai[23]

Annotated Translation into English

Introduction – *Pāyiram*

Kāppu – Invocation imploring the Divine Protection

I am a dumb person coming
from the Southern mountain (Potikai – Tamilnadu)
In order to sing the divine story by praising
The one who reached the golden mountain (heaven);
So that by reaching the mountain of goodness (Pomper)
all sorts of people could praise daily, pleading in prayer,
Kitteri who carried her beheaded head in hand
I surrender seeking protection from her.

---

[23] *Ammānai* is a game played with balls by young girls (a species of verse on originally sung with the Game.) Beschi himself describes it thus in his grammar book as follows: It consists of couplets, the component lines of each coming under one *etukai* and being lines of four feet. These feet may be of the classes vencīr and *iyarcīr*... With regard to the connection of the feet, it is considered best to conform to *veṇṭalai* – though this rule is not absolute. The local composers do not compose these verses on any settled principle, but only by ear. In order to relieve the weariness of a monotonous cadence, they often introduce two or three intermediate lines, of the measure *viruttam*, in which they state briefly the subject on which they are about to enlarge. The diction ought to be perfectly familiar; and on this account, it is usual to abstain from the bolder and more poetical tropes and figures, the use of which is so frequent in other kinds of poetry. Accordingly, fiction and episodes are considered inadmissible. This kind of poem is employed in recounting the histories or lives of their deities, princes etc., and like the epic poem, commences with an invocation and then enters at large upon the praises of the country and city of the hero. (*Centamil*, 1917, 147-148)

Special introductory verses in Viruttam genre (*pāyiram*)

We place at the feet of the Lord our composition of songs
in order to sing the story that will benefit many on earth
by praising in reverence the Pure One,
seeking help, by removing errors
so that even the rain cloud in heaven will acclaim. (1)

We shall narrate on earth,
with flawless petitions to the illustrious story of Kitteri[24]
Whose fame is ineffable, on the hill of Pomper
Which is located on the mountain of clouds
in the land of Lusitania
Whose affluence is unparalleled. (2)

All those good people who hear the story in Ammānai genre
On the virgin who bore her beautiful head in hand
to praise on earth,
will reach their destination, held in great esteem,
finding their way to abide in heaven above. (3)

Special Introduction in Ammānai Verses

The One who was created everything of multiple worlds
beginning with the earth,
is the one who holds the heroic scepter
controls all tearing them from the roots. (1)

He is one in three persons,[25]
yet remaining indivisible as a mystery,

---

[24] According to a legend, as reported in the Wickipedia, St. Quiteria is said to have been born in Bracara (now Braga, Portugal) to Lucius Catilius Serves, Roman governor of Gallaecia and Lusitania, and Calcia, his wife. Her father wanted her to marry and renounce Christianity. But Quiteria fled and her father's men found her at Aire-sur-l'Adour, in Gascony. She was beheaded on the spot.

[25] According to the Christian understanding God is One but in three persons – Father, Son and Spirit. It is a Trinitarian notion of the Ultimate Reality. That is, the ultimate reality is spoken of in singular but understood in plural. In other words, if God exists, then everything else exists.

He is the Lord of all Lords,
I adore his divine feet in worship. (2)

The heavens rejoice, all creatures on earth live happily,
He revealed himself freely out of joy,
the victory of the Virgin. (3)

Narrating her story as a game (*ammānai)*
played by the girls with the balls,
a poor man am I, offer this genre of verses
to the simple people devoid of sophistication.[26] (4)

Setting aside the traditional false stories,
[I sing] the Lord God, born as a man on earth
taught the true path for our salvation. (5)

I humbly beseech at the feet of the Divine Mother,
And offer her the song as a garland,
Who bore the Son without losing her virginity.[27] (6)

A great garland to the divine virgin mother
and to the virgin who followed her [Kitteri],
I sing her story as a crystal- clear narrative. (7)

[At her birth] the heavens were pouring rains continuously,
the earth was yielding three seasons of crops.
The flowers blossomed full of honey,
the fragrant flower-garden providing shadows. (8)

Sickness decreased, goodness flourished
the true religion rose according to the scriptures,
the satanic power decreased, truth flourished,
and all sufferings utterly ceased. (9)

---

[26] *Pētaiyar* could mean simple, uneducated, poor people and that is why the ammānai genre is considered a folk song, understood and appreciated by the masses.
[27] This is again the belief among the Catholic Christian tradition that Mary is virgin and mother.

Along with the gift of glorious chastity, in great love,
removing the stain of 'original sin', [28]
in order that we may live well in freedom. (10)

The incomparable Kitteri was born here,
who carried in her arms her golden head,
after she was beheaded,
the Valiant and the beautiful woman. (11)

She ruled on the mountain by name Pomper
where sweet musical sound echoes;
out of her own compassion
she came to dwell on the Southern [Potikai] mountain,
where Tamil language flourishes.[29] (12)

Where the songs of praise reverberate
Composed by the poets living on the southern mountain,
will the people not listen to this message proclaimed
through this little Ammānai composition? (13)

People take medicine
even when it tastes bitter in the mouth;
will they not enjoy it for the sake of the sweet story
even if my unripe words taste like marcosa seeds? (14)

People dive into the salty water to obtain
the pearls in order to adorn themselves;
will they not obtain the divine favour
proclaimed here in these faulty verses? (15)

Though I am ignorant, I speak with love,
you who are flawless poets,
will you ridicule it with harsh words? [30](16)

---

[28] *Torpaḻiyām pāvam* – refers to the biblical myth of 'original sin' committed by the first parents disobeying God's command.

[29] Tamiḻ vāḻum tenmalai mēl - an exquisite expression for Tamilakam.
[30] The poet – Vīramāmunivar- speaks out of modesty.

Overlooking the limitations of my song,
help me to narrate this faultless story,
which speaks of the greatness of the woman
whose head is adorned with flowers. (17)

The land of Lusitania is rich in wealth and in armies,
in order to know deeply the virgins[31]
filled with divine grace - thus to get fame.(18)

In those days the ruler of that country had children,
Who were incomparable always
like the nine stars in the heavens. (19)

One day these nine children were born at one birth
whose beauty my poem cannot describe. (20)

The father and mother transgressed the divine plan
decreed from all eternity,
not knowing the rare gift of true and eternal religion. (21)

So they stood as poor orphan girls
abandoned by father and mother,
devoid of all considerations and desires
tand lived a hidden life. (22)

The father came to know this and imprisoned the girl,
But without fearing the humiliation
she praised the Eternal Lord. (23)

A heavenly messenger appeared as a person
and freed her from the prison,
but Kitteri was caught again by the hands of the king. (24)

Her father arranged her marriage
but she refused it before the king;
as a result she was put in chains. (25)

---

[31] Kitteri and her eight other sisters are referred to here.

In that prison came the Queen of heaven (Mary) with love,
there appeared a rainbow-like bright light shining on her. (26)

Mary adorned with stars on her head,
granted many boons out of love
and sent her to the mountain to receive the heavenly crown. (27)

Thirty companions followed her climbing the mountain,
As ascetics they did great penance there. (28)

A petty king who refused the true religion,
could not deny the miracles done there
and freed by the wise words. (29)

Knowing this the father got angry and sent the soldiers
who cut the head of the virgin,
as she was like the innocent deer. (30)

But Kitteri filled with divine grace as the heavens praised her,
took her severed head in hand and walked up the hill. (31)

The heavens acclaimed, the earth wondered praising God,
climbed up to the top of the hill and placed her own head. (32)

Immense joy immersed in the deep sea,
she carried the heavenly crown
limitless joyful praise raised high. (33)

Thus the dead eight lives came back to life
and many more wonders (*arputankal*) took place there. (34)

Here in ten parts[32] I limit myself and
narrate this in poetic genre *ammānai*
and meditatively sing that story. (35)

---

[32] Apart from the pāyiram (introductory verses) there are ten chapters.

Chapter 1

Narrative about the Birth of Kitteri

Viruttam Verses.

The country of Lusitania has several merits to her credits:
It is the fortress of the ruling power,
the vessel containing all rare ornaments of earth,
it is like the beautiful face to the whole earth. (1)

In the capital city Prāga, Kāyan,
an enemy of the true religion, was ruling;
Just like nine well-chiseled diamonds
one obtains in the forest unexpectedly
Kāyan's wife gave birth to nine girls at one birth. (2)

The mother was ashamed of this,
so she invited her companion Sīlati
And ordered that these nine baby-girls be thrown into the river,
But she did not do that.
Instead she placed them in a secure place for their growth,
So praising God we shall narrate
How God can turn even the disaster into a blessing. (3)

Ammānai Verses

The Greatness of Lusitania

O fortunate land where dwelt the beautiful virgin
Kitteri as a light among the virgins,
shinning and full of grace. (1)

This country Lusitania is incomparable in this world;
this was also a path to those who longed to reach
the other world in joyful meditation. (2)

This country protects all with justice, righteousness,
love and compassion,
where religion[33] abides sweetly in unison. (3)

This is the land where the heavenly Lord rules
As a place proclaiming the true religious path
Bearing witness to truth in all eight directions. (4)

This is the country where one ruling scepter
proclaims the Lord God, and
all ships carry the grace all over the ocean. (5)

This country provides the light of truth (*veda oli*)
in the whole earth removing, like the sun, the darkness
due to the evil consequence of sin (*pāva-vinai*). (6)

No country is equal to this.
There is no destruction and no limitation.
Who can describe the greatness of this glorious land? (7)

Whichever king raises his sword with the army
that king is like the dark clouds
before the mighty thunder of this king of Lusitania . (8)

Like the fruit of the true religion (*meyyām maraippayan*)
the unfailing clouds taking water from the ocean
shower abundant rains in this country. (9)

Even in the dry summer here the river will not go dry,
so even crops affected by dry heat
will flourish in this country. (10)

The swans take shelter with its young ones on the lotus,
the roaring waterfalls sprinkle the garden to blossom. (11)

---

[33] In is striking that Beschi uses the word *vedam* for religion in this verse and in verse 6 (*veda-oli*)

As there is no war with iron-made cruel weapons,
the paddy fields produce wealth along
with honey-filled sugarcanes. (12)

Like the elders who avoid evil and speak only truth,
they remove the chaff from the paddy,
like the unchanging grace of love. (13)

In that country they provide first the needy ones,
out of love they practice hospitality,
hence there is no want in their life. (14)

The flower gardens shine displaying their heroism
where their love spreads like the grace
and covers everything in the surroundings. (15)

The flowers open this buds, as the bees buzz around,
the peacocks dance out of joy and their sound reverberates,
the cuckoos coo and the gardens rejoice in blooms. (16)

Like the women wearing the their ear-rings
the garden displays the hanging fruits,
The wealth in abundance adorns the nation,
how could I praise their nature? (17).

Their generous gifts are like the rain clouds;
the chastity of women is firm like the stones;
like the war scenes are their contest processions;
their many good deeds are like the flower garlands. (18).

Like the wreath of flowers are their mutual interactions;
The king is like the mother,
the ruling scepter spreads the whole earth;
This land bears no comparison to any on earth. (19).

Just like the mouth of the wise people is never silent,
the hands of the benefactors never cease to act. (20)

They reach the other score by studying all books,
with none found as ignorant there;[34]
the hospitality reaches its height with no poor around. (21)

Giving gold like the rains,
the suffering of the needy is removed,
shooting arrows like rains
the enmity of the opponents eliminated. (22)

The enemies bend and fight standing on one leg,
as they take aim with arrows-
such enemies one does not find a second time. (23)

In that place except curd nothing is churned;
apart from that there is none who is disturbed;
Except the circling water in the rushing rivers,
nothing is bent down and crooked.[35] (24)

What is burning is smith's furnace,-
only onion is wounded as it is peeled;
only the day dies out as the night follows;
only the waves will go on changing. (25)

Only the wicked plot will be exploded,
only the paddy bend down as it is ripe
only sandalwood will be rubbed away by hand. (26)

Except the mind of the ascetics
there is nothing that bends down;
in that country everything lives a peaceful life,
no one suffers with undue changes. (27)

Because of the presence of spear bearing army
who face the war readily, there is the rule of scepter
venerated with flowers, that is the country where renowned poems
(with metrics) are venerated.[36] (28)

---

[34] Cf. Kural 404.

[35] This is an unusual metaphor to describe the just society.

In that beautiful country that wears the ornament of flowers
there are capable poets, well versed in Tamil poetics
who could sing the ammānai genre song? (29).

Praga - the great city

That incomparable Praga is the capital city;
it is the beautiful face of that country,
like the woman's ornament worn on her forehead? (30)

Like the vast ocean is its ditch round the fortification;
like the black clouds are the walls,
the great ocean-like city projects its beautiful face
with the towers pointing to its entrance. (31)

With the light coming from golden pearls,
the darkness created by the fragrant smoke,
the pillars studded with bright diamonds,
the palaces are like the golden mountains. (32)

On that fabulous palace the diamonds emit brilliant light
and the shining rainbow bends down like the arch above. (33)

Straighter than the thread are the broad streets to be looked at;
like the milk and palm sugar are the roads
where the musicians practice their crafts. (34)

There are schools of learning and
houses to heal the sick people;
the places to learn shooting and the places for the ascetics.[37](35)

The top portion of the pillars adorned with golden pearls,
the cross beams, the great halls with four corners
decorated with shining quality stones. (36)

---

[36] Cīr toṭaiyāl pā-vanankum nāṭu atē – does it refer to Tamil cangam tradition where the poets were honoured for their meritorious compositions?

[37] Cf. *Cilappatikāram* where the city of Madurai is described with various streets according to the profession of people.

The heavenly Lord abides,
the living beings rejoice without any suffering
there are many temples
as if made of innumerable heavenly stars. (37)

Just like the golden mountain flying high above its strong wings,
the golden festival chariots carried on the shoulders
by strong men like the rocks. (38)

Like the wind speeding by the sound of the thundering clouds,
the horns like murderous god of death,
then herd of elephants. (39)

Like the arrow that speeds ahead,
dancers performing in street-plays,
jumping like the fish,
horses marching in rows; (40)

The chaste women display their pure
physical appearance pleasing to the eyes,
Their shoulders reveal the strength of their inner greatness. (41)

How could such richness be contained in my poetry?
Even with the three kinds of classical Tamil
[poetry, music and drama]
could not be fittingly described. (42)

Those who have seen will wonder at heart;
those who have not seen will not grasp even in thought;
for this rich city there is no parallel. So sing the Ammānai. (43)

The King Kāyan and the birth of nine girls.

In those days in that city ruled Kāyan that country,
whose glory would never cease rising. (44)

That king lived unparalleled in warfare threatening the enemy
with knowledge of warfare and discipline in due measure. (45)

This king opposed all those
who followed the Lord God's ways,
which bent his own scepter at the loss of perfection. (46)

He removed the scripture as false
as it came from the path of desire,
and denied the word that came from the Lord God. (47)

He ordered that all over the country the scripture (*vedam*)
he refused, out of ignorance, must be denied. (48)

Those who followed what was taught by the scripture[38]
Out of anger will be put to death with spears. (49)

Just like the red lotus blossoms in one spot of dry desert,
nine girls were born to him by the cruel-hearted mother. (50)

His wife was afraid at heart,
as she gave birth to nine girls at one time
That would surprise the whole world. (51)

If people come to know of this, they will laugh at it,
So ashamed the mother hid this from the king
and plotted to do evil. (52)

The deed of the Sīlati

The queen called one of the servant maids by name Sīlati
and said: "An unending insult I will not bear." (53)

I gave birth to these children; without anybody's knowledge
take them away and throw them into the waters."[39] (54)

---

[38] *Nūl vaḻiye vanta maṟai*- the religion that is transmitted through the book.

[39] The mother throwing her own baby into the river recorded also in the Mahābhārata, where Kunti, the mother of the Pandavas, throws away her child Karnan into the river.

The mother does not by nature harm her own child. Such a cruel woman, the queen, here in the story does not even have a name, but the woman who rescues the children has a name. Was it intentional?

As if obeying the order of this woman more cruel than a tiger
she took the girls covered in a mantle and went away. (55)

She was a follower of true religion,
afraid of committing a cruel murder,
these nine girls must obtain the fruit of true religion. (56)

With this in mind she went to the bishop of that place
and reported everything to him. (57)

She placed the girls before him and begged with folded hands:
"Lord, may the residue of original sin be washed away."[40] (58)

After listening to all that happened,
the man of integrity understood all that happened and
praised the Lord at heart. (59)

"Understanding the enmity of the mother
you thought of such benevolence,
you yourself could wear them as nine pearls." (60)

"Are you ready for this?" Now decide by your scripture;
by the frightening sword they would have been killed. (61)

These nine lotuses become a garland for you;
they are now at your care,' so he advised. (62)

When the mercury is placed at the right time of burning,
the coarse iron is turned into gold, so it is said. (63)

By pouring water according to religious belief
you become washed from sin. [41]
Now they stood as bright nine stars. (64)

---

[40] Janma pāva karai o̱likka – remove the stain of original sin by baptizing or cleansing [them] by the water of baptism according to the Christian belief.
[41] These nine children were baptized.

Kitteri, Pāsili, Canevury, Victoria, Eppemi, Veerali. (65)

Germana; Basilissa; Marica - thus they were named. [42](66)

As they lost father, mother and the royal kingdom,
the God of all things became everything and
found fit for heaven. (67)

Those, who not have divine grace,
may get fame, become famous,
but the wealth of this world will disappear like cotton. (68)

All the good of the wealth, race horses, war elephants,
all knowledge good health-
what will happen to all these,
when the evil deed takes hold of you? (69)

All good things will become evil,
good ambrosia will become poison,

whatever you have, will turn into nothing,
when you are against the inner spirit. (70)

Those who are freed from the original sin of the past, [43]
will become children of the lord who is the Lord of life. (71)

When Jesus was born on earth
to the joy of the whole world,
in the year of the Lord -120 - this woman was born. (72)

With incomparable boon, shining like the new star,
They were born here as light of the world,
so sing the Ammānai. (73)

---

[42] Kitteri, Pacili, Cenavuriye, Victoria. Eppemi, Viparattai, Gerumani, Marinai, Marcial. These names are differently spelt and assocaited with various legends.

[43] Beschi seems to identify the original sin with *ūḻvinai?*

Chapter 2

The Narrative of Kitteri's Childhood

Viruttam verses.

The nine girls were nourished not only with milk
but also with religious wisdom,
Here is the history of how the nine of them grew up
to the delight of the heavenly court. (1)

We sing how these nine girls from the childhood
attained fame throughout the world
through religious practices
and decided to follow the ascetical life. (2)

I shall sing their greatness in this section
how these virgins did not desire a married life,
As they were like the un-blossomed buds,
They wanted to dedicate themselves to God
and decided daringly to accept the life of renunciation. (3)

Ammānai Verses

Finding God in Nature

Just like the crescent moon grows as the light increases,
the nine virgins grew up with inner joy. (1)

In their young age they were fed on milk and
true knowledge of scriptures (*mey-nūl suruti*)
and they worshipped the Lord above incessantly. (2)

What was rare to be seen and pleasant when seen,
they passed the years without any worldly desires
entering their hearts. (3)

They were praising the lord constantly
who defeated all evil forces,
created the whole world himself and protected them. (4)

Apart from the holy name of the Lord they knew nothing else,
as they were chanting it always in worship. (5)

Like the morning lotus opening its petals, they glorified
the creator (*kartar)* and worshiped him like the evening lotus
with folded-hands. (6)

They approached the Lord always as one meditatively,
who sees all time (past, present, future) as one. (7)

Neither the sound of any voice nor any flute is so sweet,
only the voice that sings the glory of the lord is sweet,
They listened to it with love. (8)

Seeing the beauty of the honey-filled flowers, they say,
Is there any way to measure the greatness
of the beauty of heaven, who created it?. (9)

Seeing the longing of the bees that surround the fragrant flowers,
they ask how shall we reach the feet of the Lord
with such fervour? 10

The birds in the garden faint by the songs; will not even
the ignorant ones listen to the divine praise attentively? (11)

If the Lord has created such a beauteous world
for the sinners on earth,
how much more would be the beauty
of the heavenly court of the creator? (12)

All that is seen mirrors the Lord of creation and all[44]
that we received proclaim the true wisdom of the Lord-
so it has become. (13)

---

[44] It is significant to note that Tāyumanāvar (1704-1742), a Saiva mystic and contemporary of Joseph Beschi uses the same metaphor of mirror to show the all-pervading presence of the Divine in nature.
"Kaṇṇāṭipōla vellām kāṭṭun tiruvarulai,
Uṇṇāṭiyai yāvuruka vaittālākātō?" (Ākātō veṉkaṇṇi 18)

The life of nine virgins

To pray to the Lord daily is the protection (*kāppu*)
that all sins that kill life will not enter the hearts of people. (14)

The Lord died here as a diamond and shed blood,
which becomes an ornament to be worn
by the dancing girls of that childhood age (*cenkīrai*). (15)

Listening to the scripture of true religion
and the music in praise of the heavenly Lord,
and the book of rules forms the sweet lullaby (*tālāttam)*
for the girls. (16)

Realizing the presence of the Lord
in all that is seen with folded hands,
And worshiping the feet of the Lord -
is the clapping of hands (*cappāni*). (17)

Seeing the five wounds of the crucified lord,
they weep and shed tears and kiss the crucifix.
This is the sweet kiss (*inpa muttam)* in dance. (18)

The young virgins invite the Lord: come, (*vārānai*)
so that they could see you the one
who gave them the ornaments. (19)

As they played the silver-like moon (*ampuliye*),
Saying: let us decorate ourselves,
like the crescent moon adorns the feet
of the reconciling virgin mother. (20)

As the discerning mind dances out of joy (*nīr-āṭal*)
the tears of joy become the sacrificial offering. (21)

The divine praises were sung as the balls and
that was the ball played in competition the *ammānai* dance. (22)

Instead of yearning for this life as permanent one
they danced (*ūcal*) longing for the life eternal. (23)

This was this game that joined the heavenly court
and danced together to the ammānai song.[45] 24

The advice of the sage

There is a great sense of pride with their small body
there is also the goodness of the spirit with the moral body. (25)

Even the onlookers praise with inner surprise;
even those with no sense perception
deeply realize the way of wisdom at one time. (26)

A sage who rose high grasping intuitively filled with grace
and proclaimed the meaning of true scripture (*veda urai*)
with such clarity. (27)

When the heavenly stars surrounding the moon
were shining with luster,
He taught the chosen word of the true ascetic very clearly. (28)

The worldly people in confusion despised
the limited sense knowledge,
You learnt the divine religion praised
by the heavenly court. (29)

You despised all false gods who assumed different forms,
doing evil deeds and assumed the shape of the clay. (30)

You worshiped with folded-hands the feet of our Father
knowing through the gift of grace the glory of the true God
which was not grasped fully even by the heavenly court. (31)

---

[45] The ten limbs of the *ammānai* genre poem (*pillait-tamil*) are introduced in this Christian song: *kāppu, cenkīrai, tālāṭṭu, cappāni, muttam, vārānai, ampuli, nīrāṭal, ammānai, ūcal.*

Even to you to whom the evil darkness
of the earthly light does not hide,
by scripture it became clear like the moon-day light. (32)

One eternal Lord, who rules all the three worlds
by his threefold function (creation / preservation/salvation),
did so much to you along with the heavenly court.
Could there be a limit to gratitude?. (33)

Now listen to the message attentively how you were born
in order to praise the glory
by meditating on the grace of the Lord, he said. (34)

Without thinking they are children of a ruling king
all the nine together one day reached you
as a shining ornament. (35)

Without taking delight in this form of the royal lineage,
desiring the greatness of the world
which like lighting appears and disappears. (36)

The Lord God granted grace removing
that day itself the darkness
since you will not reach freedom on your own,
from the dark smoke of confusion. (37)

The mother who gave birth to nine girls at one time
threw you all in the river without love,
that wicked cruel mother. (38)

Through the good natured Sīlati
who was commanded to carry out this cruel deed,
out of love you got the life and true religion. (39)

Do not grieve and give up your thought
that you lost father, mother, sceptre, crown, greatness,
and all year belongings. (40)

The Lord God himself has become your mother and father;
he who redeemed you gave you their boon
and you lived in great splendor. (41)

The king who despised the true God lived further
and you were afraid that you will lose even that lord. (42)

They praised daily the Lord God with joy
realizing His nature of granting love
in the midst of enmity. (43)

Setting aside the status of caste, of wealth –
All is the mask of the drama in hidden form,
it is better to live according to love
praising the true goodness.[46] (44)

Those who seek greatness by birth and great ancestry
will reach its end at death.
That is the limit. O divine King! (45)

The external greatness will disappear like the smoke
but the righteousness will remain as true wealth –
and that is not there in that kingdom. (46)

Think of this gratitude always without forgetting.
The Lord God is the reward for that thanksgiving-
so praise him constantly in worship. (47)

Consider this life on earth as the bubble.
Be afraid of the evil deed
Which is like the veil of the fire within,"
Thus he spoke. (48)

Living as Devotees of the Lord

Just like night lotus blossoms as the moon rays fall on it,
so also the words of the sage open the meaning of scriptures.
Listen to it attentively. (49)

---

[46] *ātinalam*-given by nature.

We lost the royal kingdom but attained the greatness
of the eternal heavenly kingdom.
There we have become citizens of heaven for ever. (50)

Your words of praise to us were like the gentle golden rain
and appeared as new life to us, thus they worshipped. (51)

If we had remained at the palace,
without knowing the truth and the Lord of life,
darkness would have prevailed. (52)

Living there for many days
burning in the fire of eternal hell, alas!
We would have lost the kingdom of heaven
and become sick forever, alas!. (53)

The Lord (*tarparan*) himself turned
the enmity of mother into blessing,
now even if we become the victim of sickness,
how shall we forget you?. (54)

Realizing that the past evil deed is over,
so we wept for a long time in joy;
the courage grew in our heart in this process. (55)

Realizing altogether the goodness
we explained as a recompense
the virgins consoled themselves in that truth eternal. (56)

Without the father and mother we are not for ourselves;
without the Lord God we have no other help
for our resurrection (*em uyirkka*). (57)

Just like the fragrant bud that has not opened its petals,
Such was the nature of these virgins,
Who sustain their qualities within and virginity protected. (58)

As good sacrifice of recompense, as garland worn at the feet,
considered within that they belong to the true eternal Lord. (59)

The heavens praised and knowing at heart
I extol the ascetic life of the virgins.
tell me now, who will proclaim then,
so dance the ammānai. (60)

The ascetic life of the nine virgins

To the lord of compassion like the great ocean,
I offer my body and life as sacrifice. (61)

In this good prison-house of deep asceticism
protecting the five senses,
the firm courage awaits at the door.[47] (62)

After locking up without letting the worldly desires,
meditating constantly on the desire for divine abode. (63)

The divine will rules my heart; removing the sin at heart,
making the divine king to abide there. (64)

What the Lord commissioned to do,
the heavenly court proclaims,
the redeemer granted the boon
which the heavenly court bestows. (65)

These virgins remained part of the heavenly court,
by strength of their prayer and penance
though they were among the people on earth. (66)

They rejected sin, declined marriage,
desired the righteous life-style
and blossomed out of love. (67)

---

[47] The verses from 61 to 74 describe the ascetic life of the virgins. We can recall the verses from the Kural where the glory of the renunciation is depicted. "The one who has the strength to control his five senses, prepares the way for a higher place in life." (Kural 24.)
Uraṉ eṉṉum tōṭṭiyāṉ ōraintum kāppāṉ,
varaṉ eṉṉum vaippiṟkōr vittu.

They appear gentle and sweet to the onlookers,
but they are rare to be seen,
they are part of the ancient sages
and they are great by their virtues. (68)

In their mouths wisdom resides,
their eyes radiate modesty (nāṉam),
their hands are known for benevolence,
their legs are active with initiatives. (69)

Their happiness is full of righteousness,
their face radiates charm, their mind is steady and
their identity is that of the redeemed. (70)

They are incomparable and unparalleled,
though they were nine, but Kitteri was the best
by her ineffable greatness.(71)

Like the moon surrounded by eight bright stars,
she was shining among the eight
by her integrity renouncing all desires. (72)

She behaved virtuously uttering pure words,
reflecting the ancient scriptures (religious spirit)
she speaks gracefully that is pleasing to the heart,
as she utters her words. (73)

She stands above all praise,
she is unparalleled in comparison to flowers,
even in insult never she takes it amiss,
she praises even when abused. (74)

Her behavior shows true path to the just ones,
she has become an undying lamp (*poyyā vilakku*)
to the catechists (*Vētiyar*) -so sing the ammānai. (75)

Chapter 3

The Narrative of Imprisonment

Viruttam verses

Like the shining rays on top of the hills,
the glorious life of the nine virgins spread fragrance
throughout the country,
Kāyan who was the enemy of the Christian way of life,
not knowing they were his own,
Invited them through his servants
to show his opposition to their Christian life. (1)

The virgins came here like the deer,
without fear spoke to the king about the true religion,
He got angry while surprised by their narrative,
at the end realizing that they were his own daughters,
kept them in the palace and honoured them. (2)

The King asked them to give up their religion
and follow his superstitious religion
But they considered the royal wealth as nothing,
dared to remain faithful to the Christian path,
refused the command of the king.
So we shall narrate in this story how they were imprisoned. (3)

Ammānai verses

The command of the King

At the age of eight, the eight of the virgins
equal to the eight directions. (1)

All the pure hearted praised together,
only a few evil ones went away in contempt. (2)

The red lotus blossomed in joy as the morning sun arose,
the night lotus fads away, as its green leaves shrink. (3)

Like the sick eyes do not bear to look at the light,
the wicked sinners dislike the righteous ways. (4)

Fanatic sinners show their meanness against good behavior,
so they will display this mean behavior; this is true all over,
even as they are the enemies of good behavior. (5)

Thus when people despise and some others praise highly
the king came to know the news about the nine virgins. (6)

As the sun rises with light the thick darkness disappears;
so removing the darkness of the mind
the virgins appeared in bright light. (7)

The cruel king Kāyan without any character
destroyed even the name of the true religion. (8)

After hearing all about the nine virgins, he roared in anger,
"where are these nine virgins in my country?". (9)

Just like the hunter despised the swans
sleeping on the red lotus pond,
he planned to destroy them. (10)

Where are those following the divine path I forbade,
rejecting the scepter I bear?
"Bring those virgins here at once." (11)

Commanded to explain the greatness of religion

Walking like the peacock,
bending down like the morning stars,
like the herd of deer with joyful face
they stood before the king. (12)

Like the tiger looking at the deer in great anger
the king looked at the virgins and thundered
as if the house is shattered. (13)

As an offence in my country
through the words of mean people (without antiquity)
who are immature, great harm is done. (14)

It is true that you submit to the recent religion,
through I forbade it,
you go about unafraid of my anger? (15)

They said: "It is true that we follow the religion
judiciously proclaimed by the true Lord
that came from heaven as true religion." (16)

I worship and I rule here in this country
you do not worship the god of this country
but some other one. (17)

You do not know the good and evil, you are stupid,
too young and ignorant, sprouted just now. (18)

Are you the one to know and to analyze
what is said in the scriptures,
the true religion and the divine qualities?
So he asked. (19)

One who learnt all that was not learnt,
one who speaks all that was not spoken,
grasped by the ears - that teacher- (20)

Taught us; as a result it became clear to those
who were ignorant (*pētaiyar*)
as if they are masters of scriptures - so they spoke. (21)

The king then asked: "If you became learned by this ability,
tell me in detail the true nature of your God." (22)

Then Kitteri who has a sweet voice
coming from her red lips like the veena,
began praising him first with her mellifluous voice. (23)

Listening to the command of the heavenly king,
in trembling, you are the king ruling all things. (24)

By the shining mouth the heavenly rays speak and
shining diamonds praise,
all the birds out of joy sing constantly in the gardens. (25)

The Reply of Kitteri

Oh the people on earth, in the heavenly court,
those of pure heart
worshipping always the divine presence- listen attentively. (26)

He has no beginning, no end, no body,
knows all by intuition without analyzing any object,
He is present everywhere as one Being. (27)

Creation, preservation, destruction-with these three functions
he rules the three worlds,
He is the prime mover - the First One. (28)

Wisdom, grace, justice, power all good qualities rolled in one,
creating all things,
remaining as one master and Lord incomparable. (29)

Eminently one in three persons[48], unique, in the form of light,
unknown even to the heavenly court. (30)

He sustains all things, when things dissolve he does not dissolve,
sustains the darkness and destroys darkness but he remains light.
(31)

---

48 One God in three persons – this is a unique Christian understanding of God. God is one (singular) but understood as plural. That is, if God exists, everything else exists.

He does not act, He is the cause of all actions to stop,
he has no memory,
he does not forget, He is the unique ruler of justice. (32)

Without anger he destroyed,
he won the war without taking a spear,
without opening he blossomed in giving,
He does not age, He exists always. (33)

With one word he created the three worlds;
with one word he shook the three worlds
as it trembled within. (34)

In those days he destroyed this world with rains;
he burned down five great cities in fire.[49] (35)

He divided the great sea up to the bottom;[50]
he turned upside down all enemies fearing death. (36)

He cooled the burning furnace that was in flame like a garden.[51]
He darkened the midday like the evening. (37)

He made the noon-day sun step back seven feet,
and made the sun stand still for a while.[52] (38)

Even the heavenly court stands in fright unable to praise,
how could I dare to sing his glory? -So she spoke. (39)

Contemptuous question of Kāyan

After narrating such great things in sweet words,
why did you not speak about the Lord's suffering
and death on the cross? (40)

---

[49] The five cities are Sodom, Gomorrah, Babylon, Chorazin and Bethsaida.
[50] Cf. The Exodus (14, 27-28) experience in the Bible where Moses leads his people across the red sea and the army of Pharoh that chased them perished in the sea.
[51] Book of Daniel. 3, 20-27.
[52] Cf. Joshua, 12-13.

The whole world laughed
as he was crushed under the heavy cross
before the whole known world then. (41)

Your religionists worship the one who was crucified.
'Is he God' - so the king laughed in derision.[53] (42)

The Greatness of the son of the Virgin Mary

After Hearing this words of contempt and ridicule
her eyes shed tears
like the honey dropping from the lotus flower. (43)

Impelled by the divine urge she was furious and
dared to speak out –
Kitteri who renounced the three types of desire -
- earth, marriage and gold. (44)

On the unvanquished enemy shot the arrow
and the herds laughed
as the wound remained at the back?.[54] (45)

Many herdswomen got angry as he stole the ghee,[55]
and the whole body was filled with the traces?. (46)

For touching another's wife,
he incurred the curse and virtuous wife suffered
and thousand forms of yoni appeared on his body.[56] (47)

Proudly the genitals was displayed everywhere;
unable to bear this the women cursed him. (48)

---

[53] This is a standard question raised against Christ down the centuries. S. Radhakrishnan used to ask: 'How can God die on the cross?'.
[54] The fight between Shiva and Arjuna, Kannan stealing butter, Indiran bearing 1000 marks on his body, Indiran becoming snake – such mythological stories are referred to.
[55] Reference to young Krishna stealing butter.
[56] Refers to Indira's misdeed.

If it is said that he died doing such things and
he is worshipped as God
such people are called mean/low (*nīcar*). (49)

The Lord God came down as refuge
I shall tell you the true cause
why the heavenly court is afraid and the way he died.
Listen O king! (50)

This world got ruined through unrestrained desire.
In order to remove the ancient curse he came down as man. (51)

Just like the loving mother takes medicine first
in order to cure her own sick child.[57] (52)

In order to heal the suffering due to evil deeds
the pure One suffered willingly. (53)

In order to show the way to salvation,
the formless one took from,
became the son of a Virgin,
conceived by the Holy Spirit.[58] (54)

Standing as a sacrifice for the sinners,
walked the path of asceticism as model
and showed the way to heaven. (55)

Since the people on earth cannot make reparation by themselves,
He offered his life as compensation and reconciled. (56)

By hard asceticism (penance) accepting suffering
he brought happiness
and died removing the evil. (57)

---

[57] Mother taking medicine to cure her sick child is a metaphor for Jesus dying on the cross.

[58] Karuvumilātu ōr karuvāyk kaṉṉimakaṉ āyinan… Beschi uses the metaphor of conch-shell receiving rainwater and producing pearls – to explain Jesus' birth. *Pārkaṭal ... payinra kaṉṉincanku…* (*Tirukkāvalūr Kalampakam,* 1)

In order that the living beings on earth purified
reach the heavenly shore in joy,
he offered himself to the enemies and
willingly accepted death. (58)

Is it evil to praise the one who died like this?
Is there anyone who did such great sacrifice?
So saying she cried. (59)

Narrating the Power of God

Some rejoiced hearing this word through her veena-like voice;
but the king still showed his enmity in his nagging tone. (60)

He was provoked by these words of Kitteri
the king who wore the garland surrounded by the bees-
to speak further. (61)

"What was said by the sweet voice
which the bees avoid, may be true,
but the unbelieving wicked people beat him and he died. (62)

He was not able to save himself by reconciling his enemies.
How would he save my life by fighting against my enmity?. (63)

Unable to bear the enmity like the poor man
is it not mean to worship him as God?" He said. (64)

You said that the Lord himself suffered
unable to bear his enmity.
"Listen to me gracefully by controlling your anger",
she said. (65)

With the bud-like tender face of his daughter,
he showed angry face hiding inner grudge. (66)

All the false gods' images in the golden temple
he shattered to pieces. (67)

With five loaves of bread
he fed the hunger of five thousand people[59]
with his hands that bears the whole world. (68)

He made the blind man see by smearing mud on his eyes.
He walked on the sea as he would walk on earth.[60] (69)

He made the lame walk on by his command "walk"
He raised the dead to life by uttering the words: "Get up".[61] (70)

To those who came closer to him, he said: "It is I"
and countless spear-bearing soldiers fell down. (71)

By deigning himself he gave up his life on a tree (cross)
and the noonday became dark like the evening.[62] (72)

The mountains shook and split into two conquering the world
he got up and the devils' enmity was broken that day. (73)

After dying out of love he rose again by himself from the dead.
by this victory he went up to heaven himself. (74)

Having such powers he faced that day his enmity.
Could you say: He just died? Tell me now,
so she demanded. (75)

Her words were like honey, her tears were like honey.
She is equal to herself. so was the virgin Kitteri. (76)

The daughters were received in the palace

"Did this ignorant woman learn all these by great realization?
She is not just a girl" -so wondered the onlookers. (77)

---

[59] Cf. Matthew 14, 17-21.
[60] Cf. Matthew 14, 24-33.
[61] Cf. Luke 7, 14.
[62] Cf. 2 Kings 20,11.

Even the king wondered at heart
after hearing the courageous words by his ears
tasting the honey-like words
his unquenched anger subsided. (78)

By embracing the low religion which I rejected,
you are not afraid,
who are you thus to oppose my rule?
Tell me" so he asked. (79)

"Do not think we accept your rule
frightened of your anger and tell lies. (80)

These nine women who show the truth known
without love and without fear
are all your own daughters."
So saying she worshipped. (81)

Desire, anger, inner dislike and shame pressing inside,
he showed the face of surprise the king listened
to all these things. (82)

Folding her two beautiful hands[63]
the firstborn among the nine girls said: I am Ceṇevuri. (83)

As a queen ruling the Kalīsiya country
you were ashamed of giving birth to us. (84)

Frightened of ridicule by others
you ordered to throw away your own children!
when no one is ready to receive them,
God shows his compassion to them. (85)

Without father and mother to protect our life,
we lived without any other thought
now listen to us,-so saying she bowed with folded hands. (86)

---

[63] Greetings with two folded hands is a Tamil tradition, which Beschi introduces casually.

After reflecting on what was said in those days
things happened as it was said.
Then the king understood. (87)

Everyone was confused in mind, the joy was an illusion,
all anger came down as he realized
the nine virgins are his children. (88)

The face brightened with love he embraced them all.
Realized at heart that king - so dance the Ammānai. (89)

The greatness of love shown by the mother

Just like the lion goes ahead surrounded
by the nine peacocks with stretched feathers,
the king led the nine virgins before the queen there. (90)

While giving birth no loving joy was displayed,
but now listening to all that happened melted within
she shed tears. (91)

Just like the peacock gathers her young ones
under her feathers as her hands;
overwhelmed with great love said: "The gain is mine." (92)

She embraced one by one with love repeatedly,
she cried and hugged again and again
overcome with compassion. (93)

Bathed in fragrant waters,
like the steam comes out from the boiling milk,
they dressed them filled with fragrant smoke
that smells so sweet. (94)

Garlanded with honey dripping flowers,
dressed with chosen pearl ornaments,
sweet smelling kasturi percolated her hair. (95)

Like the stars surrounded, shining diamonds
covering her face ornaments,
they looked like the deer,
with ink-like paste around her eyes. (96)

The white pure pearls hanging as her ears-rings,
the ornaments glittered
like the golden flowers in full bloom
whose brilliance dim the eyesight. (97)

Just like the crescent moon dances swinging on the heavens,
giving lustre and move the chain of white pearls. (98)

Just like the stars appearing between the heavens
are tied together by the lightning,
her jeweled girdle around her waist shone bright. (99)

Just like blossomed red Cenkantal
with the bees hum around,
the golden bangles' sound coming from
the shining diamonds. (100)

Just as the humming bees moved around
as if wearing lotus buds,
The bells of the anklet resounded
with the shining lotus. (101)

Just like the crescent moon surrounded
by the host of heavenly stars,
they decorated the nine Virgins
as if they are a group of deer. (102)

Showing the various smokes coming from the fragrant flowers
they reached them to the seat
adorned with honey-filled flowers. (103)

Some placed at the lotus feet the garlands
made out of forest grown flowers;
some sprinkled honey-filled water like the sweet dews. (104)

The long-haired women played the musical veena
with their trained hands, some other women sang
like the cuckoo with their melodious voice. (105)

Some danced like the stars displaying their shining veil,
shaking their ears with ornaments holding together. (106)

As the drumbeat reverberates, the joy abounds in great measure,
the whole city rejoiced along with the king –
so sing and dance the Ammānai. (107)

Refusing the order of the king and the arrest.

Thus for a few days the celebration continued
But for many days the king plotted evil
as he hated that religion. (108)

All people are confused; inherited wealth is illusion
so thinking he spoke a dishonest word
that world burn life itself as one thinks of it. (109)

I became a father, in order that I rejoice
along with the whole world,
you received today the whole world. (110)

You should give up your God and follow our god
without losing any favour – so spoke the king. (111)

We do all that you as father command us to do willingly,
but how can we deny the true God
and refuse to worship him?. (112)

Even if we lose the earthly kingdom,
we would follow the true religion.
There is no change in this, O earthly king.
This is our final decision. So they said. (113)

The low ignorant people (*pulaiyar*) have no religion,
no caste, no greatness.
no norms of behaviour, no education –
they deserve only contempt. (114)

You are daughters of a glorious king
and following the low path.
Is this just? Tell me now. So said the king. (115)

There is no glory here without the great religion.
As you refuse married life and follow ascetic life.
so there is nothing left here. (116)

Without worshipping the one who bestowed on you
the scepter by the lord of heavens,
Is it any glory for a ruler of the earth to oppose?
Tell me! so they said. (117)

After listening to the scripture of the low people.
how could the followers of royalty accept it
and live accordingly? he asked. (118)

The lord (Īsar) and the elders (*antanar*) praised your gods-
do the lower strata of people accept them?
You tell me o king! so she said. (119)

If you do not obey the father's word, out of anger of the king
you have to suffer insult, suffering and imprisonment.
That is better -said the king. (120)

Even if we possess the whole earth, filled with songs of praise,
even if you grant all great fame, we will not give up. (121)

First He gave life and now He will not see our full destruction,
So we will not deny the true God, who is our life, O king!
Thus they stood firm in their faith. (122)

The mother too then showing love cried aloud –
the love that cannot be renounced fully by anyone. (123)

O the decorated ones with ornaments,
listen to the anger of the king, O the bud-like virgins,
give up the low religion (*nīca maṟai*),
so saying she embraced. (124)

You did not have love when you gave birth to us,
now you come as if filled with love,
as our mother, is it for our destruction? so they said. (125)

The fragrant hairs it is rare to crush them –
now put them in prison –
said the king in anger and moved away. (126)

The mother wept, the courtiers wept,
the courageous women praised them loud. (127)

It is easy to cry, it is easy to kill the spirit,
our suffering is unmerited - with no fault-
This is joy. So sing the Ammānai. (128)

Chapter 4

The Narrative of Separation.

Viruttam Verses

Keeping away from the affluent life not seen before,
Even if they were unaware of the ensuing miserable life,
Without giving up their faith
with stony-hearted virgins of compassion
in prison experienced great joy and
saw no limit to their happiness. (1)

As they thought of the confusion of the king in mind
and his cruel ways
The whole night appeared dark to the virgins;
But the next dawn turned bright,
as an angel appeared with divine light
And consoled and freed them from prison. (2)

The nine virgins, their bodies like the un-blossomed buds,
with great courage and conviction at heart,
cried as their mind and got weakened.
We shall narrate the story how according to the divine plan
the virgins got separated who were always together. (3)

Ammānai Verses

The state of the daughters in prison

They were great till yesterday living in affluence.
Now they are not perturbed in prison out of fear. (1)

They lived without desiring marriage,
they suffered in prison,
They lived now as if they rejoiced
on the day of their marriage. (2)

The imprisoned virgins like the caged peacocks
locked up in a shell
Sang praises to God constantly. (3)

They sang the thousand holy names tenaciously.
But none of the name suits the Lord who is ineffable.[64] (4)

The great suffering of the Mother Nature.

Justice is gone, unable to bear the insult
the sunlight buried in the deep sea
covered by the darkness. (5)

The red lotus showed the good face in the morning,
In the evening knowing the suffering
closed the door in fright. (6)

In the heart of the king who denied righteousness
like the secret sin of loneliness,
the evening darkness that despised the power of noonday
closed the world. (7)

The world explained the darkness that its heart is honest,
the noonday appeared on the salty water of the ocean. (8)

The heavens cried seeing the suffering of the stars
of the same tribe,

like the raindrops of the tribe of lightning
there was a down-pour of dew. (9)

---

[64] God is not to be named as he is ineffable (innominabile as Meister Eckhart would say); but if one wants to give names, then all the possible names could be listed - omninominabile. The thousand names tradition is quite common in India – Siva, Vishnu - all are given thousand names and they are chanted as prayerful devotion. "Thousand" means here endless.

Like the midsummer heat the angry king,
like the suffering dark night
experienced the evil in darkness. (10)

I rejoice as a father, like the outsiders
they are not moved within;
I despite it as insult,
but they have not embarrassed at heart. (11)

They have no mind to accept ornaments,
They do not rejoice when love is shown,
they are not afraid of sickness,
they are of single-minded without hesitation. (12)

They have no shame to embrace
the low religion (*nīca maṟai*)[65] I forbade;
they oppose the false gods
along with the low people despised by heaven.[66] (13)

All the nine of them do not consider anything at all,
they are stone-hearted sevenfold, those girls
who are just born today -(Youngsters). (14)

They refused wealth, kingdom,
grace shown to them in abundance;
Will they withstand my anger? (15)

"If they do not listen, to the shock of those
who taught them the ways of that religion,
they will lose their life tomorrow", so he said. (16)

---

[65] It is striking to note that Christian religion is referred to here always as *nīca maṟai* - religion meant for the people of low status in society.

[66] Did the people of low strata in society is destined by the heaveṇ? (*vān pakaitta nīcar).* This is the burden of Indian society. It is man-made structure invoking divine sanction.

Thus perplexed at heart, burning with anger within,
Being exhausted he fell asleep. (17)

As if an insult to the hot sunrays
like the small beautiful lamp
the petty king ruled here. (18)

The lord who rules the three worlds, opposing his power,
will they shake the whole world by their limited valour?. (19)

The dark souled king slept after uttering cruel words,
but the graceful heavenly king showed compassion –
so sing and dance the Ammānai. (20)

The appearance of heavenly messenger and his conversation

Like the music of veena sing the praise of the Lord
the virgins rejoiced at heart
not knowing the darkness of the night. (21)

A heavenly messenger said: The time will come
when the forest will blossom
as the spring dawns, showing the form of red rays
coming from sky. (22)

As the light shone like the flood,
the virgins became thrilled
and the prison became so illumined. (23)

The gold-like red rays, the fragrant flower bouquet,
desire filled heavenly shape
the virgins saw and wondered within. (24)

I came to remove this imprisonment
by the command of the Lord.
come with me all together forgetting everything else."
So he said. (25)

We surrender to the Lord who gave us life.
It is not proper and possible to deliver our life.
So they wept. (26)

Do not cry and pity yourself.
The loving God you must worship and ask forgiveness,
now listen to the ancient religion. (27)

He will grant whatever boon you ask. But then the time
has not come for the final destiny – so he said. (28)

Just like the red lotus opens its petals as the sunrays fall on it,
the prison opened on its own by hearing his words. (29)

Just like the peacock comes out of the caves after the summer season, the virgins came out of the prison overcoming all enmity. (30)

Just like the chariot mountain fell down
due to the lightning without thunder,
the doors of the fortress opened silently
without even touching it. (31)

As the door of the sky-high fortress opened, they left it,
like the garland of pearls born of the conch-shell
on the water ways. (32)

They appeared on the same day, they felt united in devotion,
And came out to part their ways later differently –
so sing and dance the Ammānai. (33)

The command of the nine divine messengers

Standing together with the heavenly messenger
who freed them from prison,
there appeared still another eight divine messengers. (34)

This is the will of the great Lord, listen then, O young virgins,
so said again the first messenger sent by the Lord. (35)

The many lights spread light all over the earth,
in order that you escape by the power of the Lord. (36)

That was the divine will. Understand it clearly from my words.
without getting upset, separate yourselves now. (37)

For each one there will be one heavenly messenger
as comparison to help;
Accepting that way granted to each one,
come out fearless. So he said. (38)

The Virgins suffer out of separation.

Realizing this the tender virgins
became like the flowers shrunk,
spoke pure words in mature sweet voice. (39)

Crossing the three times, considering all things,
Never wavering,
always ready to help with ruling power. (40)

Could there be any fear to follow you?
The Lord who protected us goes before us
And now to follow that path is not difficult. (41)

All the same we go separately.
This pain of separation is more than losing our life. –
so they said. (42)

"Without standing, get moving separately,"
said the heavenly messenger.
All of them understood that it is God's command
and so dared to step out. (43)

Like the lightning after lighting forming a chain,
the tender virgins as if intertwined,
they neither went ahead nor moved behind. (44)

Like of the pearls of the same mountain,
like the flowers of the same creeper,
We were born of the same womb of a mother
at the same time. (45)

We go separate one day but inseparable,
we go our own way in the coming days.
Shall we then meet again? (46)

Our bodies go separate, our eye-balls separate,
our life might be gone
but we will hereafter be united at heart. (47)

Many bodies but one life, many flowers in one creeper,
our life goes from here, we go our separate ways. (48)

Even if the full blossomed flowers
and its fragrance get separated,
we will not be separated, but now we go our own way. (49)

Now we separate, oh the separation!
Your cruelty is unparalleled.
we move alone now
hereafter we reach our destiny separate. (50)

So saying they wept, they embraced each other tightly.
They stood as if the life within the body
was swinging coming and going. (51)

The Lord commanded separation, to console the heart
the virgins themselves became aware and requested this. (52)

You combined us in one birth and by one religion together.
Today you separated us again as two births. (53)

We are separated, but without separating from your feet
we learned the true religion,
Give us the grace to shed our blood with courage. (54)

Thus praising they separated;
with the grace of the Lord we joined him-
on that day itself they parted their ways alive. (55)

The virgins were one in love and spirit,
but their ways were different.
They separated never to join again –
so sing and dance the Ammānai. (56).

Chapter 5

The Narrative of the Refusal of Marriage

Viruttam verses

Kāyan heard of the escape of the nine virgins from the prison.
He rose in anger, called the servants and
ordered them to search for these girls.
They found only Kitteri and brought her before the King.
The king embraced her and said: you can live here
as you wish as my only daughter. (1)

Kitteri, seeing the mercy of the King, was at first confused.
Afterwards, strengthened by God's grace,
she did not get attracted to the wealth of the King,
but remembered how she guided the thirty other virgins
of her age into the ascetic life. (2)

After many days at the palace coxing her with sweet words,
The King intent on revenge at heart,
fixed the marriage for his daughter;
but she did not consent to this and
so he sent her to prison again.
All these details we shall narrate in this part. (3)

Ammānai Verses

Kitteri stands before the king after freed from prison

As if cruelty of the king ended, the virgins freed from
prison rejoiced – so the sun rose in great brightness. (1)

But the king filled with the darkness of ignorance,
there was no dawn for him and his scepter was bent. (2)

Burning with enmity towards the true religion,
which the virgins did not abandon,
he decided to kill them. (3)

While he was considering this
a servant came near him and said:
the swan-like nine virgins left the prison freed. (4)

The king fumed with anger like the raging fire and said:
"go all over the place and find out their escape." (5)

They ran all over and searched the city thoroughly
but could not find them anywhere. (6)

Then go out of this country and inquire all around –
thus roared the unimaginably angry king. (7)

The servants went in different directions in search;
the eight virgins were protected by the divine providence. (8)

But the illustrious Kitteri came near the flower garden
So they found her out. (9)

Just like the tiger after sighting the deer, rushes towards it,
but this young deer unperturbed at heart, asked:
"what are you after?". (10)

Our king and your father sent us to search for you-
reflect carefully,
come with us, they said; and she walked in front. (11)

She believed in God, undisturbed rejoicing within,
with calm face as the surrounding darkness disappeared. (12)

If one sees Kitteri, whose lotus-like mouth was like red wax,
imprisoned by the wicked people,
would be called the child of the sun. (13)

As the honey-dripping flower-like Kitteri went ahead,
the servants with their flesh-stained spears pushed her-
so sing the Ammānai. (14)

The king's words of oath

Displaying outwardly love, but with cruel anger within,
the king asked:
where are the other eight, subject to my anger? Tell me." (15)

The Lord God who stands as light to those
who surrender to him, revealed me here
and the other eight he hid in protection. (16)

I stand here today as victim to the unquenched anger,
fearless I could bear this - so she said. (17)

Listening to these words like the kick, he felt ashamed within,
the king hid his anger at heart as if he was kicked down. (18)

Nursing a curse at heart, his mind and mouth at variance
he embraced her as if he cherished her at heart. (19)

I lost eight daughters today as my mind burns within
May you live here as my daughter in freedom. (20)

You follow your religion, worship your god and
follow the rules of your religion.
Let us live together - so he said. (21)

This is the refuge in the form of father's love.
But she was saddened, as she knew
that there is treachery hidden
at her father's heart - so sing the Ammānai. (22)

Kitteri's longing and the Lord's consolation

As she was frightened,
she worshipped the Lord of compassion
and as she was drooping in spirit prayed
that her suffering at heart be removed. (23)

“You are my father, mother, benefactor,
you are all, I am ignorant and weak,
I am nothing, unless I am united with your feet. (24)

I do not know the truth, I never spoke the untruth,
protect me mercifully, I know your helping hand.
I know nothing else on earth. (25)

My father’s face displays love but what the words
uttered, are they of love?
or is evil enmity coming from his face lost in thought?
I do not know. (26)

I am not afraid of the angry sword and spear
but I am afraid of the separation from your holy feet. (27)

Protect me by your compassion that I may not be separated –
so saying she wept,
crushed at heart she stood there with longing. (28)

You rule my heart, O lord, show pity to my tearful eyes,
she repeated: “Don’t be afraid” awaiting your support. (29)

Just as you gained courage before the enmity of your mother,
today by my favour the enmity of the father
will turn to your good. (30)

Even if the people of this world do harm I have become
your refuge; will I let you down, O my daughter? (31)

Without any desire entering your heart to mislead you,
all the five gates of senses were shut in protection,
to destroy the anger within
you acted in good behaviour with great wisdom. (32)

If your character at heart stands firm
whatever enmity in the world,
even if it rises in fury like the ocean, approaches you,
what will it do? -so he said. (33)

The ascetic practice practiced in the forest
comes in the place where the king rules,
let it enter your heart.
Come and take me with you. (34)

The lamp of penance burns bright at heart,
do not get confused in the darkness
hidden in the great wealth –
leaving your good qualities. (35)

You were afraid more than the fire,
of all joys in doing evil deeds, [67]
you considered the eternal joy by doing good deeds
filled with suffering. (36)

In the face of enmity protected for many days like a fortress;
in smiling face the fear and true knowledge
will not leave you. (37)

Apart from the enmity of evil action
do not be afraid of any enmity
that may frighten you –
thus he advised wisely. (38)

By the power of God you imbibed what was taught,
you rose high by full asceticism-
you are incomparable - so sing the Ammānai. (39)

Kitteri's ascetic power

She did not think of the grace received before.
Coming from the plot hatched earlier
by the darkness of the father's heart
she did not fall a prey to the net of desires. (40)

---

[67] The impact of the Kural 202 is seen in this verse. Good people are more frightened of the pain of evil deeds than the suffering caused by fire. "தீவினை தீய பயத்தலால் தீயவை, தீயினும் அஞ்சப்படும்."

Without enjoying the greatness
of being the daughter of a king, a princess, at the palace,
she chose the life of divine abode
and heavenly asceticism. (41)

Like the lightning the light of the ornaments fell on the anger
through the eyes of the clouds pouring out,
she shone like the star. (42)

The fragrant flowers that blossom quickly
But fade away on the same day;
the wealth ill-gotten does not have the glory. (43)

The flower beds also will burn –
so considering left the bed and
leaned on the floor the pure Lord
and lived dependent on him. (44)

She avoided the royal dinner, that is like Ambrosia, as evil;
she preferred the asceticism that brings heavenly good. (45)

When the wind blows, the fruits fall down,
the youthfulness will fade away too
when death approaches.
so she took to ascetic life. (46)

Avoiding this country
where enjoying fun and frolics do great evil,
so she took to ascetic life like good medicine,
practicing good virtues. (47)

Like the light of the stars, like the fragrance of the flowers,
the wisdom taught by the elders will adorn people
like the heavenly light. (48)

From that day onwards in that palace
where the earthly king resides,
she was practicing asceticism of the divine kingdom.
so sing the Ammānai. (49)

The ascetic life of Kitteri's companions

The eight of them went separate
endured the suffering of loneliness;
then with the thirty women went to a lonely place. (50)

They could sustain this feeling according to their age
and they displayed the maturity of elders
even though they were young in age. (51)

Equal to the joy experienced through honey etc.
all of them chanted daily divine practice along with Kitteri. (52)

Like the full moon surrounded by heavenly stars
filled the terrace of the house,
who will describe the way they lived as virgins
surrounded by the heavenly court?. (53)

Should I call them the children fed on the breast of asceticism
or like the peacocks with their young ones
dancing on the ascetic mountain? (54)

Shall I say that they are the garland of pearls
worn by the ancients in delight?
or these women are the group united in thought –
so sing the Ammānai. (55)

Kitteri and her close companions lived in great style
like the eternal celestials. (56)

Just like the hot sun makes the tender creepers dried up,
so the day has come when the cruel king would carry out
his wicked plan. (57)

Forcing Kitteri to get married

All the royal wealth and goodness are like the full illusion –
so the mature people's wisdom
was overthrown by darkness. (58)

The desires of narrow mind are like the golden cages,
who will then consider the joy of marriage as trustworthy? (59)

Though her determination of mind was strong
like the firm diamond,
the life with the royal court would last some days. (60)

Though this marriage bond with the greatness of royal linage,
she will accept the religion of his race -so thought the king. (61)

He called her companions who attended on Kitteri and
asked them to persuade her to accept this marriage. (62)

On hearing this command the women in attendance said:
if Kitteri hears this news she will kick us all in anger. (63)

The war of lust and his defeat.

As soon as she heard the word marriage,
she was distressed by the very word itself
the life in the royal palace of unending penance. (64)

Kitteri, the golden creeper, afflicted within,
will she endure this? Will she despise her own life? –
so stood her friends frightened
who were of beautiful spear-eyed. (65)

The women with spear -like eyes, a soft spoken woman of her words
like pure milk said: Oh listen to me my companion. (66)

This is the only victory I aim at,
this is the victory over the god of love
with five flower arrows; there is nothing else. (67)

without horse, elephant and chariots, the sugarcane –
as its army of spears,
the bees are the bowstring, the fragrant flowers,
as his five weapons. (68)

I shall call the god of love (*anangan –the bodiless one*)
who won over the heavens and this world
by waging war as kāma. (69)

The Kāma who was called, came suddenly,
after listening to the words uttered
laughed: "Is it so difficult?" (70)

The dancers acclaimed by the whole world,
the writers venerated by the singers,
the spear-wielding soldiers honoured by wars,
the gods worshipped with flowers. (71)

They all surrender to my arrow, subjected to me daily,
this is a great victory to my arrow dripping with honey. (72)

This ascetic girl will become today the woman of kāma.
will she resist the honey dripping bow
that will destroy her hard asceticism? (73)

So he sent his arrow: Think of the heroism of this arrow
sent by its sound
you will cry in trembling unable to bear the arrow
that was shot at. (74)

On her unopened bud like face,
the woman with an unconquerable diamond-hard-like heart,
how could the Kāman enter her inner recess?[68] (75)

The defeated manmatan deafening the onlookers
the virgin showed her teeth firmly. (76)

Those who heard the hue and cry, shouting ku-ku;
got frightened saying what might have happened. (77)

---

[68] Beschi means perhaps to communicate how the god of love who won over all the sages and even Shiva was shaken up from his meditation, is defeated by a Christian woman saint.

With mouth shut, chest shaking, with the bow and arrow
that was shot, sickened,
sobbing, the matan came running vexed within. (78)

Is she a woman? No; is she the god of death?
Is she the flower? No;
this is the fire that burns everything. (79)

Is she a deer? No; is she a fierce lion that is enraged?
Who is she then? I do not know.
But I know she is a Titan. (80)

The bow that aimed together five arrows,[69]
one after the other, broke down,
I stood there with my legs shaking. (81)

She looked at me, defeated my power, one woman
her eyebrows attacked the bow and the arrow. (82)

I conquered all the worlds; today one woman defeated me here,
she is unparalleled in all worlds,
she is a wonder woman (*arputamām mātu*). (83)

I am the great lord for all women, but this woman Kitteri
is the family deity of kāman himself - so saying he left. (84)

This is the curse; this is the way to know the sickness
caused by the five arrows shot by you.
get away from here -
said the companions in contempt. (85)

The peacock hiding its feathers in shame before the companions;
the kama ran away hiding his delight. so sing the Ammānai. (86)

---

[69] The arrows of Kāma are the five flowers – lotus, mango, ashoka, jasmine (mullai) and blue water lily (nīlam).

Kitteri refuses the marriage proposal

After seeing in contempt all that happened to manmatan[70]
the women got frightened,
who had an eye on the god of love. (87)

What shall we do now? If we do not do
what was commanded by the lord, he will be angry with us. (88)

As we speak about marriage to Kitteri,
the woman of sweet words,
we shall weep as if struck by death,
like the Kāman with bent sugarcane. (89)

So planning many things to find out
what would be her mental state?
They dared together after serious consideration." (90)

The bees hum from the flower buds,
the honey drips from the flower,
the fragrance spreads afar,
the pure milk-like white teeth resemble the flowers. (91)

Like the picture drawn by the brush,
the multi- coloured flower plucked by sharp nails,
spear - shaped eyes, the garland woven together. (92)

The flower smoke rising high, the veenas sounding musically
the golden anklet tingling they went talking about. (93)

By garlanding the feet of Kitteri by praising her companions
surrounded her just like the stars around the moon. (94)

Those who incense with flower smoke,
pouring sweet waters, singing sweet praise,
playing on the flute. (95)

---

[70] Beschi transposes an Indian myth of manmatan into Christian context and makes it appealing to his readers of his time in Tamilakam.

Those who change the fans, those who tune the Veena,
all those who see the beautiful woman (Kitteri)
attractive to the eyes. (96)

Flowering within red lotus, the honey dripping two blue lotus,
look like the two kāntal flower-like eyes
rose and disappeared the same day. (97)

The cowherds in joy seeing this beautiful woman weeping,
covering her face with two hands sobbed within. (98)

In vain did she care for her body, there is no one in this world
who will care for my life - so she cried. (99)

Her words defeat the sugar-drops, she suffers unprotected,
let us change her life threatening darkness of suffering. (100)

Like the flesh-stained spear to change the sufferings
She experienced
there is nothing you could do, O women
with the honey-dripping hair, she said. (101)

If we cannot cure your sickness,
we join together and cry as support,
with proper help the many sickness
will change in several days. (102)

Oh the fish-eyed women! Only for being a help
we wept sobbing, unnoticed,
my spirit suffers within! so she said. (103)

You are endowed with the spear-like sharp eyes
in order to be of support to your life,
You are support to all deer-like women, o my companion." –
so she said. (104)

The support I seek, the true way to reach it, O women
with honey-dripping hair, you discern and learn", she said. (105)

Showing the depth of the water, you are the one to help me,
find the path, so that you might live happily. (106)

Is there anything for me apart from the grace of the Lord?
Even there is time to know your will. (107)

That time has come, for you to reach the help,
the king commands marriage at this time. - he said. (108)

Hearing this message of marriage, by the command of my king,
giving the message of marriage, who can here live happily?
she said. (109)

"The creator is my loving support, all the others are support
For my death. Go and tell them?" saying this she left.[71] (110)

Even if the arrow set to be dispatched changes its direction
as the bow-string snaps,
she will not go against her promise-such was her resolve. (111)

One woman looking at the face of another in fright
felt ashamed,
like the fire quenches at the face of the bellows. (112)

After this the messenger went to the palace and
bowed before the feet of the king in respect. (113)

O the spear -bearing king, with your proposal of marriage,
the woman flower-decked hair,
will suffer and die. (114)

After listening to all that happened, in deep reflection,
rose with anger,
fully knowing then as part of his evil deed
the king sent the message to Kitteri. (115)

---

[71] One can remember the Tamil Vainava saint Āṇṭāl, the author of *Tiruppāvai* here, who chose her Lord as her ultimate abode.

In the summer after the rainy season,
the creeper-like Kitteri like the dried jasmine flower,
facing the sickness which is unjust
shedding tears, with red eyes. (116)

The virgin like the garland,
praying at the feet of the creator
presented her head as a garland. (117)

Like the great noise of the war cry,
one woman went and begged,
the mighty king will cut your head, she said. (118)
First afraid, then recovered, O Lord, have mercy,
your feet alone are my refuge''.
so she got up and went away. (119)

Kitteri's refusal and imprisonment

The golden anklet, the clinging bells said:
"do not go - this is a plot".
But the Kitteri went before the king
whose feet were hardened. (120)

As Kitteri, whose feet are like the honey-smelling flower, stood,
but the flesh-stained spear-bearing soldier was like the tiger
looking for its prey. (121)

Like the garland of the graveyard[72]
you joined that religion,
do you think of suffering, the insult and destruction? (122)

Not listening to the father who is the king
your religion taught you to think.
Is that an imagination?[73] (123)

---

[72] *Cuṭu kāṭṭu mālai yena* - like the garland that is thrown away from the dead body. No one will touch it -

[73] *karppanaiyo* – is it a cooked-up myth or figment of imagination?

You were afraid of evil deed;
Is disobeying my word a good deed?
Even now you are not afraid of the strength of my prowess? (124)

The creepers will fall down without the support of the poles;
Like the young woman elephant thus will remove the stupidity -
He said. (125)

O king, wearing the garland of victory,
with love listen to the words of this simple woman.
Then you get angry! That is justice." said Kitteri. (126)

The father did not know me;
the mother threw me out in disgust,
but the heavenly Lord took hold of me. (127)

Without knowing the love of father and mother,
without any setback,
I was brought up by the divine hands with love. (128)

The Lord who protected me then fully,
takes hold of me always - my body and soul. (129)

I gave myself to someone to take hold of me;
now I took the hand of God who would rule me. (130)

I was the object of desire for someone else on that day;
I did not give up. Is it fair and just? Tell me. (131)

I was the object given to someone with my consent;
after that I will not belong to anyone,
is it just, O king of justice? Tell me. (132)

As he could not tolerate any refusal to his sweet words,
The king said in anger like the milk over-flowing the new pot.
(133)

Now listen to the great feeling of me
treated like an ignorant weakling,
without listening to the noise of the father that you are. (134)

I am your enemy, in many ways my hands will torture you and
I myself take away the life which I gave you. (135)

If you deny the Lord you worship and consent to the marriage,
then you are my daughter praised by the world,
if you refuse it, then you are my enemy. (136)

To the father who said so thundering, Kitteri said;
"I am the virgin granted by the Lord who is my life;
I will never deny him."(137)

The king became an offended tiger and rose in raging anger,
shouted like a thunder "take her to the prison." (138)

Her body bound in chain and fetters, she will die like a worm
as she did not give up her false religion-
so he said and left. (139)

Unperturbed in mind, with joy, desiring no evil,
not frightened of the ensuing suffering
she stood undisturbed in such dire moment. (140)

Where is the wedding chamber with undying desire?
In joy she entered the prison
without giving up her desire for the Lord. –
so sing the Ammānai. (141)

Chapter 6

The Narrative About Reaching The Mountain

Viruttam verses.

We shall narrate the history of how Kitteri
was not afraid of the injuries
inflicted by the weapons like the spears and swords,
by the grace of the Lord, and she is beyond the grasp
of the heavenly court and the human beings. (1)

Then through the fruit of her prayers
Mother Mary visited her at the prison,
she bathed her with fragrant waters,
decorated her with ornaments of virtues,
presented her a cross and a golden ring as victorious signs,
then she will reach the Pomper Mountain and
be crowned with heavenly honour. (2)

We shall narrate how She left the prison miraculously
and reached the mountain with her thirty companions.
how the infuriated king sent his soldiers
to the mountain of Pomper. (3)

Ammānai verses

The state of Kitteri in prison

The imprisoned Kitteri with her red lotus like hands,
was of firm determination though chained. (1)

Though tied down, she experienced no want
as she had the undisturbed vision at heart,
she kept singing the divine praise. (2)

Like the moon with bright rays that looked
like the garland of darkness,
the graceful virgin's virtue appeared in that prison. (3)

Scorched by the fire of furnace,
but at heart shining like the golden light,
in the murderous prison the royal daughter stood high. (4)

The heavens rejoiced, the earth praised,
in that prison she was glorified,
she stood joyful undaunted for many days. (5)

The undaunted Kitteri

She was weakened as she was locked up by the guards,
but her chaste state was not slackened.
She was afraid at heart with the fervour of burning fire. (6)

Those born as women feel controlled, [74]
I am not just a woman, but also weak unaided,
will I not be afraid in this world
amidst malicious people on earth.? (7)

The king has his anger of dominance,
surrounded by the enmity around
but am I not at my the unripe age lacking mature wisdom? (8)

The nature of being a virgin will be shattered like the mirror
when the fire of man's lust touches,
without any help now, is it not a planned deceit on me? (9)

Thus in this state how long will I resist here?
Even if I resist, will I be able to bear the strength of a man? (10)

I am not afraid of the spear piercing my body,
but I am afraid of the deceit of men
who want to subjugate me.[75] (11)

---

[74] As a woman Kitteri reflects in general on the nature of women. They do feel dominated, controlled, unable to withstand the muscular strength of men.
[75] It is a very realistic portrayal of the state of women who face the wicked world of selfish men who do not know the value and dignity of woman.

Weeping before the Virgin Mary seeking protection

O Mary my queen, you are ambrosia to the heavenly court,
you are life giving source to people on earth,
you are firm protection to the abandoned. (12)

You are the ocean of knowledge to the ignorant
you are a fortress to the helpless,
you are the wealth of grace to the poor,
you are all to all. (13)

You are the virgin born of the fruit,
you are mother to all women!
will you not show mercy to me- a virgin born late. (14)

You set foot on the shining crescent moon avoiding light;
will you not show the clear way to me who is in darkness? (15)

You are clothed in sunrays cheering the heart,
will you not grant me one ray of it to cool me here? (16)

Like the swan in the hands of hunter?
Like the deer in the hands of tiger?
a virgin in the hands of fools –
is it rare that it is not destroyed? (17)

Thus saying she cried;
if these fetters will not break by themselves,
they are like the heart of the king. (18)

Even the goddess-like Mother Mary[76] was moved with pity
seeing the suffering of Kitteri, approached her.
It is difficult to praise her adequately-
so sing the Ammānai. (19)

---

[76] Beschi uses the word *āṇṭaval* for Mother Mary here. (Goddess)

Appearing in the form of men throwing spears
like the noon-day rays,
ten thousand heavenly messenger came
and worshipped at your feet. (20)

Thousand will go in front,
thousand will march in uniform, thousand will follow –
a big army will come in procession. (21)

The war drums, banners, golden fans,
all sorts of musical instruments sound on the one side.[77] (22)

On the other side, there is flute player, the sound of yā<u>l</u> and vīna
accompanied by the sweet singing spreads all over. (23)

Those who carry the while banners,
those who fan with while feather,
some carry the cool umbrella, all coming in procession. (24)

Some spray with flowers on one side,
other sprinkle sweet fragrant water on the other side,
one side singers praise, music on all sides. (25)

She was wearing the stars as crown on her head,
she appears on the crescent man at her feet, dressed in sun light,
climbs on the chariot of beautiful clouds. (26)

The heavens resound with praise, the earth shiver in fear,
the heavenly court adore her feet, the honey flows,
the joyful birds surround this. (27)

The untainted divine virgin who bore a son
as the queen of heavens
appeared to virgin Kitteri to her delight. (28)

---

[77] Different kinds of drums are mentioned: *muracu, tūriyam, mu<u>l</u>avu, tuntumi* (kettle drum), *muruṭu, pa<u>r</u>ai.*

She looked and by her graceful glance
she removed the fetters,
Kitteri raised her folded flower-like hands. (29)

The royal daughter fell down in worship,
her sharp eyes filled with tears,
she bathed in sweet water of singing the divine praise.[78] (30)

By the white rays at her feet
the lotus-like eyes flowered in joy,
with the sun light with which she was dressed,
the lotus like eyes opened its petals-like eye-brows. (31)

Heart, life and love united she stood as mother,
giving courage to the frightened spirit
said: "Oh my daughter, do not be afraid". (32)

When I am here as your mother
can there be any downfall for you? [79]
You are my dear daughter. Relax and take rest." said Mary. (33)

The heavenly messengers came down,
bathed her with sweet smelling waters
decorated her with divine ornaments. (34)

Wisdom as her two earrings,
modesty as the string-like cloth covering her breasts,
benevolence as her two bangles, humility as her anklets. (35)

Asceticism as her waist cloth displays her driving force
her forehead points to her courage,
religious teaching as her golden crown, she was dressed. (36)

---

[78] *Kōmakal* – daughter of the king; *pāmakal*- kalaimakal

[79] *tāy-unakku nān-irukkat tāḻvunakk-onru-ntāmō* - an apt expression of confidence.

Kitteri stood - one woman equal to the heavenly race,
she rejoiced like the one set apart from human race[80] –
so sing the Ammānai. (37)

The divine mother embraced her again
who stood as that of heavenly race,
said: "My son who came into this world as man..." (38)

Overcoming his enemies he saved all life,
so too you will win over your enemies-
this is your weapon! she said. (39)

She gave her the cross she had in hand,
Kitteri praised it and pressed it to her chest,
the woman of soft spoken sweet words." (40)

The state of virginity is rare to be redeemed.
it will remain with you and this sign will show you
as sign of protection so she said. (41)

She put a golden ring on her flower-like finger:
"your cross and your ring will be your protection,
do not be afraid of any enemy. (42)

Still today you will leave this place.
I will show you the way with the love of a mother
and follow that path. (43)

To destroy the evil deed of the Satan, you will flower
like the golden creeper on the mountain called Pomper.[81] (44)

There is the war field. There you will wear the crown
O woman of flower decked hair,
"Go now" so said the mother and went away.
So sing the Ammānai. (45)

---

[80] Mary is "the tainted nature's solitary boast" as an English poet described her.
[81] By the divine help Kitteri escapes from the prison. Similarly Manimekalai, the heroine of the epic *Manimekalai*, reaches the Manipallavam and witnesses several miraculous events.

In the shoreless ocean of honey Kitteri stood
she experienced boundless joy
without any thought on the past life. (46)

The heavenly messenger stood there as helper
showing the way and said "go"
opening the door of the evil prison and went away. (47)

The clouds cover the entrance to the towers,
The doors made of stones open automatically,
the rain-clouds showered lightning
so that the noble woman could enter there. (48)

Like the religion of the ancients,
like the asceticism of the elders,
the thirty women joined in the proper way. (49)

Following the assigned path the guardian angels[82]
accompany her, united in one mind and heart.
They all reached early that day. (50)

Kitteri saw this, with tear-filled eyes she joined them
as they were all wearing garland
made of cool lotus flowers. (51)

Just like the swan moves away as the rainy season sets in,
the pure ones left the city
where wicked evil day approached. (52)

The Lord God is merciful to those who weep out of suffering,
they sang praising the joyful compassion shown to them. (53)

The queen of enduring asceticism the royal daughter Kitteri
surrounded by worthy women moved away -
So sing the Ammānai. (54)

---

[82] Beschi uses the word *cammanacu* here for angel.

The guards in search of the virgins

Hearing all this the king rose in great anger, sent several servants
to prevent the departure of the women. (55)

What is the use of searching everywhere?
The Lord God hid all those places fully by the darkness
where the beautiful sun was shining at noon time. (56)

Since the Lord God was protecting there in hiding,
they did not appear there.
So the servants returned and the woman also left the place. (57)

The ascetic life of the virgins

The lotus ponds, the many fields where the grains low,
the flower gardens – lotus, mango, blue lotus,
ashoka and jasmine[83]- they passed through all of them. (58)

The clouds move over the tip of the mountains
the rows of flower blossoming in the forest,
they saw the long mountains
where the water flows down the slopes. (59)

The divine messenger himself showed the mountain:
"This is your loving mountain.
This is the glorious Pomper mountain." So he said. (60)

The young woman heard this with joy: Guided by the true God,
this is the mountain surrounded by the ineffable victory? (61)

O the temple of great asceticism,
the war field of conquering heavenly messengers,
the rightful path to reach the heaven,
the victorious Pomper mountain! (62)

---

[83] These five flowers are the weapons, which the god of love (Kāmadevan) uses to seduce people into falling in love.

So they praised, rejoiced with great satisfaction,
they all walked, who were like the herd of deer. (63)

Even to know that mountain in depth all alone is rare
Which is located disconnected with any other mountain,
this is incomparable. (64)

Like the blue-diamond shaped by hand,
the round mountains where clouds provide shade,
like the lightening that goes with the clouds,
the mountain from where the rivers flow. (65)

It is not the treasure box of ornaments gathered by the earth,
But the royal daughter joined here,
this became the affluent mountain. (66)

This is the mountain where fragrance is spread all over the sky,
with the sweet smelling flowers beginning with the musk. (67)

This is the mountain with various rare pearls of high quality,
as a result its brightness shines glaring the eyes. (68)

This is the mountain where honey-sprinkled water swell over,
birds chirp, deer jump, peacocks dance
and the mountain echoes all these. (69)

This mountain is like the chariot standing,
its top reaching high forms, the broad landscape above. (70)

With green diamonds a bed is made,
on that like the multi-coloured diamonds
there is a forest on top, so rare flowers blossom there. (71)

Like the golden mountain flowered at the top of the mountain
There is a temple where the true God dwells. (72)

Is it the tribe of deer? or of the dancing peacocks?
or of the heavenly damsels?
they reached that mountain well guarded. (73)

Destroying utterly all evil deeds beginning with desire,
the virgins prayed beginning with the sacrificial ritual.[84] (74)

This is the mountain
which saw destruction of evil deeds by asceticism,
without giving up the desire to live an ascetic life
reached the top of the elephant-like mountain.
So sing the Ammānai. (75)

---

[84] Beschi uses here the word *pūcai* for holy Mass (Eucahrist)

Chapter 7

Narrative of Longing for God's grace

Viruttam Verses

Stationed at the top of the Pomper mountain,
Kitteri and her thirty companions asserted:
'Do not trust the worldly life,'
decided to overcome the triple enemy[85]
by the sword of asceticism, giving up all desires,
lived happily obtaining the divine blessing in full. (1)

We shall narrate the history how Puroshan,
the king of a petty kingdom,
opposed Kitteri as she taught the true religion to him,
who was once following the Christian religion,
then changed over to the superstitious religious practices. (2)

Puroshan was sent to kill Kitteri
who went up to the Pomper mountain
after freed from prison by the help of the angel.
He became helpless after losing eyesight
and his legs paralyzed by divine intervention,
He was brought to Kitteri and he was converted,
he got back his limbs and faith in the true religion
and returned to his country.
All this we shall narrate here. (3)

Ammanai verses

Singing the Divine Lord they worshipped at the temple

The honey sprinkled by the blossoming flowers feasted
uninterrupted spreading fragrance like musk. (1)

---

[85] *Kāma, krodha* and *lobha* - Lust, anger and covetousness are the triple enemy. Some others also say: pride, flesh and world.

Cuckoos sang, the bees hummed the musical notes,
the peacocks danced,
to enable the beautiful damsels to climb up the mountain. (2)

Did the lotus forest on that mountain blossom on that day?
So all flowers opened their eyes,
all buds opened their mouth showing their teeth. (3)

The whole forest with sweet smelling flowers blossoming
and the sweet smelling maidens plucked them
with their tender ruddy hands. (4)

Out of the joy of the hands that touched, they flowered dripping
honey, their inviting hands blossomed as if to say "come". (5)

Making like a picture the flower garlands
They plucked them with their sharp nails,
and approached the temple of God there. (6)

All of them came around in procession there times[86]
and offered as sign of love the flower garlands. (7)

The peacocks stood in shame (before them)
the sweet spoken maidens defeating the honey,
then sang the praise in sweet voice
putting the cuckoos to shame. (8)

Tālisai verses[87]

The heavenly court obeys you, people on earth worship you,
O my Lord, you are great without any equal

---

[86] Beschi introduces the practice of going around the place of worship (circumambulation), which is common In several pilgrimage centres. He himself introduced this practice in Tirukkāvalūr.

[87] *Tālisai is* a succession of three stanzas, of any kind, each of which has its several lines ending with the same word as the corresponding lines of the others, is usually termed Tālisai (Beschi, *Grammar*, p. 116)

with all the qualities,
without making known such a great Lord to all on earth,
shall we surrender to his lotus-feet
who protected our life facing all enmity? (1)

All the rulers on earth rejoice at their power of achievement
O Lord, you grant us grace who rules the heavens uniquely;
Without separating from the Lord whom we desired,
who would grant us home (heaven)
shall we not surrender at his flowery feet,
in order that our limitations are overcome by his mercy?. (2)

There is no book to teach him fully,
There is no word that has fully grasped, O Lord, my God,
You rule conquering everything without wielding a spear;
After giving up all enmity which denied our Lord,
who rules us by conquest
Shall we not surrender to the feet of the Pure One
so that he abides in our heart ruling us for ever. (3)

Ammānai Verses

Composing the music to be sung all around the hillocks,
calling the birds sang together. (9)
As the groups of bees hummed like soft yāl instrument, [88]
opened their mouth in joy, all over the forest they flowered. (10)

The heavenly lord listened to the praise and was delighted
there was a vision like the flood in the whole forest. (11)

Unlike the milk that overflows in a new pot,
does not contain the life within,
the joy experienced in drinking from the honey-pot
is no match. - so sing the Ammānai. (12)

---

[88] Cf. Margaret Bastin, *Innicai Yāḻ*. A good Research work on this musical instrument. Kalaikkaveri, Trichy, 2006.

The true asceticism is the cool umbrella;
to reduce the heat of the noonday
that asceticism itself is the flower-bed,
to destroy the sickness of midnight. (13)

The good asceticism itself is the fruit and roots,
as the feast supplied to the whole country.
this asceticism is the great light
to those who pray for ascetic life. (14)

Even if we seek such a great asceticism
we will not know anything equal to this;
the ascetic life of the maidens
is like the garland worn by them. (15)

Planting the good behaviour as jasmine flower,
putting the grace as a bower,
by their pure ascetic practice
removed all stains and sufferings. (16)

In order that no evil like lust enters the fence
guarding the senses [like the fences]
the maidens watered like flood with good behaviour. (17)

The heavenly king filled with the fragrance
pleasing to the heavens, came down on his own
and walked along the flower garden. (18)

One can sing with sweet voice the holy name
with thousand titles,[89]
but no name matches the true nature of the lord. (19)

---

[89] The thousand names tradition for the Divine is well known in the Indian tradition. God cannot be circumscribed in any particular name but still every name will suit him. Meister Eckhart says: God is *innominabile* and *omni nominabile*.

Beyond the three times the Lord who realized everything,
to him alone praise is sung all the time. (20)

You thirty maidens! Thirty types of walk [90]
there is no comparison to match this group of thirty.
They sound so in unison. (21)

Getting up early before the sunrise
as if they despised darkness,
they sang the divine praise in joy. (22)

The birds woke up as if they were ashamed
before the sweet voice,
they sang together in harmony. (23)

The beetle drunk with honey sounded like the flute
and danced over the flowers
with their wings that were swinging musically. (24)

Seeing the maidens walking lightning-like
Amidst the heavenly stars,
so the peacocks started dancing considering them
as belonging to their clan. (25)

Due to the noble nature of the maidens
all that was near the Pomper mountain lived a fuller life. (26)

This is thanks to these maidens
this mountain itself raised its stature in the heavens
as unparalleled treasure - so sing the Ammānai. (27)

Like the lotus among the flowers,
like the swan among the birds.
like the moon among the stars-
all this is due to their association with the higher race. (28)

---

[90] The thirty people move twice makes it sixty types of musical modes. Beschi uses musical metaphors in his major works like *Tēmpāvani* and *Tirukkāvalūr Kalampakam*.

By her assertive power, by her asceticism,
by her praiseworthy grace,
by her visionary perspective, by her learning,
Kitteri appeared great among others. (29)

She appeared like the pure spirit without body
by her renunciation,
but she cared for the life of others as one body
through her relationship. (30)

She did everything as service to others with her duty,
she looked after the sick
tending with her own hands –
as she removed all sufferings in doing this. (31)

She was capable of communicating her love
to alleviate the suffering,
she was consoling all lives, sweetly instructing wisdom. (32)

People get attached to the world of enmity, revenge, sickness, sin
and fear consider it as enjoyment;
those who approach it with inner attachment to it
are like animals. (33)

As one looks at the whole world,
Kitteri would cry saying: who will consider
the heavenly path of eternal glory
filled with inner joy and praise?. (34)

They seek everything as if all this is meant
for this transient body,
they do not think of eternal life,
even if the good life suffers - so she said.[91] (35)

The pleasure will disappear as soon as it strikes the eyes,
they are not afraid of the sickness they face now,

---

[91] Cf. Matthew 16, 26: "What does a man gain, if the gains the whole world and loses his soul?."

but they do not consider the joy
that comes from heaven above. (36)

They are afraid of the sickness here
which will disappear like the bite of mosquitoes
these people are not frightened of the evil of the eternal hell
with its bite of burning fire. (37)

Like the flower that blossoms in the morning,
the youthfulness will not last long,
they do not know how the flower fades away
in the evening. (38)

They consider the mythic story of desires,
as their scripture,
but they avoid the religion as falsehood,
that came through the sacrifice of God - she said.[92] (39)

They would call the wicked people involved in lust
as God and worship, [93]
but no one will think of the service of the Lord
for the welfare of all. (40)

O loving Lord filled with ocean of grace
you came down on earth surrounded in darkness
why is it that you are not showering mercy?. (41)

You are said to be bright rays that destroy the evil within;
will you not appear in this world with one of the rays
to destroy the evil king? (42)

You are said to be the unique ruler
with the compassion of the mother,
will you not drive away with your mercy
the mean evil spirit that rules here? (43)

---

92 Again it is a censure of the other religions in contrast to the Christian faith.
93 Beschi is hinting at the source of idolatry among people.

You are called the true teacher of the scriptures
destroying the false way,
will you not teach the truth to those
who have gone away from the true path?. (44)

You are called the savior protecting the whole world,
will you not save the whole world
by bringing it under your rule of scepter?. (45)

It is said: you are the only King, only God and only Lord,
will I ever see any earthly king surrendering to you?. (46)

So Kitteri with divine desire at heart, melted within,
as she spoke with great sorrow hurting within
like the hill of burning ghee. (47)

The greatness of Kitteri

The heavenly court praises the one
who has become so divine in character
the earthly world praises with overflowing inner desire. (48)

She saw only the fields of murder,
but never saw here any permanent abode-
so she was vexed at heart. (49)

The depressed heart melted like the garland in fire,
the woman burned with distress,
asked for a miracle at last. (50)

The anger of king Puroshan

Puroshan by name, king of a small country in those days
listened to the words of the One (Jesus)
who rose on the third day after the crucifixion. (51)

After carefully pondering over the scripture
of the Lord worshipped by the heavenly court,
himself praising it, lived accordingly for many days. (52)

Listening to the words spoken by the people of good deeds
for saving the world, confused within
by the low desires through the worldly illusion. (53)

For judging the religion after knowing that it is a true path,
he felt sad that no one followed that path earnestly. (54)

On one evening some came and explained these things
and said a bright future would come:
"This is true and do not get disheartened." (55)

Like the swan that lost its young one,
like the king who lost his greatness,
like the child that lost its mother,
she too heard this distressed. (56)

without sleep, without eating,
weeping out of great suffering Kitteri, the peacock,
praised the heavenly Lord uninterrupted. (57)

You are capable of constant victory,
you are of greater status due to your knowledge,
you possess me and rule me,
you are the milky ocean of compassion and love. (58)

By shedding your blood you redeemed a slave,
but another rules insulting your blood,
is it proper for you? (59)

In order that we may live, you died and earned merit,
the devilish people for their livelihood destroy it-
is it just for you?. (60)

You suffered as sick man and planted a flower garden,
by the evil deeds of Satan it is burned down,
is it proper for you?. (61)

You rule the heart, if you dare,
is anything difficult for you?
you have seen wickedness,
is it difficult for you, to reverse it? (62)

Today he repents himself, and I die here – it is the same
so she wept in distress and stood longing –
so sing the Ammānai. (63)

The Lord (Jesus) who granted grace pitying the woman
who was longing, said:
"let it be according to your desire." (64)

"But still, you must go and tell your firm decision.
Even if he shouts in anger,
do not be afraid, I will protect you"- so he left. (65)

The weak woman hearing the order given to her
with great courage and determination
got up at once, as the sun arose. (66)

Like the morning sunrise, she got up overjoyed
like the garland made of the stars
many women followed her. (67)

She went without feeling shy of the audience
saw the master of that land
and pleaded: listen to me attentively,
the words of a woman who does not seek praise. (68)

Miracles at the prison

The Lord God who bestowed on me with love
all the wealth of the earth-wealth, fame and glory- (69)

I have understood without any confusion
that the religion he gave me is true,
he is the one who protected me, but you despised. (70)

Under the broad canopy of the sunlight as the lamp,
with concern for the earth with all its indescribable beauty. (71)

Seeing the creator who after creating,
preserving, and destroying, praising him,
enjoying the fruits of that scripture[94] you rose high. (72)

After seeing all these things being followed that day
what made you now to deny it? Show me. (73)

Like a wind whirl that turns wherever the wind blows,
the wicked people going the way of destruction
change their stand. Is it fair?. (74)

Unlike the sari(dress) that is changed as one likes,[95]
without any reason proper
-is it proper to change one's religion?. (75)

Not only the whole of heavens,
but the whole of inner world and everything,
if the ruling king denies,
did you think that your nature would still remain?. (76)

Without beginning and end, without death and life
without anybody as your own,
did you think you will live for many days? (77)

Even if you live, then even if you fall into the burning hell
due to evil deeds –
is it good to burn without rescue or rest?. (78)

Moreover, to extend the suffering of the good people
who followed your path of salvation.
Is there no king to control the cruel things? (79)

The heavens darken, the earth trembles,

---

[94] Beschi uses the word *curuti* (śruti) for scripture.

[95] The dress, sari, or dothi changes its form according to the one who wears it. Or one changes the sari as one likes.

the living beings suffer,
everything falls on the clouds and rise again,
with great anger. (80)

Spreading in all eight directions, looking at the weeping eyes,
the Lord of justice comes to judge all that happens. (81)

After punishing those disobeyed your words and denied you,
when they beg of you,
will you bear it without turning compassionate? (82)

When the anger of the judge vanishes,
weeping at heart, O king,
come closer to the Lord of compassion"- she said. (83)

After realizing all that the fearless woman said is true,
like the elephant not afraid of the war field,
rose up in anger. (84)

His anger that lay hidden due to the honey-like words,
Rose up now opening his mouth,
raised his sword to kill her. (85)

"O king, this is not proper", said the others stepping in front,"
you can imprison her for her harsh words," he said. (86)

Three times[96] Kitteri faced imprisonment,
she explained on earth the true religion –
So sing the ammānai. (87)

Apart from the king who fumed within in confusion,
others listened to the young woman clearly. (88)

"She is not an ignorant woman (*petai)*.
She is the woman of divine gift of great maturity.
Who else could speak like this?" they said. (89)

---

[96] Kitteri was put in prison twice by her father Kāyan and once by Puroshan. Thus she proclaimed on earth what it means to be imprisoned.

Thinking of it as if desirous of tasting honey
only a few go to that prison,
like the deer-eyed one would rejoice
tasting the words of that woman. (90)

They praised with folded hands the woman who was in prison,
grasping her words of honey
in order that the blame be erased. (91)

Like the lame person guided by others goes there
the heavenly woman said "come",
and they approached her praising. (92)

The blind man[97] who came to search for the woman
from divine world,
will he go away without seeing her?- It is like this. (93)

He wiped his eyes with pride, had compassion for the woman
who spoke divine words, smiled,
he too, was happy after seeing her smile. (94)

The eyes cleared after the sickness was healed,
the lame walk and deaf hear,
the evil spirits depart-
these are the miracles done by this glorious woman. (95)

All those who saw and heard this said "Oh" in joy
opening their hands, many others who experienced this
joined in praise of the divine religion. (96)

On that forenoon the woman in that prison
got out of the prison of guilt,
and the city rose high alive - so sing the Ammānai. (97)

The king who heard all these said that
this is all an illusory game (*māyavittai)*

---

[97] Beschi uses the Sanskrit word – *antakan*- for a blind person.

blinding the eye of the swan.
Then the true scripture that removed all stain of sin. (98)

On that way the shout arose as a cry:
I will cut that woman tomorrow
shedding blood on their true path." He said. (99)

Even to those who cut the tree, the branches give shade,
so even for the enemy king she prayed for mercy, Kitteri. (100)

She prayed to the Lord God, the whole night
without ceasing to have mercy on him. (101)

The history of escape from prison

The servants who were guarding, at midnight could see,
the heavens gave light like midday. (102)

The flowers were thrown like rains with the golden body
Illumining the heavenly court,
came down singing songs sweetly. (103)

"Giving up your enmity with flesh-stained spears
go up to the great mountain,
now you will receive the glory pleasing to the heavens."
so they were invited. (104)

"One thing is his conversion;
my death in his hand is another thing;
Let one of these two happen." - Said Kitteri. (105)

One of the heavenly messengers said:
"This is the will of God;
Among the people on earth, you are great;
this is the boon you asked for. (106)

Thinking that it will happen
after climbing up the mountain Pomper,
you left this place consenting to your heart's message." (107)

Like the swan thirty servants appeared;
"without the good religion,
there is no redemption here." (108)

Avoiding all false gods who were worshipped before,
changing the path,
removed the stains of sin accumulated earlier.
So sing Ammānai. (109)

Conversion of Puroshan

Just like the darkness attached to the bright rays
also was shining together,
the dark-hearted king heard this,
got up from his unquenched anger at heart. (110)

Like the deer that escaped from the net
came back to the hunter,
the woman who escaped her murder
follows the murderer. (111)

Realizing that this is what the heavenly Lord wanted,
moving like the wind,
like the forest submerged in flood, he rose in anger- (112)

And ran out and saw the high Pomper mountain,
as a blind man came running
and saw as if his eyes got blinded. (113)

Both the legs and both the hands became motionless,
like the fierce tiger fell down, after two spears pierced it. (114)

With his mind confused, the legs fell down,
with the eyes darkened, the mind got awakened,
he got illumined to experience the Lord, the Creator.[98] (115)

---

98 This event is reported here as a miracle by divine intervention. This is a common pattern of conversions in Christian tradition, as in the case of St. Paul who was first a persecutor of Christians, but transformed as a preacher of

Praising the justice of the Lord God, begging within,
"I am not fulfilled" - so humbled wept thinking of his mistakes. (116)

Before the divine woman praying at her feet, Kitteri will go up and I will become great giving up my meanness. (117)

She lived alone as ascetic, she is the path to reach the true God,
Whether I live or die, now she is my refuge". (118)

Pleading before the golden temple
situated at the high mountain,
our great Lord came down on earth out of mercy. (119)

She stood at her glory, by the vision of the one who appeared,
she praised the power of God directly. (120)

With the wings cut of, like the golden mountain lying down,
he spoke following the path of the powerful one
shining like gold. (121)

O the woman I hated, since I did not listen to your words,
you see me now in the form of a sinner denying heavens. (122)

Realizing the mistake that I hated you,
now I am not afraid that you will hate me. (123)

I have no eyes to see, I have no hand to plead at your feet,
I dare to praise you, a woman of great glory. (124)

To praise you, to glorify the true God unparalleled
who sent you, I will praise you with my words
accompanied with songs. (125)

Christian message. Beschi gives importance to such miracles, first as a sure sign of God's presence and secondly as an assertion that conversion of heart is work of God's grace and not man's achievement.

If you yourself out of mercy,
with your flower-like hand touch me,
sickness or limitation will in no time disappear. (126)

May your flower-like hands touch my head,
I plead in supplication and
you will dislike whatever I pray for, as you wish. (127)

Kitteri said: all your belongings go with you,
In order to destroy your evil deed,
listen to the words of one who grants happiness. (128)

Your tears of repentance is the medicine:
your own deed caused your sickness
for any sickness the root is the evil deed. [99]
This will go and you will be healed. (129)

This is like the one who knows the nature of burning iron,
- to strike when it is red hot[100]
so if evil deed that causes sickness is given up,
the heavenly Lord will heal you. (130)

The medicine to sickness is the command of the Lord
Which removes all sufferings:
"Here it is: see for yourself, O king of physical might! (131)

After this instruction, she touched his two blind eyes.
He stood up, freed from all sufferings and fell at her feet. (132)

Look! I got my life with your hands as medicine.
What compensation could I render?
Tell me, O the merciful one." he said. (133)

---

[99] It is said that the root of all sickness is the fruit of evil deeds. This is not meant as the karma theory, where an automatic cause-effect relation is implied. The real repentance is the medicine to rectify this (the impact of evil) is the Christian notion.

[100] Beschi uses this metaphor also in his book *Vetiyar Olukkam,* where it is used as a pointer of discernment when to use force and when to use soft method in dealing with people of different background.

To those who speak of ascetic life will appear easy.
But to practice that in life is difficult,
Benevolent sharing is easy to attain glory. (134)

They will call the boat to cross the evil deeds [101]-
To practice charity with love all the time.
O king, bearing the shiny spear, Do that! She said. (135)

Even if the king of earth drinks milk like sweet words.
The suffering like the spear that burns within
will not go away- by just weeping. (136)

Will the lord of justice bear this?
will he hate me always with searing anger
since my evil deeds are limitless?. (137)

I denied the truth after knowing it well;
I denied the Lord at heart consciously;
I surrounded to the devils;
knowing it to be a sin I enjoyed it.[102] (138)

I lived as bad example for sinners,
I acted destroying the inner spirit of others
who were sinners. Oh! will the Lord forgive me?. (139)

Will he grant me a sinner the grace?
Will he hide his flower-like feet from me?
Tell me now, O the woman of vision.-so he wept. (140)

Because he cried, she was merciful
and started crying herself. She was silent, saying:
the ocean of grace (*aruṭkaṭal*) itself
is moved to compassion. (141)

---

[101] The metaphor of boat/raft (*teppam*) to cross the world of bondage is common in the Indian tradition.

[102] This reminds us of the lamentation of the Cittar poet Pattinattar.

This is the state arrived at after swimming across,
then with cheerful face she teaches these words. (142)

The Lord who opened the heavens with love, would deign to you,
seeing the tears of weeping and found it as joy;
Now be not worried, O king! (143)

Listen now further more attentively.
the grace of the true God came to us
when we were in real need. (144)

With me you will suffer at the border for eleven days.
Then you will live happily on the upper house
in shinning glory. (145)

Praise the Lord who granted you this gift.
Practice the charity at once which you contemplated.
Now wait for the warfare, O king." -She said. (146)

The whole community saw this and praised at heart
without words,- As this news reached all over,
there was light spread everywhere. (147)

They were constant miracles and inner joy
and all praised the feet of the Lord constantly. (148)

The eyes feasted the brightness of the face,
The ears feasted the sweet words of elders,
the one who appeared after the joyful vision,
went away, spoke again. (149)

"The confusion vanished, the mind is clear,
the Lord of justice saw this with compassion,
everything happened with your help. (150)

Without forgetting the goodness experienced,
Up to reaching the endless shore,
come with me as helper to reach Salvation"
so pleading he invited. (151)

"Go, O king! Here by the command of the eternal Lord
the war-field and the final crown will come to me.-
so the woman worshipped. (152)

He too bowed down kneeling,
bent down like a polished heavenly diamond;
He returned to his city as the heavens rejoiced. (153)

After meditating on all these events that happened
through the divine grace,
she rejoiced along with other women
- so sing the Ammānai. (154)

Chapter 8

The Narrative About Beheading

Viruttam Verses.

Kāyan heard how Puroshan got back to the new religion
and was spreading it everywhere showing benevolence to all,
and so Kāyan was furious roaring like the thundering clouds. (1)

Kāyan sent his soldiers in order to destroy the group consisting of
Kitteri and her thirty companions, on mount Pomper
after they won over the battle with Puroshan. (2)

We shall describe how Kitteri was beheaded
by the bridegroom who wanted to marry her first,
how the virgin Kitteri carried her beheaded head in hand,
climbed up the mountain and
reached the entrance to the church. (3)

Ammanai Verses

The Glory Of Puroshan

The soft lotus-footed Kitteri,
preached the words of true wisdom.
Puroshan practiced it at heart, sowing the seeds
That would flower and bear fruit. (1)

Following the way shown by Kitteri,
He practiced pure righteousness with full devotion,
as soon as he reached his town. (2)

The way he worshipped, attending holy Mass,
the way he maintained the golden temple,
the asceticism he practiced without attachment,
the charity he practiced generously. (3)

The heavenly court rejoiced
the people on earth were jubilant,
as he practiced charity - giving generously-
without any inner attachment. (4)

Just like the thick rains pouring down,
benefit all over the place,
so too the whole earth would praise
the name of the generous donors.[103] (5)

Kāyan understood Kitteri as the cause
for Puroshan's conversion.

Kāyan heard about the news
how charity is practiced generously.
He enquired: "what is it?" he asked. (6)

The one under my rule, fearlessly, destroying my god,
disturbing the country under my care
did he join the religion of the slaves(*dāsar marai*)?. (7)

The king asked: what is the magical way for all this?
One among them said:
O king! Everything happened
because of the magic of your daughter". (8)

"My daughter! where is she?" the king asked;
he was answered: "your daughter lives
on the top of the tall Pomper mountain, O king." (9)

"Without appearing this side,
she gathered the ignorant women who went away,
as a way of practicing asceticism. (10)

---

[103] Cf. Kural 231: "In life, nothing is as worthwhile as the public esteem arising out of charity." – Ītal icaipaṭa vāḻtal atu-allatu,
ūtiyam illai uyirkku.

She preaches all people around her
the enemy religion she learnt here,
destroying all others, with many tricks. (11)

She approached this man
and showed this trick of blindfolding
and he was confused by losing his own mind. (12)

By accepting the religion these days,
she converted him by cheating[104],
I was there at that time, O Lord." (13)

Kāyan orders to kill Puroshan and behead Kitteri.

The fuming Kāyan with anger,
was biting his teeth, losing his decorum,
"Everywhere is this little ignorant woman
as an insult challenging my power. (14)

Would she be without considering this?"
So he decided for her a marriage partner,
The one fixed for her, so he got into action. (15)

Without the God I worship,
praying the mean divinity I banned,
this man does not obey my word. (16)

Before the lotus flower unfolds its petals tomorrow,
bring the head of Puroshan here –
so he sent some soldiers for this. (17)

You now go to the Pomper mountain and
cut the heads of my daughter
and other women like the savages (*pullar*). (18)

---

[104] It seems to reflect the contemporary situation in India where any conversion is seen as trickery or cheating, but do not know the anguish of the person who really got converted. People changed their religion for improving their livelihood, for protecting their women (e.g. Paravas) and also out of true conviction in the case of many (St. Devasahayam)

She did not give you the chance to kill her here;
today you can drink her blood,
settling together your enmity and mine. (19)

O the spear-bearing soldier, go quickly - said the king.
The other one left the place - so sing the Ammānai. (20)

After hearing the order of Kāyan, Kitteri's joy and prayer

At the fiery face of the affluent one only suffering prevailed,
At the Pomper mountain where honey drips
on the flowery face. (21)

Kitteri, the queen of asceticism, lived,
preaching the truth revealed by the Lord of justice,
so that others experienced the joy of their great vision. (22)

As the drumming of warfare was sounding high
Kitteri stood firm as her mind was clear.[105] (23)

"The heavens were ashamed, the earth trembled,
In order that we may reach heaven
our Lord offered to die without hesitation.
Is it our return gift?", she asked. (24)

In order to be crowned in the midst of heavenly court,
this is the inevitable war
where one has to face death surrounded by warring army-
so she said. (25)

To us whose troubles are removed
just like the foam over the waters,
see the golden world opened above the war scene,
she said. (26)

---

105 With the divine help Kitteri becomes courageous to face any enmity. Similarly the Saiva poet saint Appar could sing without any fear that he will not bend down to any earthly power when the Lord is with him. "nāmārkkum kuṭi allōm namaṉai añcōm...

After reaching the house as the stars stand
as flowers on the heavens,
this is the day to wear the feet of the Lord as garland. (27)

Leaving this world, going to heaven, to attain eternal life,
this is the day to see the divine face
incomparable even to the divine world. (28)

As we see the form, unattainable even to the heavenly court,
this is the day of compassion of the Lord,
which is shown even to the sinners. (29)

Equal in (*sālokam*) experiencing joy together
the nearness of the Lord-(*sāmīpyam*)
Is this the day to leave this world? O Lord eternal! (30)

Out of your compassion you took human form and died;
today shall we assume the divine form (*sārūpam)*? O Father!
O Lord of creation! (31)

Without differentiating my mind from your mind,
we reach oneness with the Lord (*sāyucyam*),[106]
Is it the day our small mind lives fuller life
like the great ocean? (32)

O the Indestructible! Oh the Wonder!
with no beginning no end,
give us today this victory over all things –
thus she said with great fervour. (33)

Not winking the eyes which are like blue-lily
like flower-garden drunk
with the rays of the milky-white moon,
the women spoke and the others heard daily
with devotion and melted. (34)

---

106 It is interesting that Beschi introduces the four stages of mystic state in this folk poetic form (*ammānai*) meant for the ordinary people. That means people understood these Sanskrit terms, as they were of common use.

They lost sleep, gave up food,
what is it if we lose our life leaving the healthy body
so the women were moving about
unable to find a balance. (35)

Desiring the day when the cruel war would take place,
they did not speak about anything except their warfare
so sing the Ammānai. (36)

Angels' Vision and praise

With great longing, with great joy,
those ten days with constant prayer and holy Mass
they spent on that mountain – but on that night- (37)

Many among the heavenly court,
Pointed out the beauty of the heavens,
"This glory of the heavens has no match
among the earthly people. (38)

After the dawn of the day, conquering it with love,
wearing the garland of victory tomorrow
you will reach heaven in joy. (39)

Tomorrow you will rule there with us
serving the eternal being, [107]
today we come to praise him here with you. (40)

It is not by our power that we could realize the state of union,[108]
the Lord himself will crown us
granting the victory by his power. (41)

That we could not conquer
any sort of evil force easily from our own state,

---

107 ātiyaik kaṇṭu – "seeing the Beginning, the Alpha, the eternal Being.

108 This is again the Christian notion; salvation is God's gift and not man's achievment.

the heavenly court will begin first
as offering a song in that state. (42)

Among the heavenly court as its citizen,
in consonance with the song of the women
they sang sweetly with delight unequal to the sinners. (43)

With effulgence of light, music of the songs,
inner devotion, fullness of life,
the totality of bliss, - all these they saw.
that is the heavenly kingdom, it is said- (44)

In this way the whole night was spent,
the darkness was gone just like falsehood
disappears before the religion of true power. (45)

Encountering the war and its procedure

In order that the women might witness the war scene,
like the eye-balls the heavens opened,
the morning star appeared riding on its chariot. (46)

Is it the banner of the war? Or the war-drum?
Here, look at the rising sun!
Go ahead in dignified manner -so they said. (47)

Then Kitteri walked in front,
as if serving dinner first to enemies,
others walked behind as if the mountain split itself
and went against it. (48)

The parrot cried as the corn was denied,
the bees wept since honey was denied,
the peacocks cried denying themselves, the deer wept
as they were denied of access to mother. (49)

The running streams wept, the breezes too wept loud
the shaking leaves wept in whimpering –
all of them cried aloud. (50)

The whole forest cried that day,
but those who saw the vision rejoiced,
the whole of heavens praised above,
they moved away from the mountain. (51)

When they left the Pomper mountain,
they saw their enemies
rushing quickly as a great army. (52)

Just like the stars above covered the moon the women stood,
like the hunter seeing the herd of deer,
they came together swinging their swords. (53)

The other soldiers, as if the destroying
the forest of honey-dripping flowers,
killed the other women with their long swords. (54)

The man fixed as bridegroom for Kitteri ran like a tiger
to kill the royal daughter of great virtues. (55)

"You refused me that day as protector of your life,
today I stand as murderer of your life." (56)

As the heavens were ashamed, the earth shook,
the heavens trembled, the virgin prayed,
with no hesitation he cut the flower-like head-
So sing the Ammānai. (57)

The age of Kitteri and the date of her death

Kitteri died in the year 130 AD., on twenty-first
of the month of May (Vaikāci) - killed by Paripalan. (58)

The sun stood at the "Iṭapa rāsi"- riding the chariot of horse
the sun stood at horse (*aśva*) star, the event happened. (59)

Her age was ten and the boons the obtained was thousand.
The father gave orders, his friend did that cruel deed. (60)

The wonders after Kitteri's death

The heavenly court praised above,
those who loved the spear-banners trembled,
people on earth wondered at heart,
the glorious ones rejoiced hearing this. (61)

The genre of flowers sprinkled honey,
the group of birds sang hymns,
the flower gardens were shaking,
the whole race of stones melted within. (62)

Those who saw never stopped talking about it,
those who did not see continued in silence
the affluent world saw that day a miracle. (63)

The head that fell down by the strength of the sword,
getting the strength of heavenly support,
by the strength of the shoulders taking it,
carried it in her pure hands.[109] (64)

Like the red lotus of the pond carrying heavenly rays,
the fully blossomed flower (woman) carried
her radiant head in her hands. (65)

The lotus like face, night -lily like eyes,
the cenpaka like fragrant roses,
the teeth like pearls, the mouth like āmpal flower –
all flowered at the same time.[110] (66)

The face that blossomed by grace, the joy of honey was flowing,
she looked at the hard face that was cut by darkness. (67)

---

[109] Some see the echo of the poem *Kalinkattup parani* 111:
aṭikkaluttiṉ neṭuñciratta arivarālō/
arittaciram aṇankinkaik koṭuppa rālō …

[110] Face, eye, nose, teeth, mouth – are compared to Tāmarai (lotus), kuvalai, canpakam, mullai, alli – flowers.

The light of her eyes entered within as subtle life,
she was clear, as her true wisdom acted as mind. (68)

He fell at the feet of this virgin weeping,
realized the glory prevailing,
by the vision of the truth he understood the Lord God. (69)

He denied falsehood, grasped the truth,
reached the river of golden world,
he became transformed,
rejoiced with nothing parallel to this. (70)

I give my life to the one who took my life
this is greater than my life.
so she went - sing the Ammānai. (71)

Since it is done with the power of divine hand,
the Lord commanded,
and she walked ahead carrying her own head in hand. (72)

Like the shinning golden chariot climbing mountain
Kitteri walked up the mountain
carrying her head in hand joyfully. (73)

Like the two moons combined carrying one red ray,
Kitteri walked carrying her head with two hands
spreading light there. (74)

The tender creeper in bloom presented the flower
like the white banners,
the cuckoos coo and the great drums echo them. (75)

Many kinds of insects that approach the flower,
sound like the golden flutes,
many kinds of birds in the forest fly ahead. (76)

Light shaped peacocks dance in joyful procession,
like the servants the deer follow them in groups. (77)

The fragrant breeze spread the sweet smelling fans
the honey smelling musk-deer (*kastūri)* spread
like the sweet smoke ahead. (78)

The flowers in blossom sprinkled on the head
with honey-like fragrance,
Kitteri walked under the umbrella-like cover
formed by the flowering trees. (79)

The drops of honey that rain smoothen the dust on the path,
she walked on it as support for the feet
on the flowers dropped from the trees. (80)

Like the king on the chariot of the ocean
formed by the roaring waves,
the woman of mountain (*malai-maṭantai)*
walked on that day as the mountain rejoiced. (81)

The citizens of heaven came together in joy
as Kitteri was also a heavenly citizen
in order to celebrate the victory of this royal citizen. (82)

The melody supplied by the heavens came out of yāl
Provided by the heavens,
there was singing all over spreading sweet music. (83)

Some came to garland made out of honey dripping flowers,
others came crowding in to decorate her with shining rings. (84)

Some others poured flower rains and praised her asceticism,
others sang the victory of this virgin
with the shower of songs. (85)

Some called it the shining victory
over the five senses destroying lust,
others said this to be a victory of wisdom
destroying the unrighteous life - deleting even the name. (86)

Some said this to be a victory defeating the satanic race;
others said this to be a victory over threefold enemy-
lust, anger and confusion (devil-flesh-world). (87)

She walked victoriously over the mountain,
as the clouds proclaimed the unparalleled victory over the earth,
The mountain echoed: Victory! Victory! (88)

Her eyes opened with joy; she opened her mouth as she desired,
she walked ahead saying sweet words to those in distress. (89)

After listening to the praise of the heavenly court
to the pure one,
she walked ahead uttering praises in music. (90)

Walking two hours (five-*nālikai*) reached the top,
carrying her head in hand this great woman. (91)

Reaching the front of the temple praising it
as an offering (Mass) placed it in prostration
before the head that was oozing blood. (92)

Just like the creeper falls along with the plucked flowers,
along with her body
the head fell down as her life rose up high. (93)

The heavenly court stretched their hands and
the other thirty women approached,
Kitteri climbed up to heaven from among the sinners. (94)

Also Puroshan offered his head that day to the divine Lord
unable to separate from the flower-like feet
of the woman-Kitteri. (95)

By her power of speech she spread goodness around,
as she climbed up to praise the glory of the Lord.
-so sing the Ammānai. (96)

Kitteri's glory spreads and her body disappears

As she left their earth -
out of anger the clouds on the sky rose high all over. (97)

Thundered angrily, darkness blinding the eyes,
lightening striking like the sword spreading fear all over. (98)

Even the servants who were part of the cruel murder
ran away in fright afraid of greater deaths. (99)

Struck by thunder things got burned and died the Lord of heaven
with his power through the sound of great thunders, (100)

Those who witnessed this understood the goodness
of Kitteri the virgin, experienced and praised her great glory –
so sing Ammānai. (101)

By the command of heavens came a heavenly messenger
from heaven, one great sage in the forest said:
the dead bodies in the forest, (102)

Searched and with due respect buried them
under the earth while singing and praying. (103)

The cloud surrounding the top of the hill in front of
the stone temple, as if reaping the lotuses wading
through the waters in a pond. (104)

Seeing the divine body cut, head and body separate,
"this is the body of Kitteri that will grant boons,"
so declared. (105)

The hand that carried the head, the feet that reached the mountain,
taking them on head with garland and due respect. (106)

The devoted local people dug a pit and placed the body
with folded hands as in prayer. (107)

As it was adorned with many boons, they spread
multi-coloured flowers over it, they closed it with mud,
hoping for the fruits of boons to appear. (108)

Kitteri now lives in heaven and left her body on earth
where she lives now as link - a sign – to grant favour. (109)

She gave it - so the moon rejoiced greatly and on that land
honey dripping flowers bloomed on that day. (110)

By going up to heaven to live, by her mercy,
she placed her body here so that people on earth might live well –
so sing the Ammānai. (111)

Chapter 9

The Narrative About The Eight Women

Viruttam verses.

We shall describe the story of how Kitteri carried
in her hand her beheaded head,
crossed over the sunny atmosphere, entered the heavens,
reached the abode of the merciful Lord and rejoiced. (1)

Kitteri who was endowed with incomparable bliss,
praised the Lord God with love, wearing several ornaments,
with a crown on her head, rejoiced in conversation. (2)

Later she asked the Lord to tell her about the eight others,
who were separated from her,
who were born together on the same day
and the Lord tells her story of the eight sisters. (3)

Ammānai Verses

Kitteri at the feet of the Lord

Kitteri who went to the higher abode crossing the heavens,
sits on the shining throne that surpasses
the eye-sight and inner grasp of the mind. (1)

She reached before the feet of the king
who is praised by the divine word,
the Lord who supports the three worlds by his three fingers
performing his three functions[111]
-creation, preservation and destruction. (2)

---

[111] This expression has been influenced by the Indian tradition – the three worlds, three fingers and the three functions.

Before the sunlight is she a mirror?
Before the sunrays a lotus?[112]
By standing before this ray, drawing that light in,
she was filled with love and joy. (3)

She attained the ineffable life
by the vision of the object of purity (the Lord),
after grasping at heart the whole thing
seeing the indivisible object by divine favour. (4)

As an unparalleled wisdom grasping everything,
as the object known needed to grasp that object. (5)

As she saw the face of the heavenly Lord face to face
who could describe that pure experience,
the fullness of perfection. (6)

She stood in obeisance to the feet of Divine illumined clearly,
with inner light and joy that overflows the heart. (7)

The great favours granted by the Lord

She has become the ocean of grace,
they embraced her gently with their golden hands
with the breasts that is the ocean of all objects. (8)

She rejoiced boundlessly as those who praised her
did not find proper words experiencing the sweet ambrosia. (9)

"You refused the earthly kingdom because of me,
now you possess the eternal heavenly kingdom,"
so the heavenly messengers crowned her. (10)

"You wore as your ornaments for the feet
made of flower buds of virginity,
from the garden of ascetic life, this is the flower of heaven,

---

[112] Just like the mirror and lotus flower receive the sunlight and reflect back the light, so too Kitteri reflects the divine presence.

the garden of goodness" – so saying they garlanded her
with the honey dripping flower bouquet. (11)

"You abandoned your father and mother for my sake,
O my daughter,
I have become your father and mother"-
so she was embraced. (12)

Petition of Kitteri.

This virgin filled with heavenly delight
praised with honey dripping sweet words,
After she said this, with compassion: (13)

"Will you not grant that my land becomes your land,
by your favour which is being destroyed
by great darkness for many days?." (14)

"I rejoice here now; my parents burn in hell;
How will I bear this
when you are despised there?." (15)

The Response of the Lord

As she pleaded after saying many things,
the Lord responded to many of these things. (16)

"You left your parents in search of me,
now for your sake I grant favour to them by compassion." (17)

"Before your death, you followed the divine path
fearless and with clear mind,
O young woman, you will see what would happen now." (18)

To show many truths of divine decree,
it is difficult to analyze all that you know them -
So sing the Ammānai. (19)

Prediction of Lusitania becoming a Christian land

The Lord of vision of past and future,
after showing all happenings of the past
began to speak with joy. (20)

One day the blood-stained sword will cut the five kings[113]
who were wearing the crescent decorated golden crown. (21)

There someone by my grace would bring
the whole of Lusitania to my religion with faith. (22)

He will be the first king ruling that country as mine, [114]
my five wounds would testify that land as my land. (23)

The heavenly messengers will hold the flower banners
dividing the borders of the earthly kingdom and
the king of your land will fall down. (24)

My messengers (*vetiyar*) would make
the whole country worshipping themselves
and convert it as a land worshipping me. (25)

---

[113] Who are these five kings is not clear. What is found in the net is the following: Western Christianity was introduced to Lusitania, now known as Portugal, under the Roman Empire in the first half of the first millennium AD. The present-day Portuguese state was founded in 1139 by King Afonso Henriques during the *Reconquista*, in which the Christian kingdoms of the northern Iberian Peninsula reconquered the South from the Cordoba Caliphate of Sunny Muslims.

After the fall of Constantinople to the Sunny Caliphate of Ottoman Turks, Portuguese discoveries in the Age of exploration, would lead to the establishment of the Portuguese Empire from the early 15th century onwards, spreading Catholicism to Portuguese colonies in Ceuta on the Barbary coast of North Africa, Sub-Saharan Africa, the East Indies in Asia, and South America. The Lusophone countries of Angola, Brazil, Cape Verde, Mozambique, São Tomé e Principe, and Timor-Leste all have Catholic majorities as a result.

[114] *Annātu en nātāka ālum* ... Perhaps Beschi as a missionary had a dream visualizing this country to become Christian sometime.

Up to the border where the sunrays reach,
I will grant grace to that king to establish his rule. (26)

My cross would go before the army as flower-banner
And before that strong army
the host of enemies would get destroyed. (27)

The ship that sails on the ocean would carry the shining cross,
they would establish my religion and their rule. (28)

I predict now with joy that the committed believers would walk
into that country and would make it a glorious land. (29)

He would be the graceful ruler, a benevolent donor out of love,
Capable of raising questions with discernment
He would be a glorious king of righteousness. (30)

He would command a great navy, granting charity generously,
serving the religion unfailing, the heavens would rejoice and
the earth would submit to him (31)

The wealth would be flowing in abundance,
none equal to him on earth,
A king will appear with the name John V gracefully.[115] (32)

Under such days of reign, O my gracious daughter,
you would rule the whole earth, by my heavenly power. (33)

---

[115] Dom John V (Portuguese- João V) (22 October 1689 – 31 July 1750) ruled Portugal in the first half of 18th century, when Beschi was working in Tamilakam. He pursued an expansionist policy, with significant territorial gains in Potuguese India and Portuguese America.
He was known as the Magnanimous (Portuguese: *o Magnânimo*) and the Portuguese Sun King (Portuguese: *o Rei-Sol Português*), was a monarch of the House of Braganza who ruled as King of Portugal and the Algarves during the first half of the 18th century. John V's reign saw the rise of the prestige of Portugal and its monarchy, which had been in decline among European courts, to a new level of prosperity and wealth.

On that day fixed by me, by my grace,
the glory destined by me will shine in the whole world
and everything will be in order. (34)

You would rule the Pomper mountain
(as a place of pilgrimage) glorifying me
by the many miracles that would take place through you
when you are honoured with praise. (35)

Kitteri's state of mind and the question about the right virgins.

The glorious Kitteri who is indescribable
pleaded with great inner fervor,
praising the Lord after clear deliberation –
So sing the Ammānai. (36)

As the great joy overflowing from the heart,
she spoke again, to know the will of the Lord
who sees beyond the present. (37)

O father, as you are gracious towards me,
O the creator, [the inner meaning of the scriptures][116]
those eight women, who went away from me –
have mercy on them. (38)

Be gracious, let them also be equal to me,
make them join me to live in joy - so she pleaded. (39)

The history of the eight virgins

I shall tell you what would happen by my grace
and everything that would happen after my plan –
So sing the Ammānai. (40)

Like the many kinds of shining rays,
the earth is surrounded by glory,
the soft spoken virgins departed in different directions. (41)

---

116 *Vetāvē* – is creator God or the inner spirit that animates the scriptures.

They were roaming the way shown by the great Lord
who commanded them to separate and leave,
the angels accompanied them all. (42)

Without any change in their status as virgins,
without stopping their practice of asceticism,
like the brilliant lightning-like lamp
the heavenly messengers surrounded. (43)

The sick eyes unable to face the light would get healed;
the wicked people unable to bear justice,
would give up their long lasting enmity. (44)

Others who were elsewhere
pray for the goal of religion with courage,
the eight people by giving up their lives
found victory unparalleled. (45)

Seeli (Basilissa) by name went to
the land of Syria, affluent in wealth,
praying for the shadow of the grove
of various flowers. (46)

Giving up all attachments, praising the true God
with love offerings sacrifice –
without falsehood, anger and burning lust. (47)

Devoid of all evil, by the greatness of ascetic practice,
incomparable totally, unable to bear the evil of sinners. (48)

The wisdom taught by great debate (logic) by the anger
seen in their wicked face
unable to bear this, out of jealousy. (49)

Like a tiger jumping at the deer,
from the month of kārthikai,
without any change tortured her for long. (50)

By the power of the heavens
fearless before the face of the sword,
she gave up her life willingly. (51)

To that city of Carthage filled with greater palace of glory.
Serumani (Germana) went with dignity. (52)

Like the golden mountain the flood waters rushing.
She taught to the delight of the ears
what she realized as truth. (53)

Like the forest soaked with roaring water of the rivers,
there many people listened to her
understood the Lord of truth and obeyed. (54)

Like the peacock at the rainy season,
in the midst of flowering jasmine flower forest
this maiden rose high among the heavenly messengers. (55)

Just like fiery face of summertime
burns down the flower forest,
before the wicked people with angry face,
the learned and the others. (56)

On the nineteenth of the month of Thai
like the green creeper, she fell dead
by the sword of the wicked people - so sing the Ammānai. (57)

By approaching the Kālīsa land where it was fruitful,
started living there surrounded by many mountains
with snow melting flood water flowing. (58)

Eppemi (Eumelia) by name went there to serve the Lord
Proclaiming the true religion,
where the hills were filled with hot springs. (59)

Like the pearl illumining the mountain
on the body of the dead woman,
they plucked flowers for many days- but one day, (60)

One girl from the shepherds saw the stretched hand
dug it with her fingers, took a ring
stood there dumb-founded. (61)

Those who came to see what was expressed
through the hands, listened to it –
Eppemi (Eumelia) left her dead body here.[117] (62)

The believers took on the fourteenth of the month of puratāsi
this word as a praise- sing the Ammānai. (63)

Senavari (Genebra) was the eldest among the virgins
she was like a mother with grace and dignity. (64)

She reached the city of Thūvi,
not destroyed by the enemies (the sinners)
with walls rising high up to the sky
after her separation of the heavenly maidens. (65)

Like the swan afraid of the enemy- the hunter-
went to the desert,
frightened of the kings went among the sinners,
who denied truth. (66)

Like the deer grazing alone amidst the herd of tigers,
she lived among the evil people for long. (67)

The spear-wielding wicked people caught her
on the first day of the month of Kārthikai
cut her head as she was following the true religion –
So sing the Ammānai. (68)

---

[117] Her sister Euphemia, unable to escape from the soldiers who pursued her, threw herself from a cliff situated today in the Peneda-Geres National Park (it is called today *Penedo da Santa*, Cliff of the Saint). A rock opened up and swallowed her and on the spot there sprang up a hot spring.

Like mountain shaking at its top, the smoke emitting fragrance,
it is the town of Cordua with many balconies,
where the banners are hung. (69)

Because of the cruel hatred done that day,
insult was shown to the earth;
today grace and fame abound due to the sacrifice offered. (70)

Victoria by name joined there willingly,
she got the favour of a vision above the praise of learned. (71)

There was a crud king, getting angry for no reason,
doing evil things -
There is no limit to his cruelty. (72)

The whole body was bleeding due to beating,
she was not afraid, thrown into an oven
which cannot be quenched even by the whole ocean. (73)

She was burning as in a grove spread with flowers,
the king with burning anger filled with darkness
at heart delighted. (74)

She was thrown into deep water with stones tied to her feet,
she was floating like the lotus
on the water pond for many days. (75)

As no one was praising the king but only the Lord God,
the enemy of the evil deed was fuming,
reached the broad western shore. (76)

The blood did not flow, they stood wondering,
As they cut of the tender breasts,
instead milk flowed as red-hot river. (77)

On seventeenth day of the kārthikai
with arrow-like brows, rose in anger,
she obtained her life of sanctity in heaven –
So sing the Ammānai. (78)

By the greatness of her ascetic life due to her discerning
true wisdom, she became the Vibirattai (Liberata) [118]
according to the promise made. (79)

After the parents and brothers and sisters left the place,
others came to the lonely forest for many days. (80)

In the house of asceticism guarding the five gates of the senses
like eye etc. She stood high conquering the evil deed
without even looking at the sky. (81)

After staying there for eight years, her father
who ruled the earth was caught by the firm hands. (82)

Being crucified out of anger
she was fearless spoke to the people around. (83)

Closing the door to the enmity like the fence to the entrance
to the wall in that great city of Kāli. (84)

On the twentieth July this maiden aged fifteen,
entered heaven her head being cut by the sword –
So sing the Ammanai. (85)

In the Kālīsa land surrounded by the groves of
honey dripping flower garden, reached near
the ancient town known for its conflict. (86)

In this world she died by name Marine[119] (Marica)
She gave up everything that would destroy the religion
that came from heaven. (87)

---

118 Liberata suffered the same fate in the forest of Montus and lies in a 14th century sarcophagus in the fortified church of Saint Jean Baptiste in Mazéres 32 km from her sister Quiteria in Aire-sur-l'Adour.

119 This is a legend that closely follows that of the Galician Saint Marina, who is said to have been one of nine sisters and she is the Patron Saint of rabies

So she was thrown into the furnace as dead
but she did not burn,
so they cut her head- but the beheaded head, (88)

Jumped three times, on all three places miraculously
a spring came out granting water of life. (89)

Seeing that day at her eighteenth age
she reached her destiny and rejoiced –
so sing the Ammanai. (90)

The garland, she wore shone brightly on earth,
obtained her final garland Kalimarsi by name. (91)

In the great city of Toledo Which is endowed
with rare wealth, at her forty-fifth age. (92)

As she was preaching the glory of the true Lord
with her gentle words,
they did not give up their sacrifice to the false gods. (93)

One day when they worshipped the false image
she pulled it down with her hands saying: it is evil teacher. (94)

What is this sacrilege! they cried, we cannot bear this evil,
the pushed her down and stamped on her. (95)

On the twelfth of the month Āṭi they threw her as food for lion,
she reached heaven - so sing the Ammānai. (96)

Conclusion

Thus Kitteri listened with joy, as it was said,
all the eight were crowned at heaven. (97)

The nine women had the same food and were born together and
reached their destiny together. Now they will not separate. (98)

They remained united in love,
they wore the great Lord as their ornament,
Un-blossomed flower buds,
in the heavenly mansion they were like a garland. (99)

Who can describe the glory of these nine virgins
how they reached this great status – so sing the Ammānai. (100)

(Note: According to the Catholic Christian liturgical calendar the feast of Kitteri is celebrated on 21st May, of Pacili (Basilissa) on 1st November, of Germany (Germana) on 19th January, of Eppenci (Eumelia) on 16th September, of Genevuri (Genebra) on 1st November, of Victoria on 17th November, of Vibhirattai (Liberata) on 20th July, of Marina on 18th July, of Marciyal (Marica) on 12th July.)

Chapter 10

Narrative of Miracles

Viruttam verses

The Catechists praised Kitteri
as a woman of religion proclaiming truth,
The sages venerate her as an ascetic woman
living on the mountain,
The whole world acclaims her as a woman of rare victory
The heavenly court rejoices at this woman who lives,
after carrying her beheaded head in hand. (1)

When people approached her as a refuge
she assured them of shoreless happiness,
She stood as a light of diamond to those who sought justice,
Many went to the city on earth ,
many kinds of praises went to her,
Singing of the miracles flourished,
and nothing was lacking. (2)

She pointed to the shore, consoled the suffering
healed the sick ones as helper, freed from prison,
rescued the people, she was like an army,
thus who can help to describe how in so many ways
and in how many places?
We shall narrate here some of the miracles
that were accomplished. (3)

Ammanai Verses.

According to the eternal plan, things happened and
Kitteri became a miracle worker. (1)

Everything on earth rose high to fame with the divine light,
Is there limit to the wonder the Lord of heaven performs?. (2)

Coming like the sunray at midnight,
the Lord appeared here in the year 1716.[120] (3)

In Benthainallur surrounded by the grove of flower garden,
Lived a woman with long hair with honey-dripping
And suffered affected by evil. (4)

She had a cancer at the breast and did not heal
even when they tried all medical help. (5)

No sleep, no food intake,
no medicine helping to alleviate the suffering,
many experts abandoned her. (6)

She would weep as no remedy was found,
she gave up hope thinking that except death
there is no way to be healed. (7)

A priest came there with compassionate heart,
seeing her suffering face inquired
about her sickness with concern. (8)

If there is no use with all the medicine on earth,
thus you can pray to the Lord of heaven and
he would be merciful, he said. (9)

Sir, I am a great sinner, I did everything possible to get healed.
so saying she cried. (10)
With loving concern he said: from heaven
there is a powerful witness who is unparalleled. (11)

She dwells at the Pomper mountain, the glorious one,
you pray to her to be relieved from this pain-so he advised. (12)

She thought the angel had spoken in the from of a priest.
so she prayed with devotion to the graceful Kitteri. (13)

---

120 Kitteri was canonized by the Church in the year 1716.

After praying that night, she slept well that night,
when the sun arose,
she got up with no limitation. (14)

The wound, its trace all gone, she found herself fully healed;
She praised in joy with folded-hands. (15)

She showed to people who were surprised
all those who were discerning enough went up the hill
and worshipped at her feet. (16)

She rushed and praised the mercy shown to her miraculously,
she climbed up the Pomper hill where the honey is spread. (17)

Kitteri gave up her life by doing her great sacrifice,
where was it? Nobody knew about it. (18)

The message brought to her by an angel in the garb of a priest,
prayed pleading as it was told to her. (19)

She slept after her prayer
as the darkness disappears when the sun rises,
she told the whole story
how her sickness that affected her was gone. (20)

There on that day undying fame arose,
on that mountain numerous people went up,
sang the praise as the sun rose. (21)

Since Kitteri made it a mountain of light[121]
it got the name 'mountain of mercy' (*karunācalam*),
it gets the flawless name. (22)

She won over the mountain first, protected the whole world,
then she got the grace to rule over the whole mountain-
so sing the Ammānai. (25)

---

[121] *Kirana* + *acalam* = mountain of light; *karuna* + *acalam* = mountain of mercy.

Erection of Kitteri's statue

Still another person suffered the unbearable pain,
for many days no medicine could heal
her sickness on the head. (24)

Since there is no remedy for this suffering on earth,
it is better to die, so he became vexed at heart.[122] (25)

As he heard from the woman how she was healed
he believed that his pain at his head would be cured. (26)

She carried her beheaded head in hand and walked,
would she not show mercy today to heal my sick head? (27)

So she uttered in faith, at that moment the sickness disappeared
he worshipped and praised narrating this at length. (28)

In order that sacrificial offering to her might grow further,
he made a statue of her made of gold. (29)

He placed that statue at the top of the mountain
the rain clouds roared and royal drum
and kettle drum (*perikai*) resounded. (30)

Many types of drums sounded, the songs of praise,
the chirping of birds chorused in unison. (31)

The heavens rejoiced, the earth praised,
the living beings on earth avoided evil,
once again to come back to the hill to rule. (32)

The mountain of rays rose, like the multi-coloured bright sun,
she rose on the mountain of compassion. (33)

---

122 *Vipramam* – confused at heart.

Thus the fame increased, who could count the miracle
wrought by this virgin - so sing the Ammānai. (34)

The medicine given by earlier people did not help
for the sickness on the head
hurting for many days to many people. (35)

The mind would change, the life also would go away,
all ways are gone- so saying wept many people. (36)

Trusting her after seeing the miracle done by the saint
with her head in hand the suffering patients prayed
and the sickness at once disappeared. (37)

Freed from the sickness due to the intercession of Kitteri,
the mountain of grace[123], all of them praised
with enduring joy. (38)

By this power those who were like
the creeper without any support
made a statue out of stone
of the virgin's head on top. (39)

Even though broken, the sickness would appear big,
there if it is hand, unable to bear the touch
of a cloth and dark hair. (40) (?)

Unable to bear the pain as it did not heal,
the father and mother weeping with the patient,
after suffering for five years thus. (41)

The four types of medicine coming from four directions
not helping at all,
seeking help from heaven above, Kitteri. (42)

As he fell at the feet of Kitteri
that was like the honey dripping lotus,

---

[123] Beschi coins the word *karunācalattī* for Kitteri.

the stone that caused sickness came out and
the person became fully cured. (43)

. *Blind women got back her sight*

Analyzing the whole body properly,
the thunder that struck in front of another women,
did not take away her life. (44)

But struck the eyeball and made her blind,
she stood like a breast ornament losing one pearl inside. (45)

"The lost eye will not join. so she lost her life,"
so saying others pitying her,
she started lamenting in great distress. (46)

On that day came another woman with clear mind
"why do you suffer now, calm down,
by the merciful Kitteri. (47)

Is there anything rare here?
Everyone was asking this,
just like a star appeared, with joy overwhelming . (48)

Seeing both the eyes are not defective,
praising in delight with folded hands
Kitteri granted graciously. (49)

Praising with garlands of flowers,
not again hurting the eyes,
she lived happily. (50)

Healing of the ear-related sickness

In this way five blind people got their eyes cured,
rejoiced at heart saying, it is rare as it happened. (51)

Apart from the blind people, innumerable kinds of eye
related sickness got them all healed. (52)

For such healings there is no account,
they found favour with the gracious Kitteri
and poured the garland of praise in this world. (53)

Related to eyes, ears, all sickness healed
The miracles that took place there are numerous -
So many rejoiced. (54)

While one woman played with her age-mates crawling
one big pearl went into the ears. (55)

Nothing helped the girl as they tried to take it out,
unable to bear this pain, cried for many days sobbing. (56)

Unable to her with hurt ear, suffered for twelve years,
all those who came there started praising her miracles. (57)

As she heard this, she believed it herself, longing
for the feet of Kitteri, pleased with devotion prayed. (58)

The pearl fell from her ears by itself without any effort
the ear looked healthy, she felt. (59)

Showing the pearl she got, sang the divine praise
as those who saw it wondered, praised as lovers. (60)

The tooth-ache was relieved accordingly
and the poisonous sickness was healed
and numerous people bore witness to this and rejoiced. (61)

As Kitteri who carried her beheaded head in hand advised,
due to her compassion the dumb people spoke,
gaining good health. (62)

Due to the sickness suffering for a long time
the tongue that spoke sweetly, as if tied,
was unable to utter a single word (63)

For many days not to be considered as dumb,
she spoke through hands, but on that day
prayed to Kitteri asking for a miracle (64)

With faith she prayed for a speech, the conflict free heart
began to speak and the mouth opened. (65)

The pain began at the neck, the suffering arising
from the strength of sickness the beauty of the eye
was restored as they pleaded weeping. (66)

One young woman stayed there in sickness,
water did not enter her throat, as it was said. (67)

Only death is left now; only daughter to her father,
she will go away, so saying suffered intensely. (68)

Thinking of the miracle done by Kitteri
who carried her own head beyond words,
she prayed with faith in the unfailing power of Kitteri. (69)

The father finished saying, she asked for food,
she ate the food with ease, and rejoiced immensely. (70)

Father, I am not sick at all, so saying she got up,
the mother, father and others rejoiced at heart. (71)

Thus Kitteri performed innumerable miracles, people praised
the fame that went beyond the earth – so sing Ammānai. (72)

In this way another person suffered with throat pain,
his tongue was shrunk, as there was no help to be found. (73)

They offered a tongue made of silver,
offered candles as sacrifice,
people prayed at the feet of Kitteri. (74)

As he prayed, all sickness disappeared,
the happiness at heart was overflowing, praised in joy. (75)

Many people suffering from neck pain
and they were all healed.
We know it is through the intercession of Kitteri. (76)

A woman pregnant at her seventh month,
with cough unabated,
pouring sweet milk, the child would die then. (77)

There the parents along with the neighbours
wept with great distress,
Kitteri favoured them and they lived happily. (78)

We have seen how the children were healed,
their parents were cured and others narrated this in praise, (79)

The chest pain, young woman having pain at her breasts,
and other wounds – all was well again and so they praised. (80)

Hurt at the point of death, the āsma type of sickness
were all healed and people acclaimed them as miracles. (81)

Another woman was burnt by fire
and suffered great injuries
for a month unable to get any cure. (82)

With the suffering becoming unbearable,
only death would result at this level, they cried aloud. (83)

Someone then placed some flowers at the feet of Kitteri.
She brought that and placed it on her stomach
and she fell asleep. (84)

When she woke up, she found herself fully healed,
she got up with ease as all her swelling gone. (85)

Many suffered back-pain acutely, Kitteri by her power of grace
gave them all health and that we have seen it ourselves. (86)

Both the hands and the legs were sick unable to move and
they disappeared like the darkness before the heavenly rays. (87)

One woman, as if let loose, unable to move her hands and feet,
for six years someone had to feed her. (88)

This is the hardest time – so thinking
she offered Kitteri an expensive golden statue. (89)

After the daughter prayed, spoke to the mother
whose hand was paralyzed, the daughter heard of this,
she too prayed with fervor. (90)

The woman who stretched her hands holding a stick
walked ahead, limping, and now threw away the stick,
holding her body straight walked again alone. (91)

Seeing how her hands and legs got healed,
she praised Kitteri for this great help. (92)

Another woman in the convent
was unable to raise her hands and legs. (93)

She decided to celebrate for nine days in prayer,
on the eighth day she got up without any suffering,
jumping up out of love. (94)

After worshipping with the hands given by the royal daughter,
she went about everywhere
as a thanksgiving of sacrifice to the great saint. (95)

Another woman with her body below the hip practically dead,
moved like a sick creeper,
she could not place her feet on the ground. (96)

For three years she stood on her stomach without turning back,
she approached Kitteri seeking her support. (97)

At that moment she got up and walked as her legs got enlivened,
and praised Kitteri at all times in all three worlds. (98)

In this way another boy unable to stand, crawling on he ground
like a cloth, without any bone in his legs. (99)

For three years she was like that, the mother afflicted
by this painful state, prayed to Kitteri, 'have mercy',
the royal daughter who ruled the whole earth. (100)

There Kitteri worked miracle and he stood up and ran
and all rejoiced at this sight. (101)

Since he did great penance with paralyzed hands and legs,
he did not get any treatment prescribed in any medical manual[124] –
so sing the Ammānai. (102)

Thus from top to bottom – to all limbs - we have seen
the incomparable miracles done by Kitteri. (103)

Healing all types of sickness that afflicted the body,
Kitteri protected, the compassionate one like the ocean. (104)

News about the healing of three people

The body was afflicted by high fever,
the heart was burning like fire, as if he would die. (105)

Three people were lying like this in three places,
all medicines on earth failed,
but on the virgin on Pomper mountain (106)

They drank the blessed water[125] and as soon as they drank,
suffering subsided, they got up fully healed
with no pain at all. (107)

---

[124] *Ōr kaṇakkum peṟṟilatāl* – no medical manual could help.

[125] *Ōtina nal tīrttam* – blessed water .

The news about the sister's healing.

Another woman, in advanced stage of sickness,
with no recovery insight, vexed, with dried mouth,
shrunken eyes, body emaciated, cold outside, (108)

Crying that she died, people brought the burial cloth
and the necessary things for her burial (109)

That day she herself in her heart prayed for a miracle,
'O Kitteri' and she slept well. (110)

As if she woke up, she scolded those who were weeping,
'there is no suffering for me today' – so she said. (111)

With sandal paste, with flower garland prepared for her already
and incense went up to the Virgin
at the Pomper mountain. (112)

'You came to me and gave me life' – so they praised Kitteri,
showering flowers and incense smoke. (113)

The woman freed from the suffering of child bearing.

A woman in full pregnancy has suffered much before and
so she became weak due to severe fever. (114)

Unable to bear the birth-pang of suffering
she would die at her last moment –
so saying people stood around. (115)

Her lover with full faith in Kitteri,
seeing her with love embraced her tightly. (116)

He pleaded: "You are an innumerable miracle worker,
protect these two lives, have mercy on us O Kitteri,
you who are in heaven." (117)

Without any sickness, giving birth to a daughter sweetly,
with no fever, also freed from all previous illnesses. (118)

At that moment she came alive,
all those who came there praised Kitteri
and believed in her loving mercy. (119)

Dead children came alive

Two boys were playing at the bank of a river,
trying to pluck the flowers entered in it. (120)

One boy was five years old was drowning in the river,
to another one he said 'help' by showing the hand. (121)

Hearing this the mother cried and said: 'Kitteri protect'.
To search for the drowned many were sent (122)

They went a long way and found him at the river,
placed him before the mother, the boy like a dead body. (123)

The mother cried: O Kitteri, you are powerful with benevolence,
by your mercy give me back this child
before the whole world to see. (124)

As the mother cried, the son got up miraculously
opened his eyes with a smile.
This is the famous miracle of Kitteri. (125)

All those have seen this and heard this said:
"Is there anything equal to this in the ancient days?"
So they praised her glory. (126)

Rescuing the one swallowed by the fish

Once a fish swallowed a man and vomited him again.
Through normal ways they searched many times. (127)

After swallowing many lives, again brought them back
miraculously. After crying, many people rejoiced that day –
So sing the Ammānai. (128)

Numerous miracles happened.

Thus it is not possible to count and narrate her miracles;
This is not to be found among the experts
of the great Tamil tradition.[126] (129)

She freed people from the prisons;
she changed the insults she endured,
recovered the lost objects,
granted all that was asked. (130)

Miraculously she destroyed evil spirits, tooth-ache,
pain at the womb, small-pox[127] and
such other kinds of sicknesses. (131)

She ruled by her grace in her native country,
Kitteri now is enjoying the glory
by the power of the divine origin. (132)

What is the point narrating all what went away regularly?
In this country, Elakkurieci in North,
near the forest providing shade. (133)

In the midst of the church for the mother of protection
providing constant protection of grace,
there is the statue of Kitteri
which is venerated in Tirukkāvalūr. (134)

This is her ruling place, Is there anyone here in this country
who does not know the miracles done daily
with love and concern?. (135)

---

126 It is a point to be considered: what does Beschi mean by this? Does it mean that this sort of miracles of divine healing is not found here? Or the medical science prevalent here is not sufficient without the divine intervention.

127 *vicciripрu* – small box. *Cūniyam* – evil caused by mantras. It is remarkable that Beschi lists by name so many types of sicknesses that are healed by divine power, but not by medical practices.

There are people bearing her name saying:
"Here is the child granted by her";
others praise her as offering saying:
"Here it is protected by her." (136)

There are some who praise: This is a new life giving medicine;
others praise her feet saying: She is the miraculous mother." (137)

There are no people who do not narrate
the great miracles done by her
will she rule us also here? so sing Ammānai. (138)

Reasons for composing this poem

She carries flower in hand, the one who carried her head in hand,
the mountain of flowering compassion, one who preaches aloud,
the ascetic praised by the heavens, the one who combines family life and ascetic life. (139)

O daughter of the king! you rule on top of the hill like a lamp,
you are a great daughter, you are Kitteri
with the calibre of divine pearl. (140)

Showing compassion
that never will let the darkness of falsehood persist,
you came here to this country consciously with concern. (141)

Praying for religious welfare, you spent your life in prison
three times amidst great suffering, you offered yourself letting your head be cut off. (142)

Make that true religion be rooted in our hearts
so that we may not give up that religion,
that we be fearless at heart. (143)

You stood unmoved when many demands were made
mixed with suffering,
protecting your virginity for a long time,
remaining firm as a virgin. (144)

Protect us that we hate all evil deeds,
even its name and its related things, which may attract us,
blinding us within, beginning with lust. (145)

You put aside every thing in order to reach heavenly kingdom,
considering all early kingdom as the foam of the water. (146)

Make us live discerning and to live that life
according to the righteousness of that world,
without considering this worldly life. (147)

You reached the mountain protecting the good ascetic life
desiring the forest, looking for heaven, without even
looking at your father, mother and other relations. (148)

Give us that determination by our daily prayer,
with one mind, without losing the Lord our God here
preferring our own relatives. (149)

With the songs sung by your slave
you wear at your lotus feet
one thousand and one hundred flowers. (150)

Grant us that we see your name in heaven with love
that I sang to enhance your fame of your name. (151)

Even if the word uttered aiming
at the honey-dripping narrative is evil,
saying that this good ambrosia coming from heaven
is mixed with mud. (152)

Believing that it would give life, drink this ambrosia,
live your life in joy, those good souls who chose to bear
with my words with mistakes - so sing the Ammānai. (153)

The end of Kittēri Ammāl Ammānai

Pukalcci Venpā –

A Song of Praise to Kitteri

You came up here after moving around the golden mountain,
the white mountain (*venmalai*),
the mount on which the golden chariot rises,
and the mount of words, (*conmalai*);
You Kitteri established yourself ruling on the mount of Pomper
removing suffering by destroying the wicked deeds
on the mount where the Satan rules.

Cintu verse[128]

Refrain:

O Kitteri, you rule the Pomper mount,
have mercy on us here.

Add. Refrain:

Protect us by removing the evil deeds
which the wicked Satan causes in all lands of the world.

You were shining on the high hill, since the worldly wealth
like the smoke will spoil you,
You rejoiced by renouncing the affection of father and mother,
since all such relationship is like the enemy
You conquered the triple enemy with the weapon of asceticism
at the young age like the bud,
You stood as source of life to all who approached you
considering all possession as joke. (1)

---

128 Cintu contains four stanzas, the first of which is preceded by a short intercalary line, called *pallavam,* which is repeated before each of the others. Of the four stanzas, the first is shorter than the rest, and is distinguished by the same *anupallavam*. The other three are similar to each other in every respect; like those mentioned in the last number, are not formed by any rule, but wit such degree of harmony as the writer pleases. In this kind of poem, besides the *etukai*, it is common to use the *iyaypu*, which is that consonance of verses which depends on similarity in their termination. Beschi, *Grammar*, p. 148-149.)

You renounced marriage as suffering
since the worldly life is like a veil;
You opened the door to heaven so that numerous people
will reach their destination by speaking like the cuckoo;
You walked fearless facing the spear
like the heat which cut your head;
You climbed the high carrying the beheaded head in hand
like the peacock's gait. (2)

You came here like the rain clouds to this country
like the shady forest,
You, as milk and ambrosia, are equal to medicine
to many sicknesses which afflict us,
You accept these words gracefully
which i speak to you as a song of praise
Grant me the grace of heavenly abode
by showing the beauty of the heavens. (3)

A Short Bibliography

Edited works of Kitteri Ammal Ammanai.

Sundaram J. J. (Edited with notes) *Kitteri Ammāl Ammānai*, Madurai: De Nobili Press, 1947.

Iraikkuruvanar (Annotated), *Kitteri Ammal Ammanai*, Chennai: Tirunelveli South Indian Saiva Siddhanta Kalakam, 1977.

Joseph A. S.J. *Kitteriyammal Ammanai.* Tirucchirappalli, St. Joseph's College, Trichy.

Works on Beschi by Anand Amaladass

Gift of the Virgin Conch-Shell. Tirukkavalur Kalampakam (Tamil Poem), by Constantine Joseph Beschi S.J. Edited and Translated into English by Anand Amaladass. Tiruchirappally: Golden Net Computers, 2018. Pages vi+ 148.

Tēmpāvani Calendar by Joseph Beschi S. J. (365 Verses selected from the Tamil Epic by Beschi), edited and translated into English by Anand Amaladass. SV. Antony, Padma V. Mckertich Chennai: Dhyana Ashram Publication, 2018.

Mother Mary's Song of Affliction, (*Annai Alunkal Antati*) by Constantine Joseph Beschi (Vīramāmunivar). Translated into English with an Introduction – by Anand Amaladass and Antony S.V. Tiruchirappally: Tamil Ilakkiya Kalakam, 2019.

*Ignatius and Valluvar- (*in Tamil*: Pan-marapup pārvailyil Aravalic Cintanaikal)* Tamil Ilakkiya Kalakam, Trichy, 2021.

Cittirakkataikal by Beschi – edited and translated into English by Anand Amaladass together with Dr. Subashini Kanagarathinam, Emerald Publisher, Chennai 2021.

Biography of Beschi by Muthuswamy Pillai (both in English and Tamil) with an introduction (Re-published) – by Anand Amaladass and Subashini K., - Emerald Publisher, Chennai, 2021.

Other Related Works

Arunachalam, M. *Peeps into Tamil Literature: Ballad Poetry*. Gandhi Vidyalayam, Tiruchitrampalam, 1976.

Bayly, Susan, *Saints, Goddesses and Kings. Muslims and Christians in South India 1700-1900*. Cambridge University Press, 1989.

Besse, Leon, *Father Beschi of the Society of Jesus: His times and his writings*. Trichinopoly: St. Joseph's Industrial School Press, 1918.

Dominic Raj, M., *Tempavani, A Garland of Unfading Honey Sweet Verses*. Translated into English with Tamil Text. 2019.

Ebeling, Sascha and Margherita Trento, "From Jesuit Missionary to Tamil Pulavar: Costanzo Gioseffo Beschi (1680-1847), the Great Heroic sage'," in: L;Indie et l;italie, Recontres intellectuelles, politiques et artistiques, coll. *Purusartha* 35, edited by Tiziana Leucci and Marie Fourcade, 53-90. Paris: Editions de l'EHESS. 2018.

Innaci, S. *Kirittava Tamilkkoṭai*, Part 1. Meyyappan Tamilāyvakam, Citamparam, 2001.

Karuppaiya N., *Vīramāmunivarin Kittēri Ammāl Ammānai - Ōr Āyvu*. Chennai; The Parkkar, 2006.

Kitteri Ammal Natakam, Centenary Celebration Volume. Kūttankuli, Nagercoil, 1983.

Manivalan, (Editor) *Tamil Valarttha Veeramamunivar*, Centre for Christian Research, Trichy, 2013.

Nirmala, A., *Veermamunivarin Tamil Maruttuvam*, Svastam Veliyitu, Madurai, 2018.

Rajamanickam, S., *Veeramamunivar*, Chennai: De Nobili Research Centre, 1998.

Trento, Margherita, *Writing Tamil Catholicism A Social History Of Persuasion And Devotion In The Eighteenth Century*, Brill: Leiden, 2022.

www.ingramcontent.com/pod-product-compliance
Lightning Source LLC
LaVergne TN
LVHW060221051026
849517LV00005B/1471